पुणे विद्यापीठाच्या **जून २०१०-११** **पासून** बदललेल्या नवीन अभ्यासक्रमानुसार **तृतीय वर्ष कला (G - 3)** या वर्गासाठी संदर्भ पुस्तक म्हणून उपयुक्त

I0666881

आधुनिक मराठी साहित्य

स्वरूप, आकलन आणि आस्वाद

संपादन

प्रा. डॉ. संदीप सांगळे

डायमंड पब्लिकेशन्स

आधुनिक मराठी साहित्य

स्वरूप, आकलन आणि आस्वाद

संपादन – प्रा. डॉ. संदीप सांगळे

डायमंड प्रथम आवृत्ती – जुलै २०१०

ISBN 978 - 81- 8483 - 306 - 5

ⓒ डायमंड पब्लिकेशन्स, पुणे

अक्षरजुळणी :
अक्षरवेल, पुणे

मुखपृष्ठ :
शाम भालेकर

प्रकाशक :
दत्तात्रेय गं. पाष्टे
डायमंड पब्लिकेशन्स,
१२५५, सदाशिव पेठ, लेले संकुल,
पहिला मजला, निंबाळकर तालमीसमोर,
पुणे ४११०३०. ☎ ०२० – २४४५२३८७
E-mail : diamondpublications@vsnl.net
Web : www.diamondbookspune.com

प्रमुख वितरक :
डायमंड बुक डेपो
६६१, नारायण पेठ, अप्पा बळवंत चौक,
पुणे ३०.
☎ ०२० – २४४८०६७७

डायमंड सहकारी – प्रा. सु. ह. जोशी, लीना बोर्जेस, शिल्पा कुलथे, राजश्री जाधव, श्रद्धा ठकार, सचिन, विकास.

''ज्यांचे आशीर्वाद, प्रेरणा, उदंड प्रेम आणि मार्गदर्शन
मला मिळत गेले, अशा आई-वडील, गुरुजन
आणि असंख्य मित्रांना सविनय सादर...''

- प्रा. डॉ. संदीप विठ्ठलराव सांगळे

प्रस्तावना

ललित गद्याच्या अध्यापनाची दिशा

ललित गद्याचे इतर साहित्यप्रकारांपेक्षा एक खास वेगळेपण आहे, त्याला एक वेगळे आणि महत्त्वाचे परिमाण प्राप्त झालेले आहे; ते म्हणजे त्याला सदैव असलेला घटिताचा संदर्भ. 'घटित' म्हणजे लेखकाच्या प्रत्यक्ष जीवनात घडलेल्या घटनांचा, अनुभवांचा, प्रसंगांचा, व्यक्तींचा संदर्भ आणि या सर्वांकडे लेखक 'मी'चा पाहण्याचा जीवनविषयक किंवा व्यक्तिमत्त्वविषयक प्रत्यक्षातील दृष्टिकोन; यातून लेखक 'मी'च्या मनात जो अनुभव आकार घेतो, तो तसाच हकिकतीसारखा मांडणे. जे प्रत्यक्षात घडलेले आहे ते त्याच्याविषयीच्या चिंतनासह, आस्वादासह मांडणे, असा 'घटिता'चा अर्थ होतो; त्यामुळे ललित गद्य आणि आत्मचरित्र यांचा एक संबंध निर्माण होतो. आत्मचरित्र वाचताना चांगले आत्मचरित्र वाचकाला प्रत्यक्षात घडून गेलेल्या एका मानवाच्या जीवनाचे आकलन प्राप्त करून देते. हे आकलन त्या वाचकाला प्रत्यक्षात, व्यवहारात आणि एकूणच जगण्यासाठी एक शहाणपण, एक विश्वास देते. जगण्याविषयीचा एक ठोस पुरावा देते. हा पुरावा त्याला प्रत्यक्ष जगण्याला एक वास्तवस्पर्शी बळ देत असतो. त्यामुळे वाचकाचे जीवन श्रीमंत आणि समृद्ध होऊ शकते. आत्मचरित्राचे हेच बळ उत्तम ललित गद्यालाही लाभलेले असते; इतर साहित्याला म्हणजे कविता, कथा, कादंबरी, नाटक यांना ते लाभू शकत नाही; कारण ते कल्पनीय (imaginative) किंवा काल्पनिक (imaginary) असू शकते. ललित गद्याचे हे वेगळे परिणाम वाचकाच्या दृष्टीने म्हणूनच अतिशय महत्त्वाचे आहे.

दुसरे असे की, ललित गद्य हे घटिताचे सौंदर्य विशद करते. कोणतीही उत्तम साहित्यकृती ही अंतिमत: सौंदर्यमूल्याची जोपासना करणारी असते; ती तशी असेल, तरच 'साहित्य' या पदवीला खऱ्या अर्थाने जाऊन पोहोचते. अन्यथा, ती केवळ एक लेखन-कृती राहते. त्यामुळे उत्तम ललित गद्य असलेली साहित्यकृती अंतिमत: घटिताचे म्हणजे प्रत्यक्ष घडलेल्या जीवनाचे, त्यातील घटना, प्रसंग, अनुभव, व्यक्ती, व्यक्तींचे वर्तन यांचे सौंदर्यच विशद करत असते. त्यामुळे ललित गद्यातून विशद होणाऱ्या सौंदर्याची पातळी ही जीवनातील रम्य कल्पना, स्वप्ने, भाबड्या

आशा-आकांक्षा यांच्या कल्पनारम्य सौंदर्यापेक्षा वेगळी असते, ती वास्तव सौंदर्याची असते. वसुस्थिती अशी असल्याने वाचकाला वास्तव जीवनाचे सौंदर्य कळू लागते, समजून घेता येते. त्यामुळे एरवीचे सामान्य वाटणारे जीवनही वाचकाला सुसह्य आणि सुंदर, समृद्ध वाटू लागते. सारांश, ललित गद्याचे हे प्रत्यक्षातील जीवनाचे सौंदर्य विशद करणारे कलाकार्य फार महत्त्वाचे आहे; अशा रीतीने ललित गद्याचे वाचन हे प्रत्यक्ष जीवन-घटिताचे आकलन करणारे आणि प्रत्यक्ष जीवन-घटिताचे सौंदर्य विशद करणारे ठरते. यासाठी ललित गद्याचे वाचन, आकलन, आस्वादन आणि मूल्यमापन हे प्रत्येक सुशिक्षिताने अपरिहार्यपणे करणे, हे त्याच्या दृष्टीने अंतिम कल्याणाचे, जीवनानंदाचे प्रेरक ठरणारे असते.

ललित गद्याचे हे वेगळे महत्त्व ओळखूनच त्याचे अध्यापन करणे अत्यावश्यक ठरते. तरुण पिढीच्या विद्यार्थ्यांच्या दृष्टीने हे नितांत गरजेचे आहे. प्रत्यक्ष जीवनात घडणाऱ्या घटना, प्रसंग, अनुभव इत्यादींकडे कोणत्या दृष्टीने पाहावे, याचे संस्कार या पिढीच्या संस्कारक्षम वयातच त्यांच्यावर ललित गद्यामुळे होतील, असे वाटते. यासाठी उत्तम ललित गद्याची अभ्यासक्रमासाठी निवड करणे मात्र महत्त्वाचे आहे; अशी निवड कटाक्षाने करावी लागते. तिथे वाङ्मयबाह्य बाबींचा विचार करून भागणार नाही.

अभ्यासक्रमात ललित गद्याचा फारसा समावेश होताना दिसत नाही. याचे एक कारण लघुनिबंध, प्रवासलेख, व्यक्तिचित्रे, आठवणी-अनुभव, ललित लेख हे किरकोळ साहित्यप्रकार आहेत; असे मानण्यातून निर्माण झालेले असावे.

दुसरे कारण असे दिसते की, गतानुगतिक धोपट मार्गाने अध्यापन-अध्ययन करणाऱ्या मराठीच्या प्राध्यापकांना ललित गद्य विद्यार्थ्यांना कसे शिकवायचे, हे नीट कळत नसावे.

एखादी साहित्यकृती शिकवताना त्या त्या वेळी जमेल तशी ती वाचून दाखवत आणि त्या त्या वेळी तिच्यावर जे काही भाष्य त्यांना उत्स्फूर्तपणे सुचत असेल, ते ते बोलून दाखवत असतात. अशी उत्स्फूर्त बोलण्याची सोय ललित गद्याच्या अध्यापनाच्या वेळी उपलब्ध नसते. याचे कारण, प्रत्यक्ष घडलेल्या जीवनातील घटना, प्रसंग, अनुभव यांवर लेखकानेच प्रत्यक्ष साहित्यकृतीतच उत्तमभाषेत भाष्य केलेले असते. उत्तमपणे चिंतन, आस्वादन अगोदरच त्या कृतीत समाविष्ट झालेले असते; मग वेगळे बोलणार काय, हा प्रश्न काही प्राध्यापकांना पडत असावा.

दुसरे असे की, कथा, कादंबरी, नाटक हे गद्य साहित्यप्रकार शिकविण्यास सामान्यतः त्यांना सोपे जात असतात. गतानुगतिकतेमुळे या प्रकारांचे अध्यापन अंगवळणी पडलेले असते. हे प्रकार शिकवताना त्यांतील कथानक सांगता येत असते. त्यांतील पात्रांचे स्वभावधर्म, व्यक्तिधर्म सांगता येतात. त्यातील घटना-प्रसंग

यांच्यावर जमेल तसे सामाजिक, सांस्कृतिक भाष्य करता येते. संवादांची, पात्रांच्या वर्तनाची पात्रा-पात्रांमधील संघर्षाची, नाट्याची उकल करून दाखवता येते. त्या निमित्ताने एकूण मानवी जीवनावर, समाजावर, मानवी मनावर जमेल तसे तासभर बोलू शकता येते. भाषाशैलीचे गुणधर्म वेळोवेळी टिपून ठेवून साहित्यकृतीच्या आरंभ, मध्य, शेवट यांविषयी फडकेतंत्राला अनुसरून बोलता येते. साहित्यकृतीचा एकूण वैचारिक सारांश काढून विद्यार्थ्यांना तो अध्यापनाद्वारा देता येतो; असे काही करणे म्हणजेच साहित्याचे अध्यापन करणे, असे सामान्यपणे गृहीत धरले जाते.

पण यांपैकी काहीही ललित गद्यात नसते. ललित गद्यात ठोस असे काही कथानक नसते की, ज्यावर काही भाष्य करता येईल. विविध स्वरूपांची पात्रे नसतात, अनेक पात्रांच्या संबंधातून जो संघर्ष, जीवननाट्य घडते; तसे काही ललित गद्यात नसते. त्यात फक्त 'मी' हे एकच पात्र असते. ते स्वत:च स्वत:विषयी इतके बोलत असते की, त्याच्याविषयी वेगळे काहीच बोलण्याची प्राध्यापकाला आवश्यकता नसते; कारण स्वत:च पात्र स्वत:च्या स्वभावाविषयी, मानसिकतेविषयी भरपूर बोलत असते. तेव्हा ललित निबंधातील पात्रांचे स्वभाव-रेखाटन करण्याला अध्यापनात फारशी संधी नसते. कारण त्यात असलेली इतर पात्रे अगदीच गौण, अनुषंगाने आलेली असतात. त्यांना व्यक्तिवैशिष्ट्ये अशी नसतातच; ती येतात आणि जातात. नंतरच्या प्रसंग-घटनेत वेगळीच पात्रे येतात त्यांचे परस्पर संबंधच नसतात. भाषाशैलीचे वाङ्मयीन गुणधर्म तेवढे सांगता येतात. ललित गद्याला आरंभ, मध्य, शेवट असा काही प्रकार नसतो; की जो कथा, कादंबरी किंवा नाटक यात असतो. अशी जर ललित गद्याची स्थिती आहे, तर मग शिकवायचे काय? या प्रकारात अध्यापन करण्यासारखे काही नाही, असे अनेकांना मनापासून वाटते; म्हणूनच तो प्रकार अभ्यासक्रमात टाकण्याचीही फारशी गरज नाही, अशी अनेकांची समजूत झालेली असते.

मी त्यांना जमेल तेवढ्या बाळबोध, बोली भाषेत 'ललित गद्य' म्हणजे नेमके काय, ते सांगतो. ललित गद्याचे हे स्वरूप विद्यार्थ्यांना प्रथम समजून द्यावे, तत्पूर्वी आपण नीट समजून घ्यावे, इतर गद्य साहित्यप्रकारांपेक्षा ललित गद्य नेमके कुठे व कसे वेगळे पडते, त्याची खास वेगळी अशी कोणती वैशिष्ट्ये आहेत, हे अध्यापन करण्यापूर्वी स्वत: प्रथम मुद्देसूदपणे समजून घ्यावे आणि विद्यार्थ्यांना अध्यापनाच्या आरंभीच सांगावे, असे मी त्यांना सुचवतो.

हे सांगतानाच ओघात त्यांना मी खालील गोष्टीही सांगतो.

१) ललित गद्यात्म साहित्यकृती ही इतर प्रकारांतील गद्य साहित्यकृतींपेक्षा अधिक तरल स्वरूपाच्या सौंदर्याचा वेध घेणारी असू शकते; हे सौंदर्य 'मी' ने घेतलेल्या अनुभवांच्या अनेक कळ्या, पाकळ्या उलगडून दाखविण्यातील

असते. व्यवहारातील अनुभवाच्या तुलनेने ललित गद्य साहित्यकृतीत 'मी' ने अधिक उत्कटतेने, तीव्रतेने, बारकाव्यानिशी, एकाग्रतेने या कळ्या किंवा पाकळ्या कशा उलगडून दाखविल्या आहेत, हे अध्यापनात दाखवून देता येण्यासारखे आहे. माझ्या मते, उत्तम कवितेच्या खालोखाल ललित गद्यात तरल सौंदर्यानुभव असू शकतो; म्हणूनच ललित गद्य बहुधा काव्यात्म असू शकते.

२) ललित गद्यातील 'मी'चे व्यक्तिमत्त्व तपासता येण्यासारखे आहे. हे व्यक्तिमत्त्व एका अर्थी लेखक - 'मी'चेच असते. लेखक हीसुद्धा एक व्यक्ती असते; पण ती प्रतिभावंत असते. प्रतिभेचे असे काही खास गुणधर्म असतात. त्या गुणधर्मांमुळे लेखक 'मी'चे व्यक्तिमत्त्व सर्वसामान्य माणसापेक्षा कसा वेगळा अनुभव घेते, नेहमीच्याच अनुभवाकडे ते कसे वेगळ्या नजरेने पाहते. साध्या अनुभवातीलही सौंदर्य ते कसे न्याहाळते, माणूस म्हणून जीवनातील अनुभवाचे चिंतन ते कसे सूक्ष्मतेने करते, याचे अध्ययन आणि नंतर अध्यापन करता येण्यासारखे असते.

३) क्रमांक दोनच्या अनुषंगानेच आणखी एक गोष्ट साधता येईल. ललित गद्य-साहित्यकृतीत विषय-वस्तूही असते. प्रत्यक्ष जीवनातील अनेक विषय ललित गद्यात मुक्तपणे हाताळलेले असतात. या जीवनविषयांकडे लेखक 'मी' कोणत्या दृष्टिकोनातून पाहतो, जीवनविषयांना सामोरे जाण्याची लेखक 'मी'ची दृष्टी, वृत्ती-प्रवृत्ती कशी आहे, यातून लेखक 'मी'ची कोणती जीवनमूल्ये स्पष्ट होतात, तो त्यांना किती मानतो वा दुर्लक्ष करतो हेही अध्यापनात तपासता येण्यासारखे आहे.

संग्रहातील आपल्या विविध साहित्यकृतींत लेखक 'मी' कोणकोणते विषय घेतो, त्यांतून त्याचे दिसून येणारे समाजक्षेत्र कोणते, त्याचा सामाजिक स्तर कोणता, त्या स्तराबाहेर तो जातो की नाही, त्याची संवेदनशीलता सामाजिक वर्गांतर्गतच बंदिस्त आहे की वर्गाबाहेरही जाते, त्याचे सामाजिक, सांस्कृतिक चिंतन काय आहे, याचाही विचार अध्यापनात मांडता येण्यासारखा असतो. त्याद्वारा त्या व्यक्तिमत्त्वाची वैशिष्ट्ये, मर्यादा दाखवून देता येतात. लेखक 'मी'चा अशा रीतीने जीवनाकडे, विविध जीवनविषयांकडे पाहण्याचा दृष्टिकोन स्पष्ट करता येण्यासारखा आहे.

४) अधिक तपशिलात जाऊन याची उदाहरणे देता येतील.

अ) आठवणी-अनुभव हा उपप्रकार असेल, तर लेखक 'मी' कोणत्या आठवणींत आणि अनुभवांत रमतो, त्यांचे स्वरूप काय, असे प्रश्न विचारता येतील. त्याच आठवणींत, अनुभवांत तो विशेष का रमतो, त्यावरून त्याची कोणती

मूल्यदृष्टी प्रत्ययाला येते, लेखक 'मी' ला कोणत्या गुण-वैशिष्ट्यांचे आकर्षण आहे, ते का आहे; असेही प्रश्न विद्यार्थ्यांना विचारता येतील. त्या अनुषंगाने अध्यापन करता येईल.

ब) लघुनिबंधात घटना, प्रसंग, अनुभव यांचा गुच्छ असतो. लेखक 'मी'ला कोणत्या प्रकारचे अनुभव येतात, त्याविषयी त्याचे चिंतन काय आहे, त्या अनुभवांकडे पाहण्याचा त्याचा दृष्टिकोन काय आहे, याविषयी अध्यापन करून प्रश्न विचारता येतील.

क) प्रवासलेख असतील, तर स्थळे, गावे, प्रदेश, निसर्ग यांच्याकडे पाहण्याचा लेखक 'मी'चा दृष्टीकोन विचारता येईल व त्याचे अध्यापन करता येईल. स्थळे, गावे, प्रदेश, निसर्ग यांची कोणती गुणवैशिष्ट्ये लेखक 'मी'ला मोहवितात, असा प्रश्न विचारता येईल.

ड) व्यक्तिचित्र असेल, तर व्यक्तिचित्रातील व्यक्तीची कोणती गुण-वैशिष्ट्ये किंवा दोषमर्यादा लेखक 'मी'ला जाणवतात, त्यातून त्याचा असा जीवनविषयक कोणता दृष्टिकोन प्रतिबिंबित होतो, त्याची कारणे विचारता येतील, त्या अंगाने व्यक्तिचित्रांचे अध्यापन करता येईल.

इ) 'ललित लेख' असतील, तर लेखक 'मी' ला कोणकोणते जीवनविषय आकृष्ट करतात, हे विचारता येईल किंवा त्याने एकच विषय घेतला असेल, (उदा. 'किमया' मध्ये घरे, 'डोह' मध्ये विविध प्राणी आणि बाल्य, 'ऋतुचक्र'मध्ये निसर्ग, 'स्पर्शकमळे' मध्ये स्त्री-पुरुष शृंगारसंबंध) तर त्याची कोणकोणती गुणवैशिष्ट्ये आणि त्याच्या कळ्या-पाकळ्या तो दाखवून देतो, हे अध्यापनात संदर्भ म्हणून आणता येईल.

५) एकाच लेखकाच्या साहित्यकृतींचा संग्रह असेल, तर त्या लेखकाचे 'ललित गद्यकार' म्हणून एकूण व्यक्तिमत्त्व कसे आहे, याचे अध्ययन करून नंतर अध्यापन करता येईल.

६) पुस्तकातील विविध साहित्यकृतींची परस्पर तुलना करून लेखक 'मी'च्या व्यक्तिमत्त्वावर आणि त्याने घेतलेल्या विविध विषय-वस्तूंकडे पाहण्याच्या त्या दृष्टिकोनावर प्रकाश टाकता येईल.

७) एकाच पुस्तकात अनेक लेखकांच्या साहित्यकृती असतील, तर त्यांच्या आधारे विविध लेखक 'मी'च्या विविध व्यक्तिमत्त्वांची तुलना करता येईल, त्यातील सरस-नीरस, भलेबुरे, साधे-संमिश्र, मूल्यात्मक-भावनात्मक, भाबडे-डोळस इत्यादी अनेक अंगांनी त्या व्यक्तिमत्त्वांची तुलना करता येईल. विषय-वस्तूंबाबतही अशीच तुलना करता येईल.

८) एकाच लेखकाचे पुस्तक अभ्यासावयाचे असेल, तर त्या लेखकाची ललित गद्याकडे पाहण्याची एकूण वाङ्मयीन दृष्टी, एकूण कुवत, ललित गद्यप्रकाराला त्याने कसे समजून घेतले आहे, ती त्याची वाङ्मयीन जाणीव यांचे अध्ययन अध्यापन करता येईल.

९) प्रस्तुतचा लेखक आणि त्याच्या साहित्यकृती कोणत्या ऐतिहासिक टप्प्यांवरच्या आहेत, त्यात प्रस्तुत लेखकाने आणि त्याच्या साहित्यकृतींनी नेमकी कोणती भर टाकली, विकासाची कोणती दिशा त्यामुळे लाभली, याचेही अध्यापन करता येऊ शकेल. हे उघडच आहे की, हे अध्यापन, लेखक 'मी' च्या आणि त्याच्या साहित्यकृतींच्या वाङ्मयीन मूल्यमापनाविषयीचे असते.

१०) ललित गद्यात्म साहित्यकृती ही मुळात एक सौंदर्यवस्तू किंवा कलाकृती असते. ती वाङ्मयीन सौंदर्याने समृद्ध असते; अशी सौंदर्यवस्तू शिकविण्यापेक्षा तिचा आस्वाद घेणे अधिक महत्त्वाचे आणि उचित असते; म्हणून अध्यापनाच्या इतर अंगांपूर्वी प्रथम विद्यार्थ्यांच्या समोर उत्तम साहित्यकृतींचे वाचन करून त्यांचा आस्वाद घ्यावा. साहित्यकृतीचे वाचन करता-करताच तिचा आस्वाद कसा घ्यावा, ते तिथल्या तिथे सोदाहरण साक्षात् पद्धतीने सांगावे. असे केल्याने विद्यार्थांना त्या जाणकार आस्वादप्रक्रियेमुळे गोडी लागेल. ललित गद्य साहित्यकृतींचे सौंदर्य चाखण्याची त्यांना स्वयंस्फूर्त सवय होईल आणि हे सर्वात महत्त्वाचे आहे, हे लक्षात ठेवावे.

११) अध्यापनात हे सर्व येण्यासाठी ललित गद्य म्हणजे काय, हे स्पष्टपणे प्रथम समजण्याची गरज आहे. तसेच, पूर्वसूरींनी लिहिलेली प्रस्तुत विषयासंबंधीची विविध पुस्तके वाचण्याची गरजही आहे. उदाहरणार्थ, माधव आचवल यांची किमया, जास्वंद, कलास्वाद, ताजमहल यांसारखी पुस्तके अवश्य वाचावीत अशा योग्यतेची आहेत. उपप्रकार एकत्र असतील किंवा त्यांचे मिश्रण असेल, तर त्यांची तुलना करता येईल.

१२) हे अध्यापन एकदा अंगवळणी पडले की, ललित गद्य आणि त्याचे उपप्रकार, त्यातील लेखक 'मी' आणि विविध विषयवस्तू यांच्या परस्पर संबंधांतून, जीवनविषयक दृष्टिकोनातून, वाङ्मयीन जाणिवांतून अनेक गुंतागुंतीचे प्रश्न आणि समस्या डोकावू लागतात. त्यांची चर्चा पुष्कळच खोलात जाऊन अध्यापनाच्या वेळी करता येऊ शकते.

प्रस्तुत 'आधुनिक मराठी साहित्य : स्वरूप, आकलन आणि आस्वाद' या ग्रंथामध्ये पुणे विद्यापीठाच्या तृतीय वर्ष कला या वर्गासाठी मराठी विषयाच्या नव्या अभ्यासक्रमास अनुसरून अभ्यासकांनी केलेल्या अभ्यासपूर्ण मांडणीचे कौतुक करावे तेवढे थोडेच आहे. पुणे विद्यापीठाच्या मराठी अभ्यास मंडळाचे तरुण, तडफदार

सदस्य असलेले डॉ. संदीप सांगळे यांनी पुढाकार घेऊन साकार केलेला हा ग्रंथ अप्रतिम असाच आहे. डॉ. सांगळे यांचा हा चौथा 'समीक्षाग्रंथ' आहे. त्यांनी चारही ग्रंथांसाठी घेतलेली मेहनत, त्यांतील लेखनाचा आणि लेखकांचा दर्जा उत्कृष्ट आहे; म्हणून महाराष्ट्रातील मराठी विषयाचे अध्ययन, अध्यापन करणाऱ्या असंख्य घटकांना निश्चितपणे या ग्रंथाचा उपयोग होईल व खऱ्या अर्थाने ग्रंथपरीक्षण, ललितगद्य आणि प्रवासवर्णन या वाङ्मयीन घटकांची ओळख अभ्यासकांना होईल याची खात्री वाटते.

- **डॉ. आनंद यादव**
'भूमी', ५ कलानगर
पुणे सातारा रोड, धनकवडी,
पुणे ४११०४३

शुभसंदेश !

शैक्षणिक वर्ष २०१०-११ पासून तृतीय वर्ष कला आणि द्वितीय वर्ष विज्ञान या वर्गांसाठीच्या मराठी विषयाच्या अभ्यासक्रमामध्ये बदल होत आहे. त्या बदलास अनुसरून आपल्या पुणे विद्यापीठाच्या मराठी अभ्यास मंडळाचे तरुण-तडफदार आणि अभ्यासू सदस्य असलेले डॉ. संदीप सांगळे यांनी तृतीय वर्ष कला (टी. वाय. बी. ए.) या वर्गासाठी नेमलेल्या अभ्यासक्रमावर आधारित संपादित केलेला 'आधुनिक मराठी साहित्य, स्वरूप, आकलन आणि आस्वाद' हा समीक्षाग्रंथ खरोखरच अप्रतिम असा आहे. ग्रंथपरीक्षण, ललितगद्य आणि प्रवासवर्णन या वाङ्मयप्रकारांबरोबरच नेमलेल्या कलाकृतींचा अभ्यासकांनी पुस्तकात घेतलेला वेध अतिशय उपयुक्त आणि सर्वांनाच मार्गदर्शक ठरणारा आहे. डॉ. संदीप सांगळे यांचे हे चौथे पुस्तक आहे. अतिशय अल्प कालावधीत तितक्याच तडफेने डॉ. सांगळे यांनी हजारो विद्यार्थी आणि मराठीच्या अध्यापकांची निकड लक्षात घेऊन ज्या पद्धतीने एका-पाठोपाठ एक अशा दर्जेदार ग्रंथांची निर्मिती घडवून आणली आहे; त्यास तोड नाही. पुणे विद्यापीठ, मराठी अभ्यास मंडळ आणि एकूणच मराठी विषयाचे अध्ययन-अध्यापन करणाऱ्या सर्व घटकांच्या लौकिकात 'आधुनिक मराठी साहित्य' : स्वरूप, आकलन आणि आस्वाद' या डॉ. संदीप सांगळे यांनी संपादित केलेल्या ग्रंथामुळे मोलाची भर पडेल याची खात्री वाटते. त्यांच्या भावी वाटचालीस हार्दिक शुभेच्छा!

- डॉ. रमेश के. देवरे
अधिष्ठाता
कला, ललितकला व प्रयोगजीवी विद्याशाखा
पुणे विद्यापीठ, पुणे - ०७

शुभेच्छा

अशोक कोतवाल यांचा 'प्रार्थनेची घंटा' हा ललित लेखसंग्रह महत्त्वपूर्ण आहे. कविमनाचे असलेले अशोक कोतवाल यांनी माणसाविषयीचे कुतूहल या पुस्तकातून व्यक्त केले आहे. 'मन आणि आकाश' हा लेख मला अत्यंत आवडला. त्यात ते म्हणतात, ''मन आणि मृत्यू यांच्यातील लपंडाव आकाश तटस्थ होऊन पाहात राहतं. कधी मन मृत्यूला टिपतं तर कधी मृत्यू मनाला टिपत असावा; मग मन आणि मृत्यू यांचा खेळ संपल्यावर उरत असावं ते आकाश.''

'क्षितिज आणि मी' या लेखात क्षितिज हे एक शाश्वत सत्य आहे. कुणालाही न उलगडणारं कोडं आहे. जगातील सारेच रस्ते हे क्षितिजातून सुरू होऊन क्षितिजातच गडप होतात.''

'दर्ग्यातील उग्रगंध' या लेखात स्त्रीचे गाणे महत्त्वपूर्ण रीतीने दिले आहे.

''पंढरीले जाणून आवंदा। नही मारो मन
देव इठ्ठलाले मन्हो।
चिठ्या धाड्यात दोन पंढरीले जावू''

अशा प्रकारे अशोक कोतवाल यांच्या १४-१५ ललित लेखांचे 'प्रार्थनेची घंटा' या पुस्तकावरचे समीक्षात्मक लेखांचे संपादन प्रा. डॉ. संदीप सांगळे यांनी चांगल्या प्रकारे केलेले आहे.

त्याचप्रमाणे लक्ष्मण गायकवाड यांचे 'चिनी मातीतले दिवस' हे प्रवासवर्णनात्मक पुस्तक चीनच्या संस्कृतीच्या भागावर प्रकाश टाकते. दलित साहित्यातील सक्षम लेखक असणारे लक्ष्मण गायकवाड यांच्या सुक्ष्म निरिक्षणशक्तीचा प्रत्यय या पुस्तकातून येतो. ''खरं तर चीनमधला समाज आपल्या देशापेक्षा प्रत्येक क्षेत्रांत पुढे गेलेला दिसतो इतकी मोठी प्रगती चीनने केलेली आहे.'' हे लक्ष्मण गायकवाडांचे उद्गार आजही खऱ्या अर्थाने मोलाचे वाटतात. चीनचा प्रवास करताना येणाऱ्या सुरुवातीच्या खडतर यातना त्यांनी नि:संकोचपणे व्यक्त केल्या आहेत. लक्ष्मण गायकवाड यांचे हे प्रवासवर्णनात्मक पुस्तक निव्वळ मनोरंजनवादी न वाटता जीवनाविषयीचा एक प्रबोधनात्मक दृष्टिकोन भारतीय संस्कृती व चिनी संस्कृती यांच्याबाबत व्यक्त करणारा आहे.

प्रा. डॉ. संदीप सांगळे हे तळेगावसारख्या ग्रामीण भागात अध्यापनाचे कार्य करणारे तळमळीचे शिक्षक आहेत. मराठी अभ्यासमंडळाचे सदस्य आहेत. सन २०१०-११ या वर्षापासून तृतीय वर्ष कला (T.Y.B.A.) विद्यार्थ्यांसाठी धडपड करून त्यांनी या पुस्तकाचे संपादन अत्यंत नेटकेपणाने केलेले आहे. गुरुवर्य डॉ. आनंद यादवांची प्रस्तावना घेऊन त्यांनी एक प्रकारे औचित्य साधलेले आहे. ग्रांथिकपुस्तकाचे परीक्षणाचा एक वस्तुपाठ त्यांनी या निमित्ताने दिलेला आहे; अशा प्रकारे प्रा. डॉ. संदीप सांगळे यांनी संपादित केलेल्या या पुस्तकाचे स्वागत निश्चितपणे होईल यात संदेह नाही. पुणे विद्यापीठ मराठी अभ्यासमंडळाच्या माझ्या अध्यक्षपदाच्या काळात अशोक कोतवाल यांचे 'प्रार्थनेची घंटा' व लक्ष्मण गायकवाड यांचे 'चिनी मातीतील दिवस' ही वाङ्मयदृष्ट्या चांगली पुस्तके विद्यार्थ्यांना अध्ययनाकरता देता आली याचे समाधान आहे.

■

डॉ. अशोक शिंदे
(अध्यक्ष-मराठी अभ्यास मंडळ,
पुणे विद्यापीठ, पुणे)

संपादकीय मनोगत

पुणे विद्यापीठाच्या अभ्यासक्रमबदलाच्या धोरणास अनुसरून शैक्षणिक वर्ष २०१०-११ पासून तृतीय वर्ष कला (टी. वाय. बी. ए.) व द्वितीय वर्ष विज्ञान (एस. वाय. बी. एस्सी.) या वर्गांचे मराठी विषयाचे अभ्यासक्रम बदलले जात आहेत. त्या अनुषंगाने तृतीय वर्ष कला या वर्गासाठी पुणे विद्यापीठाने मराठी विभागाचे प्रमुख डॉ. मनोहर जाधव यांच्या अध्यक्षतेखाली उपसमिती नेमलेली होती. उपसमितीने सर्वंकष व सखोल अभ्यास करून वरील वर्गासाठी मराठी विषयाचा अतिशय चांगला आणि दर्जेदार अभ्यासक्रम सुचविला. ग्रंथपरीक्षण, ललितगद्य आणि प्रवासवर्णन हे वाङ्मयप्रकार, याशिवाय प्रार्थनेची घंटा आणि चिनी मातीतील दिवस या कलाकृती या वर्षीपासून तृतीय वर्ष कला या वर्गाच्या मराठी (जनरलसाठी) निश्चित केल्या गेल्या. वरील वर्गासाठी सदरील अभ्यासक्रम निश्चित करण्यासाठी उपसमितीने वेळोवेळी बैठका घेऊन, सखोल चर्चा, विचारविनिमय करून एकमताने वरील अभ्यासक्रमास अंतिम स्वरूप दिले. मराठीतील ज्येष्ठ समीक्षक डॉ. विलास खोले, डॉ. निशिकांत मिरजकर, प्राचार्य डॉ. महेंद्र कदम, डॉ. तानाजी पाटील आणि डॉ. शोभा पाटील या मान्यवरांसोबत अपरोक्त अभ्यासक्रमपुनर्रचना उपसमितीत प्रत्यक्ष काम करण्याची संधी मला मिळाली हे मी माझे भाग्य समजतो. मराठीचा एक विद्यार्थी आणि सध्या अध्यापकाची भूमिका बजावत असल्याने आणि गेली अडीच वर्षं पुणे विद्यापीठाच्या मराठी अभ्यास मंडळाकडे सक्रियपणे कामकाज करत असल्यामुळे विविध महाविद्यालयांतील मराठीचे अध्यापन आणि अध्ययन करणाऱ्या प्राध्यापक आणि विद्यार्थ्यांच्या अभ्यासक्रमाबाबतच्या समस्या, त्यांच्या अपेक्षा काय आहेत, याची मला जवळून जाणीव झाली. त्यानुसार अध्यापक व विद्यार्थी यांच्या भूमिकेतून मी नव्या अभ्यासक्रमामध्ये काय बदल हवे आहेत, विद्यार्थी आणि प्राध्यापकांच्या अपेक्षा काय आहेत, त्यांची मतमतांतरे प्रातिनिधिक स्वरूपात उपसमितीतील ज्येष्ठ अभ्यासकांसमोर मांडली व त्यांनी त्याची योग्य ती दखल घेत तृतीय वर्ष कला (टी. वाय. बी. ए.) या वर्गाच्या मराठी विषयाच्या नव्या अभ्यासक्रमाची रचना केली. ती अतिशय स्वागतार्ह आणि दर्जेदार अशी असल्याच्या असंख्य प्रतिक्रिया पुणे

विद्यापीठाच्या मराठी अभ्यास मंडळाकडे आल्या.

या नव्या अभ्यासक्रमास अनुसरून 'आधुनिक मराठी साहित्य : स्वरूप, आस्वाद आणि आकलन' हा समीक्षाग्रंथ वाचक, अध्ययनार्थी आणि अध्यापकांसमोर ठेवताना मला मनस्वी आनंद होत आहे; हा माझा चौथा ग्रंथ आहे. यापूर्वीही मी संपादित केलेल्या 'व्यावहारिक, उपयोजित मराठी आणि प्रसारमाध्यमे', 'मराठी वाङ्मय तंत्र आणि आस्वादसमीक्षा' आणि 'कथागौरव परीक्षण' या ग्रंथांना पुणे विद्यापीठाच्या संदर्भग्रंथांच्या सूचीमध्ये ठळक असे स्थान मिळाले. केवळ पुणे विद्यापीठाचे कार्यक्षेत्रच नव्हे तर महाराष्ट्रातील विविध मान्यवर वाचकांना वरील ग्रंथांचा उपयोग होत आहे. विद्यापीठे, महाविद्यालये, शाळांसह जे जे मराठीचे व्यासंगी आणि जाणकार अभ्यासक आहेत त्या सर्वांनी एक उत्कृष्ट आणि दर्जेदार संपादन म्हणून माझ्या वरील ग्रंथांचा गौरव केला. त्यांची असंख्य पत्रे मला आली. अनेकांनी प्रत्यक्ष भेटून आणि दूरध्वनी करून माझे अभिनंन केले. काही मौलिक सूचनाही केल्या. त्यांचा मी सदैव ऋणी आहे. 'आधुनिक मराठी साहित्य स्वरूप, आकलन आणि आस्वाद' या ग्रंथामध्ये मी कमीत-कमी त्रुटी कशा राहतील याचा विचार केलेलाच आहे. तरीसुद्धा महाराष्ट्रातील असंख्य मित्रांना मी नम्र आवाहन करतो की, आपण पुन्हा सदरील ग्रंथाबाबतच्या आपल्या मौलिक सूचना मला कळवाव्यात; त्यांचे मी नक्की स्वागत करीन यात शंकाच नाही.

'आधुनिक मराठी साहित्य : स्वरूप, आकलन आणि आस्वाद' या ग्रंथास आशीर्वादरूपी प्रस्तावना लिहिण्याची विनंती मी महाराष्ट्रातील ग्रामीण साहित्य चळवळीचे प्रणेते आणि आम्हा सर्वांचे प्रेरणास्थान असणारे गुरुवर्य डॉ. आनंद यादव यांना केली. त्यांनी क्षणार्धात त्यास होकार देऊन अतिशय सुरेख आणि मौलिक प्रस्तावना या ग्रंथास दिल्याबद्दल मी सरांचा ऋणी आहे. डॉ. आनंद यादव सरांच्या प्रस्तावनेमुळे या ग्रंथाची उंची आणि प्रतिष्ठा निश्चितपणे वाढलेली आहे; यात शंकाच नाही.

या ग्रंथाच्या निर्मितीमध्ये लेखक म्हणून अतिशय अभ्यासपूर्ण लेखन करून योगदान देणाऱ्या गुरुवर्य डॉ. मधुकर मोकाशी, डॉ. अपर्णा साबणे, डॉ. कीर्ती मुळीक, डॉ. वर्षा तोडमल, डॉ. पौर्णिमा बोडके, डॉ. द. के. गंधारे, डॉ. अरुण कोळेकर, प्रा. सुनील निगडे, प्रा. प्रतिभा घाग, सौ. सीमा शिंदे आणि श्री हरेश शेळके यांना मन:पूर्वक धन्यवाद देतो.

मला सातत्याने प्रेरणा देणारे पुणे विद्यापीठाचे विद्यमान कुलगुरू डॉ. रघुनाथ शेवगावकर, माजी कुलगुरू आणि माझे गुरुवर्य डॉ. अरुण अडसूळ, डॉ. एन. जे. सोनवणे, डॉ. सौ. स्नेहल सोनवणे, पुणे विद्यापीठाच्या कला व ललितकला विद्याशाखेचे माजी अधिष्ठता डॉ. अशोक थोरात, प्राचार्य डॉ. शिवाजीराव मोहिते, सध्याचे अधिष्ठता डॉ. रमेश के. देवरे, मराठी अभ्यास मंडळाचे अध्यक्ष

डॉ. अशोक शिंदे, अभ्यास मंडळाचे सन्माननीय सदस्य असलेले माझे सहकारी, मार्गदर्शक डॉ. भास्कर शेळके, डॉ. भाऊसाहेब गुंजाळ, डॉ. रवींद्र ठाकूर, डॉ. तानाजी पारीस, डॉ. भाऊसाहेब गमे, डॉ. शोभा पाटील, डॉ. मंदा खांडगे या सर्वांचा मी शतशः ऋणी आहे. ज्यांच्या मार्गदर्शनामुळे माझी जवणघडण होत गेली असे ज्येष्ठ साहित्यिक आणि डॉ. बाबासाहेब आंबेडकर मराठवाडा विद्यापीठाचे माजी कुलगुरू डॉ. नागनाथ कोत्तापल्ले, डॉ. महावीर जोंधळे, सौ. इंदुमती जोंधळे, पुणे विद्यापीठाचे माजी वित्त व लेखा अधिकारी प्रा. एम. एस. जाधव सर, सौ. निशाताई जाधव, 'प्रार्थनेची घंटा' या ललित लेख संग्रहाचे लेखक श्री. अशोक कोतवाल, पुणे विद्यापीठाच्या मराठी विभागाचे विद्यमान प्रमुख असलेले माझे गुरुवर्य डॉ. मनोहर जाधव, त्यांचे सर्व सहकारी, माझ्या संशोधनकार्यासाठी ज्यांनी मला बहुमोल असे मार्गदर्शन केले असे डॉ. धोंडीराम वाडकर, पुणे विद्यापीठाच्या बहि:शाल शिक्षण मंडळाचे विद्यमान संचालक प्रा. तेज निवळीकर, सौ. विद्या निवळीकर, प्रौढ निरंतर व ज्ञानविस्तार विभागाचे प्रमुख डॉ. धनंजय लोखंडे, गुरुवर्य डॉ. अनिल सहस्त्रबुद्धे, डॉ र. बा. मंचरकर, श्री. विजयराव कापरे, डॉ. बाळकृष्ण कवठेकर, डॉ. अनिरुद्ध देशपांडे, प्राचार्य डॉ. मुकुंदराव तापकीर, डॉ. सिद्धार्थ आगळे, प्राचार्य महासंघाचे अध्यक्ष नंदकुमार निकम, प्राचार्य शिवराज प्राचार्य प्राचार्य डॉ. नितीन घोरपडे, प्रा. डॉ. के. पी. बैरागी, वाणिज्य विद्याशाखेचे अधिष्ठाता डॉ. बाबासाहेब सांगळे, प्राचार्य डॉ. रावसाहेब शिंदे, डॉ. उषाताई शिंदे, प्राचार्या डॉ. शोभाताई इंगवले, डॉ. माधवी खरात, डॉ. शामाताई घोणसे, डॉ. वर्षा तोडमल, प्राचार्या डॉ. अर्चना ढेकणे, प्राचार्य डॉ. रमेश आवलगावकर, डॉ. कल्याणी हर्डीकर, प्राचार्य डॉ. व्ही. के. सोनवणे, प्रा. नाना सगडे, प्राचार्य डॉ. सीताराम गोसावी, पुणे विद्यापीठाच्या व्यवस्थापन परिषदेचे विद्यमान सदस्य डॉ. एस. पी. लंबाडे, प्राचार्य डॉ. टी. एन. कानवडे, डॉ. ए. पी. कुलकर्णी, प्रोग्रेसिव्ह एज्युकेशन सोसायटीचे अध्यक्ष डॉ. गजानन एकबोटे, नाशिक जिल्हा मराठा विद्या प्रसारक समाज संस्थेचे सरचिटणिस व आमचे प्रेरणास्थान आमदार डॉ. वसंतरावजी पवारसाहेब, विज्ञान विद्याशाखेचे अधिष्ठाता प्राचार्य डॉ. व्ही. बी. गायकवाड, डॉ. अलका भोपटकर, स्नेहवर्धन प्रकाशनाच्या संचालिका डॉ. स्नेहलताई तावरे, पद्मगंधा प्रकाशनाचे प्रमुख श्री. अरुणजी जाखडे, डॉ. शुभश्री काळे, डॉ. भाग्यरेखा देशपांडे, डॉ. सोमनाथ दडस, डॉ. बाबासाहेब शेंडगे, डॉ. पांडुरंग भोसले, डॉ. शैलेश त्रिभुवन, डॉ. शामराव गायकवाड, डॉ. खंदारे (तळेगाव दाभाडे), डॉ. संभाजी मलघे, डॉ. रवींद्र कडू, डॉ. राजेंद्र देवरे, डॉ. मिलिंद कसबे, डॉ. दिलीप कसबे, प्रा. एम. एम. बागूल, प्रा. नाना कवडे, प्रा. संजय क्षीरसागर, डॉ. अनिल उगले, डॉ. ज्ञानेश्वर वाल्हेकर, प्रा. अनुराधा सावंत, प्रा. महादेव रोकडे, डॉ. जया कदम, डॉ. मोहिनी कसबेकर, डॉ. राजेंद्र

थोरात, प्रा. आशुतोष कसबेकर, प्रा. सौ. भारती सहस्त्रबुद्धे, प्रा. बाळासाहेब सोनवणे, प्रा. सुषमा जगताप, डॉ. शशिकला कांबळे, डॉ. प्रभाकर घेरे, डॉ. लता महाराज, डॉ. श्रीराम गडकर, डॉ. जालिंदर घोडके, डॉ. रंजना नेमाडे, डॉ. आनंदा गांगुर्डे, डॉ. महादेव वाळुंज, डॉ. प्रज्ञा लामतुरे, प्रा. राजाभाऊ गावडे, डॉ. रविराज शिंदे, डॉ. विजय केसकर, डॉ. बाळकृष्ण लळीत, डॉ. राजाभाऊ भैलुमे, प्रा. क्रांती गोसावी, प्रा. जगदीश आवटे, डॉ. प्रभाकर घोडके, प्रा. भाऊसाहेब गव्हाणे, प्रा. सौ. दिवटे मॅडम, डॉ. वैशाली भालसिंग, डॉ. अनिल सपकाळ, डॉ. चं. वि. जोशी, प्रा. डॉ. सुधाकर शेलार, डॉ. सुभाष रोकडे, डॉ. प्रतीक्षा गायकवाड, डॉ. मेहबूब सय्यद, डॉ. शिरीष लांडगे, प्रा. डॉ. पांडुरंग मिसाळ, डॉ. माहेश्वरी गावीत, डॉ. संजय नगरकर, कवी संतोष पवार, डॉ. कुलकर्णी मॅडम (राहुरी), डॉ. बाबुराव उपाध्ये, प्रा. श्रीमती लता पवार, सिनेट सदस्य डॉ. एकनाथ ढोणे, डॉ. सीताराम निघूट, डॉ. राजेंद्र वडमारे, डॉ. जालिंदर कानडे, डॉ. राजेंद्र सलालकर, डॉ. शांताराम चौधरी, डॉ. चंद्रकांत रुद्राक्ष, डॉ. सुवर्णा घोलप, प्रा. श्री. वडीतके, डॉ. येठेकर, डॉ. श्रीमती भांगे-पाटील मॅडम, डॉ. लक्ष्मीकांत येळवंडे, प्रा. प्रमोद उजागरे, डॉ. प्रकाश सूर्यवंशी, प्रा. शाहीन शेख, डॉ. भारती यादव, प्रा. मुळे (अहमदनगर), प्रा. देवीदास शेटे, प्रा. अप्पा माने, प्रा. भास्करराव मोरे, डॉ. बाळासाहेब वळे, प्रा. टकले (जामखेड), प्रा. सुंदरदास राऊत, प्रा. डॉ. राजेंद्र ठाकरे, डॉ. प्रवीण ताठे-देशमुख, डॉ. बाळासाहेब अनुसे, प्रा. डॉ. संजय शिंदे, डॉ. संजय घोडेकर, डॉ. रामदास रसाळ, डॉ. एस. आय. घेगडे, प्रा. वैशाली तोत्रे, प्रा. वेदश्री थिगळे, डॉ. अपर्णा देशपांडे, प्रा. सुवर्णा खोडदे, डॉ. महालक्ष्मी मोराळे, प्रा. कल्पना गावडे, प्रा. सौ. अरुणा भोसले-गरुड, प्रा. तुषार भोसले, डॉ. तानाजी साळवे, डॉ. संगीता साळवे-म्हावरे, डॉ. लता पवार, डॉ. वृंदा भार्गवे, डॉ. इंदिरा आठवले, डॉ. प्रकाश शेवाळे, प्रा. तुषार चांदवडकर, डॉ. उषा सोरते, डॉ. दत्तात्रय फलके, प्रा. सुरेश जाधव, डॉ. राहुल पाटील, प्रा. डॉ. डी. पी. पवार, प्रा. सौ. शोभा डहाळे, प्रा. वैशाली जाधव, प्रा. डॉ. भाबड सर, प्रा. डॉ. उज्वला देवरे, डॉ. कमल आहेर, डॉ. दिलीप धोंडगे, डॉ. लता देशमुख, डॉ. गणेश देशमुख, डॉ. गुंफा कोकाटे, डॉ. वसंत सपकाळ, प्राचार्य डॉ. वैशाली रोकडे, प्रा. संजय काळे, प्रा. मोहन गुंड, प्रा. डॉ. लिंबेकर, डॉ. राहुल हांडे, डॉ. बालाजी घारुळे, प्रा. शुभांगी गाडगीळ, प्रा. शीतल गिरी, प्रा. खालकर सर (निफाड), प्रा. संगीता कढणे, प्रा. बाबासाहेब कोळसे, प्रा. सौ. वंदना मुरकुटे, प्रा. डॉ. काचरे (लासलगाव), प्रा. डॉ. मंदाकिनी दाभाडे, प्रा. डॉ. किरण पिंगळे, प्रा. सौ. मीनाक्षी पाटील, डॉ. जयश्री पाटणकर, डॉ. रमेश वरखेडे, प्रा. कदम (राहाता), प्रा. शिंदे (कोल्हार), प्रा. वसंत शेंडगे, प्रा. सौ. नरसाळे मॅडम (शेवगाव), प्रा. संजय दरवडे (भेंडा), डॉ. मच्छिंद्र मालुंजकर, डॉ. वर्षा कीर्तने, प्रा. रोहिदास बोबडे, प्रा. आर.

एम. पगार, प्रा. प्रमोद आंबेकर, डॉ. भास्कर ढोके, प्रा. महादेव कांबळे, प्रा. डॉ. राजू सांगळे, प्रा. श्री. आढाव (वणी), प्रा. श्री. नेरकर, डॉ. विलास थोरात (मनमाड), डॉ. विद्या सुर्वे - बोरसे (चांदवड), प्राचार्य डॉ. पांडुरंग गायकवाड, या सर्वांच्या ऋणामध्ये राहण्यातच मला जास्त अभिमान वाटतो.

आमच्या तळेगाव ढमढेरे येथील शिक्षण प्रसारक मंडळ या संस्थेचे अध्यक्ष स्वातंत्रसैनिक रायकुमारजी गुजर, संस्थेचे विद्यमान सचिव व माझे प्रेरणास्थान आदरणीय अरविंददादा ढमढेरे, सौ. सिंधूताई ढमढेरे, विठ्ठलराव जेधे गुरुजी, श्रीकांतभाऊ सातपुते, कौस्तुभकाका गुजर, बबनराव हिरवे, शरदतात्या ढमढेरे, सौ. सुनंताताई ढमढेरे, विजूकाका ढमढेरे, जयाभाऊ रुणवाळ या सर्वांची आशीर्वादाची थाप वेळोवेळी पाठीवर असल्याने माझी क्रियाशीलता वाढत जाते, त्यांचाही मी ऋणी आहे. मला वेळोवेळी प्रोत्साहन देऊन ज्यांनी माझ्यावर मनापासून प्रेम केले असे माझ्या साहेबराव शंकरराव ढमढेरे महाविद्यालयाचे विद्यमान प्राचार्य डॉ. पी. आर. पाटील, माझे सर्व शिक्षक व शिक्षकेतर सहकारी, आमच्या आर. बी. गुजर प्रशालेचे प्राचार्य श्री. मारुती डोंगरे, त्यांचे सर्व शिक्षक, शिक्षकेतर सहकारी, आम्हा युवकांचे आशास्थान असलेले शिरूर तालुका कृषी उत्पन्न बाजार समितीचे विद्यमान संचालक महेशबापू ढमढेरे, सौ. शोभाताई ढमढेरे, घोडगंगा सहकारी साखर कारखान्याचे संचालक ॲड. सुधीर ढमढेरे या मान्यवरांना मी शतश: धन्यवाद देतो. माझ्यावर मनापासून प्रेम करणारे पुणे विद्यापीठ कार्यक्षेत्र व त्याबाहेरील असंख्य हितचिंतक मित्रांना मन:पूर्वक धन्यवाद!

माझ्या प्रगतीला वेळोवेळी हातभार लावून मला सतत प्रोत्साहन देणारे माझे वडील व अहमदनगर जिल्हा मजूर फेडरेशनचे सचिव ती. श्री. विठ्ठलराव सांगळे, माझी पत्नी सौ. रूपाली, कन्या कु. सानवी, श्री. आनंदराव कामठे अण्णा, नारायणमामा कामठे, ॲड. प्रकाशमामा कामठे, रामदासमामा कामठे, चेतन केदारी, प्रशांत केदारी, श्री. सुनील चौधरी, सचिन वडघुले या सर्वांविषयी कृतज्ञता व्यक्त करतो.

डायमंड प्रकाशनचे आदरणीय श्री. दत्तात्रय पाष्टे काका यांनी माझे हे तिसरे पुस्तक काढण्याची जी तत्परता दाखविली त्याबद्दल त्यांचा व डायमंड परिवाराचा मी मनापासून आभारी आहे. वाचक निश्चितपणे माझ्या पुस्तकाचे स्वागत करतील, माझ्या या पुस्तकातील उणिवा माझ्या निदर्शनास आणून देऊन त्या दुरुस्त करण्याची संधी देतील अशी आशा बाळगतो.

- डॉ. संदीप विठ्ठलराव सांगळे
सदस्य - मराठी अभ्यास मंडळ,
पुणे विद्यापीठ, पुणे - ०७
दि. ३० जून २०१०

संपादकपरिचय

प्रा. डॉ. संदीप विठ्ठलराव सांगळे

संपर्क - ९८२२४४५१७७ / ०२१३७-२७२४६२

सदस्य : मराठी अभ्यास मंडळ, पुणे विद्यापीठ, पुणे

उपप्राचार्य / मराठी विभाग प्रमुख : शिक्षण प्रसारक मंडळाचे साहेबराव शंकरराव ढमढेरे महाविद्यालय, तळेगाव ढमढेरे, ता. शिरूर, जि. पुणे - ४१२२०८

प्रभारी प्राचार्य : शिक्षण प्रसारक मंडळाचे साहेबराव शंकरराव ढमढेरे महाविद्यालय, तळेगाव ढमढेरे, ता. शिरूर, जि. पुणे - ४१२२०८ (कालावधी - २००१ ते ५ सप्टेंबर २००५)

एम.फिल. मार्गदर्शक : यशवंतराव चव्हाण महाराष्ट्र मुक्त विद्यापीठ, नाशिक

संस्थापक अध्यक्ष : ज्ञानप्रबोधिनी ग्रामविकास प्रतिष्ठान, महाराष्ट्र राज्य, पुणे

विश्वस्त : विजयराज सर्वांगीण विकास प्रतिष्ठान, पुणे

उपसंपादक / पत्रकार : दै. पुढारी, पुणे (मे १९९८ ते डिसेंबर २००१)

पत्रकार : दै. तरुण भारत, पुणे (कालावधी - २ वर्षे)

प्रकाशित साहित्य :

१) व्यावहारिक, उपयोजित मराठी आणि प्रसारमाध्यमे : संपादन, डायमंड पब्लिकेशन्स, पुणे (२००८)

२) मराठी वाङ्मय तंत्र आणि आस्वादसमीक्षा : संपादन डायमंड पब्लिकेशन्स, पुणे (२००९)

३) कथागौरव परीक्षण : संपादन - ॠतू प्रकाशन, अहमदनगर (२००९)

लेखन / संशोधन	**:**	महाराष्ट्रातील विविध वृत्तपत्रांमध्ये वेगवेगळ्या विषयांवर सातत्याने अभ्यासपूर्ण लेखन

महाराष्ट्रातील व राष्ट्रीय पातळीवरील विविध सामाजिक, सांस्कृतिक, शैक्षणिक, साहित्यिक उपक्रमांमध्ये सक्रिय सहभाग. वरील विषयांशी निगडित सातत्याने वेगवेगळ्या व्यासपीठांवरील चर्चा, परिसंवाद व व्याख्यानमाला आदींमध्ये सहभाग. लेखनाच्या माध्यमातून विविध विषयांवरील लेखन प्रसिद्ध.

आकाशवाणी व इतर दृक्-श्राव्य माध्यमांतून (Electronic Media) विविध विषयांवरील कार्यक्रमांचे लेखन व सादरीकरण.

■

अनुक्रम

ग्रंथपरीक्षण - स्वरूप आणि संकल्पना

■ प्रा. डॉ. मधुकर गणेश मोकाशी ■

ग्रंथपरीक्षणाचा आढावा

अर्वाचीन मराठी साहित्यात ग्रंथपरीक्षणाची परंपरा अव्वल इंग्रजी कालखंडापासून सुरू झाली, असे म्हणता येते. विष्णुशास्त्री चिपळूणकरांच्या ग्रंथपरीक्षणात्मक व ग्रंथकार मीमांसापर लेखनाची नोंद आढळते. प्राचीन मराठी काव्यग्रंथांचे परीक्षण हा सर्वच समकालीन समीक्षकांचा आवडता विषय राहिला आहे. विशेषत: विष्णुशास्त्री चिपळूणकरांनी, 'निबंधमाले' तून ग्रंथपरीक्षणाची जी स्वतंत्र परंपराच निर्माण केली ती केवळ काव्यरसिकांच्या भूमिकेतूनच! आधुनिक मराठी 'ग्रंथपरीक्षणाचा' पाया श्रीपाद कृष्ण कोल्हटकरांनीच घातला! विविधज्ञानविस्तारातून त्यांनी 'संगीत सौभद्र', 'तोतयाचे बंड', 'रागिणी व तिची भावंडे', इ. ललितकलाकृतींचे त्यांचे ग्रंथपरीक्षण त्या वेळेस फारच गाजले. ग्रंथपरीक्षक हा लेखक व वाचक या दोघांनाही मार्गदर्शक ठरतो, अशी श्री. कृ. कोल्हटरकरांची श्रद्धा होती. ग्रंथकलाकृतीचे अंतर्बाह्य सौंदर्य ते उलगडून दाखवीत! शिवाय ग्रंथांच्या विषयाचे अंतरंगही समजून घेत. (पण लक्षात कोण घेतो? व तोतयाचे बंड इ.) ग्रंथपरीक्षण करताना संबंधित ग्रंथाचा साहित्यप्रकार, मराठी वाङ्मयासंबंधीची संस्कृती व समाज साहित्यमूल्ये अशा अनेक गोष्टींचा विचार ते करीत असत. पर्यायाने त्यांच्या अभ्यास व निरीक्षणशक्तीचे चौफेर दर्शन घडत असे. न. चिं. केळकर यांनीही कवी गोविंदाग्रज, भा. रा. तांबे, ना. वा. टिळक यांच्या काव्याची सहृदय व स्वागतशीलतेने प्रस्तावना - परीक्षणे लिहिली. त्या त्या ग्रंथांचा आस्वादनीय परिचय करून देताना लेखकांच्या व कवींच्याही गुणांचे कौतुक केले. विशिष्ट ग्रंथांकडून वा साहित्यकृतीकडून तसेच लेखकांकडून कोणत्या प्रकारच्या लेखनाची अपेक्षा करावी याविषयीदेखील न. चिं. केळकर यांनी आपली मते मांडली. याशिवाय कोल्हटकरांच्याच 'मतिविकार' नाटकाचे परीक्षण करताना संविधानकाचा,

स्वभावचित्रांचा, भाषेचा, पद्याचाही तपशीलवार विचार केला. सुहृदयता, आर्थिक निरीक्षणे, अनाग्रहीवृती, व अंगभूत रसिकता यामुळे केळकरकृत ग्रंथपरीक्षणे आस्वादक्षम व आल्हाददायक, मनोरम झाल्यासारखे वाटल्यास नवल नाही. उदा. वासुदेवशास्त्री खरे यांच्या ऐतिहासिक लेखसंग्रहांचा त्यांनी रसिकपणे परिचय करून दिला. अशा प्रकारच्या लेखनातून "Style is the man' याचा प्रत्यय येतो. वा. म. जोशी यांनीही 'भंगलेले देऊळची' मार्मिक ओळख करून दिली आहे. बा. सी. मर्ढेकरांच्या 'वाङ्मयीन महात्म'तेस त्यांनी लिहिलेली प्रस्तावना म्हणजे साहित्यविषयक दृष्टिकोनाचे चिंतनच होय.

वि. स. खांडेकर यांच्या नावांवरही ग्रंथ (कलाकृती) परीक्षण लेख, समालोचनात्मक लेख, प्रस्तावना, या स्वरूपाचे लेखन प्रसिद्धच आहे. राम गणेश गडकरी, वा. म. जोशी व कवी केशवसुत यांच्या साहित्यकृतींची परीक्षणे अभ्यासली पाहिजेत. मुख्यत: या मान्यवरांबद्दल आदर बाळगताना खांडेकरांनी व्यक्तिगौरवाला स्थान दिलेच नाही व अभिनिवेशही दूर ठेवला. याशिवाय स्वत:च्या व इतरांच्या विविध साहित्यकृतींना वेळोवेळी प्रस्तावना लिहून खांडेकरांनी आपली कला व जीवनविषयक विचार स्पष्ट केले आहेत. दि. के. बेडेकर (प्रा.) यांचे 'केशवसुतांची काव्यदृष्टी' हे ग्रंथपरीक्षण म्हणजे त्यांचे सौंदर्यप्रेम, जीवनप्रेम व युगमानस याविषयीचे उत्तम उदाहरण होय. कुसुमावती देशपांडे यांच्या 'मराठी कादंबरीचे पहिले शतक' या ग्रंथातील परीक्षणे मान्यताप्राप्त झाली असून त्यातील चर्चा सखोल पण आटोपशीर झाली आहे. श्री. के. क्षीरसागर कृत 'एकच प्याला' चे परीक्षण स्वतंत्र व नमुनेदार आहे. वा. ल. कुलकर्णी यांनीही ग्रंथपरीक्षणे करताना निरनिराळ्या लेखकांचा केलेला अभ्यास (Study Literature) हे ही वैशिष्ट्यपूर्ण आहे. 'सुदाम्याचे पोहे' चे परीक्षण म्हणजे सर्जनशील ग्रंथपरीक्षणाचा आदर्श मानला जातो. डॉ. रा. शं. वाळिंबे यांनी लिहिलेल्या 'ज्ञानेश्वरीतील विदग्ध रसकृती' या ग्रंथपरीक्षणातून आस्वादक सहृदयता या गुणाचे विलोभनीय दर्शन घडते. गंगाधर गाडगीळ यांचे 'साहित्याचे मानदंड' हे पुस्तक म्हणजे सर्जनशील ग्रंथपरीक्षणाचे स्वतंत्र दिग्दर्शन मानले जाते. एकूणच मागच्या काळात विविध समीक्षकांनी विविधांगी दृष्टीने ग्रंथपरीक्षणे करून स्वतंत्र उपपत्ती, वाद-विवाद, साहित्य संकल्पना, यांचा ऊहापोह केला असून हा एक लेखनाचा स्वतंत्र विषयच होईल. मराठीत ग्रंथपरीक्षणे या विषयीचा इतिहास या ठिकाणी विशद करताना आजच्या काळात कला व शास्त्र या दृष्टीनेही त्याकडे पाहणे योग्य ठरते.

ग्रंथपरीक्षणे - कला की शास्त्र?

ग्रंथपरीक्षणाचे शास्त्र मानताना प्रामुख्याने त्यामधून साहित्यशास्त्राचे विचार व सिद्धान्त यांचा समग्रतेने समावेश होतो. त्यास साहित्यशास्त्र, टीकाशास्त्र, समीक्षाशास्त्र

व संशोधनाची पद्धत यांचे विविधांगी, विविधरंगी पाठबळ लाभते. साहित्य प्रकारांची संकल्पना आपण अभ्यासतोच. विविध साहित्य प्रकार व सिद्धान्त यातील तत्त्वे व रचनापद्धतही साहित्यशास्त्राला अनुसरूनच सिद्ध झाली आहे. हा एक अभ्यासाचा स्वतंत्र व मोठाच विषय आहे, हे सुज्ञास माहिती आहेच!... साहित्य प्रकारांवर व उपप्रकारांवर आधारित ग्रंथ अथवा कलाकृती यांच्या रचना वैशिष्ट्यांवर आधारित परीक्षणे करताना ते एक शास्त्रच मानले पाहिजे. ग्रंथलेखनाची विशिष्ट चौकट असते. तत्त्वे असतात. त्यावर आधारित ग्रंथपरीक्षण व रचनेचे अंतरंग उलगडून दाखवताना मूल्यमापन वा पृथ:करण करण्याची विशिष्ट बैठक असते. कलाकृतीचे यथार्थ आकलन व परीक्षण होण्यासाठी साहित्यप्रकारावर आधार ग्रंथकलाकृतीचे यथार्थ आकलन 'शास्त्र' यामध्येच समाविष्ट होते. साहित्यकृतीचे परीक्षण करताना साहित्यप्रकारांची तत्त्वे, निश्चित झालेली असतात. वाङ्मयीन परंपरेचे साक्षेपी भान लक्षात येते. निरनिराळे वाद, संप्रदाय, सिद्धान्त यांचे संदर्भ ग्रंथपरीक्षणास उपयुक्त ठरताना, त्या अर्थाने ते शास्त्रच मानले पाहिजे. मुख्यत: ग्रंथपरीक्षणात वाङ्मयीन मूल्ये व जीवनमूल्ये यांचे भान विसरता कामा नये, हेही तितकेच खरे!.... साहित्यसिद्धात व कलाकृती निर्मितीचे व्यवस्थापन समजून घेण्यातच ग्रंथपरीक्षणाचे यश सामावले आहे. साहित्य कलाकृतीचा दर्जा व योग्यता लक्षात घेऊन त्याचे परीक्षण करण्यात साहित्यशास्त्रीय फुटपट्टीच यशस्वी ठरते. पश्चिमी साहित्यशास्त्र व भारतीय साहित्यशास्त्र यांचा तारतम्याने उपयोग या बाबतीत होऊ शकतो. या आधारे मराठीत का. बा. मराठे यांनी नाट्यकृतीचा अभ्यास केला. तत्त्वविचारांचा आधार वाङ्मयेतिहासविषयक दृष्टी व पाश्चात्त्य पौर्वात्य साहित्यमीमांसेचा अर्थ लावणारी भूमिका यामुळेही श्रीपाद कृष्ण कोल्हटकरांचे 'ग्रंथपरीक्षण' नावाजले गेले. श्री. के. क्षीरसागर यांनीही साहित्यशास्त्राच्या सैद्धांतिक बाजूवर भर दिलेला आढळतो. कलात्मक व सौंदर्यशास्त्री मूल्यांचे महत्त्व मान्य करूनही डॉ. रा. शं. वाळिंबे यांनी मराठी नाटकांची परखड परीक्षणे केलेली वाचायला मिळतात (मराठी नाट्यसमीक्षा) यावरून ग्रंथपरीक्षण हे शास्त्र मानले जाते व त्याचा विषय साहित्यकृती हा असतो. डॉ. केळकर यांनीही ग्रंथपरीक्षणाच्या समाजशास्त्रीय भूमिकेलाच प्राधान्य दिले. कलाकृतीच्या अंतरंगाच्या सौंदर्यशास्त्रीय विश्लेषणाला या संदर्भात महत्त्वपूर्ण स्थान आहे. त्यादृष्टीने ग्रंथपरीक्षणात ऐतिहासिक चारित्रात्मक दृष्टीला प्राधान्य मिळते. प्रत्येक कवी, लेखक वा त्याची साहित्यकृती प्रचारीच असते. यावर आधारित मार्क्सवादी ग्रंथपरीक्षणे वा साहित्यकृतीचा अभ्यासही करण्याची पद्धत प्रचलित आहे. थोडक्यात, ग्रंथपरीक्षणांची शास्त्रीय बाजू अशीही समजून घेता येते.

ग्रंथपरीक्षण एक कला :

ग्रंथाचे अंतरंग तपासताना साहित्यकृतीची शास्त्रीय मीमांसा हाती येत नाही. म्हणून त्यासाठी मूळच्या कलाकृतीत ग्रंथपरीक्षकाचे वैयक्तिक अनुभव व लेखनशैलीही त्यात अंतर्भूत असते. वाचकाच्या मनात उतरलेली वा त्याला भावलेली साहित्यकृती ही वस्तुत: मूळ कृतीची पुनर्निर्मिती असते. अशी ग्रंथपरीक्षणे होताना मूळ कलाकृतीविषयी केलेला विचार वस्तुनिष्ठ व शास्त्रीय होऊ शकत नाही. साहित्य कलाकृती ही अभ्यासविषय आहे खरी, पण ग्रंथ परीक्षणाची (अभ्यासाची) भूमिका व रीत मात्र साहित्यशास्त्रीय म्हणता येत नाही. त्यास पर्याय म्हणून शैलीरूपातून ग्रंथपरीक्षण करणे श्रेयस्कर ठरते. त्यासाठी रसग्रहणात्मक कलात्मक वळणच असावे लागते. लेखक कवीमनाचा शोध व ग्रंथनिर्मिती प्रक्रियाही शोधावी लागते. कथानक, स्वभावलेखन भाषाशैली या दृष्टीने होणारी ग्रंथपरीक्षणे ग्रंथपरीक्षकांची वैयक्तिक पुननिर्मितीत कलाकृतीच होय! नाट्यकृतीची संहिता, व्यक्तिदर्शन, संघर्ष, रसवता, वाङ्मयीनशैली संवाद इ. बाबतची चर्चा रसवतेने करण्यात व्यक्तिगत कौशल्य अपेक्षित असताना त्याकडे कलात्मक दृष्टीने पाहिले पाहिजे. ग. त्र्यं. माडखोलकर यांनी केलेल्या ग्रंथपरीक्षणात चिकित्सेला काव्यात्मकतेची जोड मिळाल्याचे निदर्शनास येते. (उदा. ‘आधुनिक कविपंचक’) साहित्यकृतीतील कलासौंदर्य उलगडून दाखवण्यातच श्रेष्ठ व अक्षरस्वरूपाचे मोल कलाकृतीला लाभते. संविधानक, स्वभावलेखन, भाषाशैली उलगडून दाखवण्यात ग्रंथपरीक्षकाचे हृदगत उत्कृष्ट रीतीने प्रतिबिंबित होऊ शकते. न. चिं. केळकर यांनी लिहिलेल्या विविध ग्रंथांच्या प्रस्तावनेत कलाकृतींचे भावसौंदर्य उलगडून दाखवताना मधुर भाषाशैलीचा प्रत्यय येतो. प्रा. ना. सी. फडके हेदेखील या बाबतीत सौंदर्यशोध व रसग्रहण यांवरच भर देतात. साहित्यकृतीतील सौंदर्यास्वाद निर्भेळपणे व्हावा असेच त्यांचे मत राहिले. साहित्यकृतीत व्यक्त झालेल्या भावभावना, विशिष्ट अनुभव कलात्मक पातळीवरूनच घ्यावा असेही प्रा. दि. के. बेडेकर सुचवतात. ग्रंथपरीक्षणात सौंदर्य ओळखण्याचे सामर्थ्य हवे. सत्य, मांगल्य, प्रेम यांप्रमाणे कल्पनारम्य भाव समजून घेतले तर ग्रंथपरीक्षणे ही एक ‘कला’ मानता येईल. वा. ल. कुलकर्णी हे ग्रंथातील कलासौंदर्याचा शोध घेण्यास प्राधान्य देत होते. विशेषत: श्री. कृ. कोल्हटकर, नं. चिं. केळकर, वा. म. जोशी, हरिभाऊ व कृ. प्र. खाडिलकर यांच्या ग्रंथरचेनेचे परीक्षणात्मक समालोचन रसिकता, वर्ण्यविषयाबद्दल आस्था व आस्वादक्षम वृत्ती, चोखंदळपणा, सहृदयता या पातळीवरूनच केल्याचे वाचायला मिळते. तर गंगाधर गाडगीळ यांनी नवकथेचे नावीन्य दाखवून तिचे स्वरूप वैशिष्ट्य प्रकट केले. पु. शि. रेगे व इंदिरा संत यांची कविता मानवीजनशक्तीची प्रतीक वाटल्यावरूनच या दोघांचे काव्यातील वैशिष्ट्यपूर्ण स्वभावविशेष कलाकृतीसह विशद करतात, ते

मुळातूनच वाचले पाहिजे. मुख्य म्हणजे ग्रंथपरीक्षणास शास्त्र मानले तरी व त्यातील सामान्य निकष वा सिद्धान्त अभ्यासले तरीही वाङ्मयीन सौंदर्याबाबतच्या नियमांना गणिती नियम लागू होत नाही, हेही तितकेच खरे आहे. ग्रंथपरीक्षणाला शास्त्रीय बैठक गृहीत धरताना त्या शास्त्राचे वा तत्त्वाचे स्वरूप इतर शास्त्रांप्रमाणे नियमांनी बंदिस्त होऊ शकत नाही. त्याऐवजी रसिक प्रतिभाशाली आस्वादक्षम ग्रंथपरीक्षकच कलाकृतीस न्याय देऊ शकतो. साहित्यनिर्मिती, साहित्यास्वाद ही व्यक्तिसापेक्ष मानली जाते. कलाकृतीच्या सौंदर्याचा शोध हेच सृजनशील व सर्जनशील कार्य कलाव्यापारात घडते. वाचकाच्या अभिरुचीला वळण लावण्याचे प्रयोजन समजून घेण्याच्या दृष्टीने, ग्रंथपरीक्षणास 'कला' म्हणणेच योग्य ठरते. त्यात भाषालालित्य, साहित्यगुण, नादमाधुर्य, शब्दयोजनाचातुर्य, रचनाकौशल्य इ. गोष्टी येतात. ग्रंथपरीक्षणात गुणदोषांचा विचार नसून कलासौंदर्याचा शोध घेता येतो. (उदा. प्रस्तुत लेखकाचा 'आस्वादक ज्ञानेश्वरी' हा ग्रंथ होय) तसेच (संत) 'तुकारामगाथा' या ग्रंथातील विविध विषयांच्या अनुषंगानेही अनेक अभ्यासकांनी वेगवेगळ्या पातळींवर वेगवेगळ्या पद्धतींनी भावसौंदर्य उलगडून दाखवून संतसाहित्याचा परिचय करून दिलेला आहेच....

ग्रंथपरीक्षण स्वरूप आणि चिकित्सा :

'ज्या प्रक्रियेत ग्रंथाची थोडक्यात, आटोपशीर, सर्वांगीण ओळख होते, अर्थप्रतीती प्राप्त होते त्यास ग्रंथपरीक्षण म्हणता येईल. ग्रंथातील भावसौंदर्य, विचारकल्पना यांचा आस्वाद व मूल्यमापन ग्रंथपरीक्षणात अभिप्रेत आहे; पण त्यासाठी ग्रंथाचे वाचन व परीक्षण विवेकपूर्ण - आस्वादक पद्धतीने होण्याची गरज आहे. ग्रंथातील सौंदर्याचे यथार्थतेने ज्ञान करून घेणे, रसिक वाचकांना ग्रंथ वाचण्यास प्रवृत्त करणे व त्यांच्या अभिरुची उन्नत करणे या गोष्टी ग्रंथपरीक्षणात प्रमाणभूत मानण्यात येतात. कवी, लेखकाचे व्यक्तिमत्त्व, स्वभावविशेष, प्रतिभासामर्थ्य यासह ग्रंथाचे वेगळेपण, सामर्थ्य, मर्यादा यांचे मर्म उलगडून दाखविणे हे ग्रंथपरीक्षकाचे कार्य होय!

ग्रंथपरीक्षणात कवी, लेखकाच्या मनःस्थितीचा शोध घेताना, ग्रंथलेखनाविषयी त्यांची भूमिका, उद्दिष्टे व प्रेरणा समजावून घेता येते. कलाकृतीतील सौंदर्यतत्त्वाचे विश्लेषण करणे, यासह संबंधित कवी, लेखकाला व सामान्य वाचकालाही मार्गदर्शन करण्याची प्रक्रिया ग्रंथपरीक्षणात अभिप्रेत असते.

ग्रंथपरीक्षणाची उद्दिष्टे :

१) साहित्यकलाकृतीचा आस्वाद घेताना त्यातील अंतरंग, कथानक, भावसौंदर्य, तत्त्वविचार, जीवनदर्शन, व संबंधित कवी-लेखक ग्रंथकाराची कला व जीवनविषयक जाणिवा विशद करणे, याशिवाय दुसऱ्या बाजूने ग्रंथकाराच्या

उणिवा, मर्यादा, त्रुटी, विसंगती, प्रमाद, दोष, सद्भावनेने दाखविणे व योग्य तो अभिप्राय देणे म्हणजे ग्रंथपरीक्षण असे सामान्यपणे म्हणता येईल.

२) साहित्यकलाकृतीचे अवलोकन-विश्लेषण करणे. ग्रंथकाराचे व्यक्तिमत्त्व व त्याच्याशी संबंधित स्थळकाळाचे अवलोकन करणे, कलाकृतीतील सौंदर्याचा, मध्यवर्ती आशय-विषय शोधून, त्यातील भावानुभावाशी समरस होणे महत्त्वाचे ठरते. उदा. 'ज्ञानेश्वरी' तील आशयाचे व आविष्काराचे, विविध विषयांचे मर्म उलगडून दाखवणे व त्यावर आणखी ग्रंथलेखन करणे, संशोधन करणे, यासारखा दुसरा आनंद नाही.

३) ग्रंथकाराच्या आशयाशी समरस होताना ग्रंथपरीक्षकाने स्वत:चे वेगळेपण जपले पाहिजे. यानंतर ग्रंथकाराचा ग्रंथलेखनाचा हेतू विशद करून तो कितपत साध्य झाला यावरही मतप्रदर्शन करणे योग्य ठरते.

४) ग्रंथकाराने स्थळ-काळाचे भान राखून केलेले लेखन त्या वेळची त्याची मन:स्थिती यांचाही अनुभव ग्रंथपरीक्षणामध्ये घेऊन त्याविषयी सहानुभूतीने मत प्रदर्शन करावे! पण त्यासाठी पूर्वग्रह कोणतेही नसावेत! म्हणजेच ग्रंथपरीक्षणात उथळ, पूर्वग्रहदूषित वृत्तीचा अभाव पाहिजे.

५) ग्रंथपरीक्षणासाठी वाङ्मयीन मूल्ये, जीवनमूल्ये, कवी - लेखकाचे चरित्र, व्यक्तिविशेष यांविषयी माहिती घेऊन ग्रंथातील अर्थग्रहण व्हावे, रसास्वाद नेमकेपणाने घडण्यासाठी मात्र कलाकृतीतील गुणवत्तेचे सबळ पुरावे देणे केव्हाही चांगले!

ग्रंथपरीक्षकांचे गुण (पात्रता) :

१) ग्रंथपरीक्षणात साहित्यकृतीचे मूल्यमापन समाविष्ट असते. लेखकाने जे लिहिले आहे, त्या कलकृतीची सर्वांगीण ओळख सामान्य रसिक वाचकांना करून देण्याची आस्था ग्रंथपरीक्षकांजवळ हवी!

२) ग्रंथपरीक्षकाला रसिकता, अभ्यासपूर्ण विद्वत्ता, पांडित्य, लेखक - कवीच्या व्यक्तिमत्त्वाचे पूर्ण ज्ञान (ओळख) व संबंधित साहित्यकृती रचनेचे - निर्मितीचे संकल्पनांचे योग्य भान पाहिजे. म्हणजेच साहित्यकृतीचे रसग्रहण करण्याची क्षमता असल्याशिवाय गत्यंतर नाही.

३) ग्रंथपरीक्षकाला साहित्यकृतीचे रहस्य उलगडून दाखवण्याची विवेचक बुद्धी, साहित्यव्यवहार वाङ्मयीन संप्रदाय, यांचा परस्परांशी असणारा अनुबंध लक्षात घेऊन कलाकृतीचे मूल्यमापन अपेक्षित आहे.

४) ग्रंथपरीक्षकाने आपली मते रसिक वाचकांवर लादू नयेत. वाचकांनाही सहृदयता,

अभ्यासू वृती, विचारशक्ती असते, यांविषयी विश्वास बाळगावा त्या दृष्टीने अधिक निर्दोष, सर्वांगपरिपूर्ण ग्रंथपरीक्षण करण्याची क्षमता बाळगण्याची अपेक्षा व्यक्त करण्यात येते.

५) ग्रंथपरीक्षक बहुश्रुत, चोखंदळ, अभिरुचिसंपन्न असणे आवश्यक आहे.

६) ग्रंथपरीक्षक पुराणमताभिमानी, संकुचित तसेच ज्ञान - विज्ञान शाखेत नवे विचार - नवे प्रवाह याबाबतीत मागासलेला नसावा! पूर्वग्रहदूषितपणा, छिद्रान्वेषी दृष्टी नसावी!

७) कलाकृतीचे अंतरंग उलगडून दाखवताना आवश्यक अशी एकाग्रता, किमान तटस्थवृत्ती बाळगण्यात गैर काहीच नाही.

८) साहित्य कृतीसह कवी लेखकाच्या पूर्वपरंपरेचे भान, समाज, भाषा, संस्कृती यांच्याशी असणारा ग्रंथकारांचा अनुबंध समजून घेणारा ग्रंथपरीक्षक आपले कार्य चोख बजावतो, याकडे लक्ष वेधण्यात येते.

९) ग्रंथपरीक्षकाने आपले ज्ञान सतत अद्ययावत व परिपूर्ण ठेवावे. आपली अभिरुची, चिंतन-मनन निर्दोष राहण्याइतपत साहित्यव्यवहारात दक्षता बाळगण्यास रसिक व कवी लेखक यांमध्ये त्यांना मानाचे स्थान राहील!

१०) ग्रंथपरीक्षकाला सर्व शास्त्र-कला याविषयीचे सर्वसाधारण ज्ञान हवेच. देश-कालपरिस्थिती, संस्कृती, लोकसाहित्य, लोकसंस्कृती, वाङ्मयीन वाद, वाङ्मयीन परंपरा, याविषयी साधक बाधक माहिती पाहिजे. ग्रंथपरीक्षणात योग्य वेळी तारतम्यतेने, विवेचक समतोल बुद्धीने या संकल्पनांचा उपयोग करण्याचे कौशल्य असल्यास ग्रंथपरीक्षण अधिक परिपूर्ण, निर्दोष व वस्तुनिष्ठ होईल!

ग्रंथपरीक्षण कसे करावे:-

१) ग्रंथकाराची ओळख / परिचय : ग्रंथपरीक्षणासाठी सुरुवातीलाच ग्रंथकार कोण? कोणत्या संप्रदायाशी संबंधित, त्यांचे व्यक्तिमत्त्व व लेखन विशेष, यांसह त्यांना मिळालेले पुरस्कार, मानसन्मान यांचा थोडक्यात निर्देश करणे योग्य ठरते. उदा. सुप्रसिद्ध ग्रामीण लेखक सदानंद देशमुख यांची साहित्य अकादमीप्राप्त कलाकृती 'बारोमास' किंवा प्रसिद्ध वैज्ञानिक ख्यातनाम विज्ञानलेखक डॉ. जयंत नारळीकर यांचा (विज्ञान) कथासंग्रह 'यक्षाची देणगी' तसेच स्त्रीवादी साहित्याच्या समीक्षक लेखिका (प्राचार्य) डॉ. अश्विनी धोंगडे इ. या शब्दांत विविध ग्रंथकारांची थोडक्यात ओळख करून देण्याची प्रथा आहे. या ओळखीतून त्यांच्याशी संबंधित ग्रंथाचे अंतरंग काय आहे याचाही अंदाज वाचक रसिकांना येतो.

२) ग्रंथाचे अंतरंग : ज्या ग्रंथाचे परीक्षण करावयाचे त्याचा आशय आणि विषय यासंबंधी समर्पकतेने विवेचन करावे लागते. जेणे करून रसिक वाचकाला ग्रंथ

वाचण्यासंबंधी जिज्ञासा जागृत होईल. याचेशी संबंधित टीका - टिपणी, मते-मतांतरे यांचीही उकल झाली पाहिजे. शिवाय ग्रंथातील विविध प्रकरणे, विभाग, खंड, पूर्वार्ध - उत्तरार्ध यांचीही नोंद परीक्षण विषयाच्या अनुषंगाने घेणे श्रेयस्कर ठरते. ग्रंथविषयाचे वेगळेपणही सांगितले जाते.

३) ग्रंथलेखन शैली / वाङ्मयीन सौंदर्य विशद करणे : ग्रंथपरीक्षणात लेखकाचे व्यक्तिमत्त्व पुस्तक लिहिण्यामागची प्रेरणा, भूमिका सांगून आस्वादक्षम वाङ्मयीन सौंदर्य, उलगडून दाखविले पाहिजे. ग्रंथातील जमेच्या बाजू लिहिताना, रस, अलंकार, कल्पना सौंदर्य, प्रतिमा, प्रतीक, शब्दसौंदर्य यांचाही उल्लेख करावा लागतो. काही वेळा काव्यपंक्तीही उद्‌धृत करून त्याचे ग्रंथातील स्थान व महत्त्व स्पष्ट करून सांगण्यात येतात. सौंदर्यस्थळे देखील दुर्लक्षित करून चालणार नाही.

४) ग्रंथाचे सामर्थ्य व मर्यादा : ग्रंथपरीक्षणात ही एक महत्त्वाची बाजू असून वाङ्मयीन व्यवहारात या ग्रंथाची दखल का घ्यावी लागली हे नमूद करावे. सद्य:स्थितीत या ग्रंथाचे वेगळेपण, त्याचे प्रकाशन विश्वातील स्थान लिहून ग्रंथाचे प्रस्तावनाकार यांनी लिहिलेल्या विचारांचाही परामर्श घ्यावा. याशिवाय ग्रंथातील दोष, त्रुटी, उणिवा, मर्यादा यांचे सोदाहरण विवेचन करणे अधिक चांगले. याशिवाय ग्रंथाची तांत्रिक बाजू उदा. मुद्रणदोष, कालविसंगती, बाईडिंग, मुखपृष्ठ ग्रंथातील आकृती, चित्रे व दिलेला तपशील यांचाही यथायोग्य मूल्यमापनाचा मजकूर समाविष्ट करावा लागतो.

५) संकीर्ण : यामध्ये ग्रंथलेखक व प्रकाशक, आवृत्ती, पृष्ठसंख्या, किंमत, मिळण्याचे ठिकाण नमूद करावे लागते. आणखी एक म्हणजे ग्रंथ परीक्षणाचे सुरुवातीचा मथळा आकर्षक, ग्रंथविषयानुरूप योग्य शब्दांत लक्षवेधी सुटसुटीत असावा! त्या वाक्यातच ग्रंथपरीक्षणाचा मध्यवर्ती आशय समाविष्ट असतो!

वेगवेगळ्या साहित्य-प्रकारांतील ग्रंथपरीक्षण पद्धती :

१) कथासंग्रह : कथा हा लोकप्रिय, रसिकप्रिय वाङ्मयप्रकार मानला जातो. मानवी भावभावना, मनोविकार, भावसंघर्ष यांचे समग्रतेने दर्शन कथासंग्रहात आढळते. त्या दृष्टीने कथासंग्रहातील विविध कथा, त्यांची शीर्षके व समर्पकता, कथानक - आशय - विषय पात्ररचना यासंबंधी साधक बाधक चर्चा करावी. कथा - लघुकथा, नवकथा, दीर्घकथा, (तथा लघुकादंबरी) असे रचनेनुसार वर्गीकरण करताना ग्रामीण, दलित, विज्ञानकथा, स्त्रीवादी असेही दुसऱ्या बाजूने विषयानुसार परीक्षण करता येते. त्या त्या उपप्रकाराचे गुणविशेष संबंधित कथासंग्रहात कितपत पडले या विषयीही सोदाहरण मूल्यमापन करावे. कथेतील संघर्ष, व्यक्तिचित्रे भाषाशैली, जीवनानुभव यांचाही समग्रतेने शोध घ्यावा. कथेतील मनोविश्लेषण पाहणेही उद्‌बोधक ठरते.

२) काव्यसंग्रह : काव्यसंग्रहाचे परीक्षण मात्र चोखंदळ साक्षेपाने करावे लागते. त्यातील काव्यविषय, काव्यपंक्ती, अनुभूती पारखून घ्यावी लागते. कवीच्या व्यक्तिमत्त्वाशी काव्यानुभवाशी इमान दाखविणारे जीवनदर्शन वैशिष्ट्यपूर्ण असतात असे परीक्षण दर्जेदार, वस्तुनिष्ठ अपेक्षित आहे. कवीच्या जीवन-चिंतनाचा आस्वाद, भावविचार यांचेही प्रतिबिंब काव्यपरीक्षणात अपेक्षित आहे. ग्रामीण-दलित, स्त्रीवादी, नवकाव्य, गद्यकाव्य, खंडकाव्य, भावगीत संग्रह, आधुनिक काव्य, चारोळी काव्य, नाट्यगीत, याविषयीचे काव्यसंग्रह परीक्षणार्थ घेताना निवडक काव्यपंक्ती, आशयविषय, लेखनशैलीनुसार विचार करावा लागतो. कवी-संप्रदाय त्यातील नवे-जुने शोधून मूल्यमापन होणे गरजेचे आहे. कवितेतील 'काव्यमयता', 'काव्यदर्शन', वाङ्मयीन सौंदर्याला धरून उलगडून दाखविल्यास परीक्षण औचित्यपूर्ण होऊ शकते.

३) कादंबरी : कादंबरीतील जीवनपट अतिभव्य विशाल असतो. कथानकाची संमिश्र गुंतागुंत, पात्रांची गर्दी, समग्र जीवनदर्शन, संघर्षपूर्ण कथानक, जीवनविषयक तत्त्वज्ञानविचार, सौंदर्य, प्रदेश, स्थळकाळ, वातावरण, वाङ्मयीन सौंदर्य इ. सर्व घटकांच्या आधारे ग्रंथपरीक्षणास वाव राहतो. शिवाय कादंबरी लेखन प्रकारानुसार ग्रामीण, दलित, वैज्ञानिक, प्रादेशिक, संज्ञाप्रवाहवादी, तथा नवकादंबरी लेखनाचे संकेत परीक्षणासाठी विचारात घेताना अनुवादित भाषांतरीत कादंबऱ्यांचे परीक्षण - मूल्यमापनाचे संकेतही विचारात घ्यावे लागतात. लेखकाची (कलावादी - जीवनवादी) भूमिका, बांधिलकीचे स्वरूप त्यांनी स्वीकारलेले कादंबरी लेखनाचे संकेत, घेतलेले स्वातंत्र्यविषयाचे नावीन्य, वेगळेपण, कथानकाची चौकट व त्याची मोडतोड, यांचाही या संदर्भात विचार होऊ शकतो.

४) नाटक (संहिता) : नाट्यकृतीचे परीक्षण १) संहिता आणि २) प्रयोग या दोन्ही दृष्टीने करता येते. त्यापैकी संहितेनुसार विचार करताना नाट्यविषयाचे कथानक, संघर्ष, पात्र, संवादलेखन, स्वगत, सूचकता, यांना प्राधान्य देण्यात येते. याशिवाय नाट्यप्रकारानुसार संगीत, सामाजिक, दलित, पथनाट्य, ऐतिहासिक पौराणिक असेही रचना प्रकार - विषय प्रकार उपलब्ध झाले आहेत. (एकांकिका, दीर्घांक, मुक्तनाट्य, वगनाट्य, रूपांतरित इ.) मूळ नाट्यसंहितेला असलेला आधार, कथाविषयाचे मूळ व नाटककाराने त्यात केलेला बदल, नाट्यविषयाचे वेगळेपण, नाट्यतंत्राचे नावीन्य यांकडे लक्ष देऊन त्याचे परीक्षण करणे योग्य ठरते. नाट्यलेखनाची तांत्रिक बाजू - जसे नेपथ्य, संगीत यांनाही प्राधान्य द्यावे. याच वेळेस नाट्यलेखनातील संघर्षातील कलाटणी देणारे प्रसंग समजावून घेताना दुसऱ्या बाजूने नाट्यलेखनातील कच्चे दुवे. नाट्य - आशय - विषय पात्र यांमधील पसरटपणा, विस्कळीतपणा या गोष्टीही विचारात घेताना प्रत्येक अंकाचाही वेगवेगळा - स्वतंत्रपणे परामर्श घेता येऊ शकतो. तसेच नाट्यप्रयोगाचेही परीक्षण विचारात घेताना वरील सर्व मुद्यांसह आणखी

भर घालताना नाट्यकलावंत, त्यांचा अभिनय, संगीत, नेपथ्य, स्वगत रचना, या सर्वांना वगळून नाट्यप्रयोगाचे परीक्षण होऊ शकत नाही. नाट्यलेखकाच्या कल्पनेतील नाट्यप्रयोग संबंधित रंगकर्मींनी यथातथ्य साकारला आहे किंवा नाही, यासह अभिनयाची जुगलबंदी, नाट्यसंगीताची संगीत मैफल, नाट्यकलाकारांची देहबोली, वाचिक - कायिक अभिनय आणि रंगमंचव्यवस्था आणि एकूणच नाट्यप्रयोगाची परिणामकारकता या संदर्भात तपासण्यात येते.

५) चरित्रग्रंथ : सर्व वाङ्मयप्रकारांचे स्वरूप आणि लेखनवैशिष्ट्य लक्षात घेऊनच परीक्षण करताना चरित्रग्रंथही त्यास अपवाद नाही. चरित्र नायकाचे जीवन, कर्तृत्व, आगळवेगळे गुण-विशेष, त्यांचे अलौकिक, अद्वितीय लोकोत्तर कार्य, त्यांच्या आदर्शाचे भारावलेपण या गोष्टी चरित्रलेखकांनी ग्रंथात नमूद केलेल्या असतात. याशिवाय चरित्रनायकांच्या जीवनातील (सत्य) घटना, स्थळ-काळ-वातावरण, व्यक्ती यांचा सच्चा आलेख, वस्तुनिष्ठ चित्रण चरित्रलेखनात आले असल्याची खात्री करून घ्यावी. चरित्रात सत्याचा अपलाप नसावा. चरित्रनायकाचे अवास्तव, अतिवास्तव अनावश्यक गुणगौरव नसावेत. त्याप्रमाणे ग्रंथपरीक्षणात चरित्र-नायक, व्यक्ती सहचरित्र लेखकाच्या वाङ्मयीन गुणवत्तेचाही झाले आहे किंवा नाही, हे देखील तपासून घेणे इष्ट ठरते. यातील घटनाक्रम नोंदी निर्दोष म्हणून पाहताना इतिहास आणि वाङ्मयप्रकार म्हणूनही हा चरित्रग्रंथ साधार, ऐतिहासिक पुराव्यावर आधारित असल्याचे परीक्षणात नमूद करण्यावर भर असतो. एकाच व्यक्तिची वेगवेगळ्या लेखकांनी लिहिलेली चरित्रे व त्यातील तपशील यांचाही तुलनात्मक अभ्यास करून काही निष्कर्ष काढण्यात येतात. चरित्र लेखनासाठी घेतलेले पुरावे, संदर्भ ग्रंथ व विश्वासार्ह माहितीचा तपशील यांचेही अवलोकन करावे लागते. याशिवाय चरित्रनायकाच्या लोकोतर जीवनकार्यासह स्थळ - काळ - समाज दर्शन, राजकारण, समाजकारण - संस्कृती यांचे चित्रण समग्रतेने पाहणे केव्हाही चांगले. त्या दृष्टीने चरित्रग्रंथ सखोलतेने, साक्षेपाने अभ्यासण्याची गरज आहे.

६) आत्मचरित्र ग्रंथ : या मध्ये 'मी, मला, माझे' यावर आधारित लेखकाने स्वत:च्याच शब्दात लिहिलेली स्वत:ची जीवनचरित्र कहाणी असते. साहजिकच अशा वेळेस आत्मप्रदर्शन, आत्मगौरव, स्व-मत समर्थन, याविषयी अधिक भांडवल करून लेखन होणे अपेक्षित नाही. स्वत:कडे स्वच्छ, निर्लेपतेने पारदर्शकतेने पाहिले पाहिजे. असे आत्मचरित्रलेखन ग्रंथपरीक्षणास पात्र ठरते. त्याचप्रमाणे स्थळकाळ विषयात घटना - तपशीलात घोळ, ऐतिहासिक सत्यघटनांच्या चुकीच्या नोंदी यांची ही नोंद घ्यावी. आत्मचरित्र, तसेच दलितांची आत्मकथने सामाजिक दस्तऐवज असल्याने, त्यातील नोंदी सत्य व विश्वासार्ह मानून ग्रंथपरीक्षणास वाव राहतो. सामाजिक स्थिती गती, कौटुंबिक खाजगी जीवन, व्यावसायिक जीवन तसेच समकालीन

व्यक्ती, घटना, प्रसंग, यांचे दर्शन प्रामाणिक आहे काय? याचाही विचार करण्यात येतो. आत्मचरित्र लेखक स्वत:कडे गुणदोषासह अलिप्तपणे, तटस्थतेने पाहण्यास यशस्वी झाला आहे काय? या सर्व गोष्टींचा विचार परीक्षणाच्या वेळेस करण्यास येतो. स्वत:च्या जीवनातील यशापयश पाहताना, गतेतिहासात डोकावताना संबंधित व्यक्तीने काय मिळविले, काय गमावले व समाजास त्यापासून काय बोध मिळाला याविषयी सांगोपांग चर्चा आत्मचरित्रात्मक-आत्मकथात्मक ग्रंथात होऊ शकते.

७) वैचारिक - समीक्षा-ग्रंथ : समाजात विचारवंत, तत्त्ववेत्ते, समीक्षक, मान्यवर मंडळी प्रबोधन पर लेखन करतात. तर कधी साहित्यव्यवहारसमीक्षा सिद्धान्त यांवर विश्लेषण - भाष्य करणारे लेखनही ग्रंथ स्वरूपात प्रसिद्ध होते. यातील विचार मूलगामी तत्त्वचिंतनात्मक असतात. साहित्य - समाज - संस्कृती इतिहास, सौंदर्यशास्त्र, राजकारण, सामाजिक स्थिती, स्त्री-जीवन यासह विविध विषयांवरील साहित्यसंशोधन टीका, यावरील ग्रंथांनाही प्रकाशनास वाव राहतो. त्यानुसार यातील प्रतिपाद विषय, मूलगामी चर्चा विचारात घेऊन सामाजिक उपयुक्ततेच्या संदर्भात ग्रंथपरीक्षण करावे लागते. यातून संबंधित लेखकांचा जीवनविषयक दृष्टिकोन, संबंधित विषयाचे ज्ञान, त्यांचे व्यासंग, सखोल चिंतन, विद्वत्ता यांचेही दर्शन घडते. धर्म, नीतिविषयक विचारांचे विवेचन पौर्वात्य, पाश्चात्त्य संस्कृतीचे तुलनात्मक दर्शन घडविणारी भाष्यकार मंडळीही ग्रंथलेखन करतात. या सर्व गोष्टींचा परामर्श ग्रंथपरीक्षणात घेताना संबंधित लेखकांची जीवनविषयक दृष्टी, कलामीमांसा समजून घेत यांवर मतप्रदर्शन करणे इष्ट होय. साहित्यव्यवहारसमीक्षा सिद्धान्त वाङ्मय प्रकार संशोधन प्राचीन - अर्वाचीन विषयावरील वैचारिक ग्रंथलेखनातून लेखकाला व त्यातील आशय विषयाला समजून घेण्यास वाव असतो. असे ग्रंथ वैचारिक गंभीर वृत्तीची साक्ष पटवतात. तरीही सर्वसामान्य रसिक वाचकांना सोप्या, बोधप्रद शब्दात परिचय करून देणेच योग्य ठरते.

८) ललित गद्य (ग्रंथ लेखन) : या प्रकारामध्ये प्रामुख्याने व्यक्तिचित्रे, प्रवास वर्णन, ललित लेखन, लघुनिबंध, आठवणी, हलके फुलके रोचक गद्य यांचा ग्रंथपरीक्षणात समावेश होतो. त्यानुसार सदरचे ग्रंथपरीक्षण लवचिक असते. लेखकाला भेटलेल्या व्यक्ती समाजातील वेगवेगळ्या स्तरातील वैशिष्ट्य पूर्ण संस्मरणीय व्यक्तिदर्शने, त्यांचे गुणविशेष यासह प्रवासवर्णनपर ग्रंथलेखनात प्रवासाची प्रेरणा भूमिका, स्थळकाल प्रदेश, भेटलेली माणसे, वैशिष्ट्यपूर्ण स्थळदर्शन, प्रवासातील गमती-जमती, संस्कृती - परंपरा या संदर्भात दोन प्रदेशांचे तुलनात्मक विवेचन, समाजव्यवस्था, राजकीय पद्धती, याविषयी प्रवासी लेखकास आलेले विविध अनुभव सदरच्या ग्रंथलेखनासाठी विचारात घ्यावे लागतात. प्रवासवर्णनपर लेखनात व्यक्तिपरत्वे लेखनशैलीही वैशिष्ट्यपूर्ण ठरते. वाहतुकीच्या सोयी, निवास - भोजनव्यवस्था, टुरिस्ट गाईड, प्रादेशिक लोकसंस्कृती

हवामान, यांसह लोक संस्कृतीचाही संदर्भही ग्रंथपरीक्षणात येऊ शकतो. शिवाय ललित गद्य लेखनातच निसर्गवर्णने, लघुनिबंध, मुक्त अनुभव लेखन, मुक्त पत्रकारिता, शोध पत्रकारिता, वृत्तलेखन, याविषयीचे लेखन अभिप्रेत आहे. या सर्वच प्रकारातील ग्रंथलेखन तारतम्याने केले पाहिजे. लेखकाचा दृष्टिकोन, अनुभव, विचारसौंदर्य, भाषासौंदर्य, कल्पनाविचार यावर आधारित थोडक्यात आटोपशीर, मुद्देसूद समर्पकतेने परामर्श घेत, यातील भावसौंदर्य लालित्याच्या अंगाने उलगडून दाखवावे लागते. लेखन विषयक त्रुटीही हळुवारतेने दाखविणे योग्य आहे. संबंधित लेखनप्रकार लेखकाच्या व्यक्तिमत्त्वाशी एकरूप झाला आहे किंवा नाही? अशा प्रकारच्या लेखन-प्रकारास लेखकाने न्याय दिला आहे किंवा नाही याचेही दिग्दर्शन करावे. भाषा हलकी फुलकी, गंमतीदार तरीही तत्त्वविवेचन तत्त्वचिंतनाकडे निष्कर्ष काढण्यात चूक होऊ नये. भावरम्य, हळुवार लेखनशैली ललितगद्य लेखनात प्रभावी ठरते. त्यातील लेखनाच्या जमेच्या बाजू लक्षात घेऊन लेखकाला समजावून घेऊन ग्रंथपरीक्षण डोळस, आस्थेवाईकपणे करावे.

९) संतसाहित्य (ग्रंथ लेखन) : प्राचीन मध्ययुगीन संतसाहित्य, धार्मिक अध्यात्मक विषयाचे साहित्यसुद्धा मोठ्या प्रमाणात प्रसिद्ध होते. यामध्येही संशोधन साहित्याचा समावेश होतो. त्या दृष्टीने भगवद्‌गीता, ज्ञानेश्वरी, तुकारामगाथा, दासबोध, एकनाथी भागवत यांसह वेगवेगळ्या धार्मिक विषयावरील ग्रंथांचे परीक्षण करताना प्रतिपाद्य विषय, मूलगामी टीका समजणे फारच चांगले. या विषयावरील ओळख सर्वसामान्य रसिकवाचकांना सोप्या, बोधप्रद शैलीत करून देण्यात येते. त्यातून जिज्ञासू, अभ्यासक संशोधकांना मूळ ग्रंथ वाचण्याची व त्यावर आणखी वेगळ्या पद्धतीने लिहिण्याची, संशोधनाची, अभ्यासाची प्रेरणा मिळते. याचेशी संबंधित ग्रंथांचा परिचय आस्वादक पद्धतीने करून देताना धर्म, संस्कृती, पंथीयविषयक दृष्टिकोन, तत्त्वज्ञान सांप्रदायिक दृष्टी विचारात घ्यावी लागते. त्यावेळचे स्थळ, काल, वातावरण, भाषिक विशेष (कालखंडाचा अभ्यास) समकालीन लेखनाचे ग्रंथरचनेचे विशेष गद्य-पद्य शैली इतर पुर्वानुगामी ग्रंथाचा व ग्रंथकर्त्याचा प्रभाव, व संबंधित लेखकाचे व्यक्तीविशेष यांचीही दखल ग्रंथपरीक्षणात घेण्यात येते. संशोधन पद्धतीच्या अभ्यासाचे भान ठेवून प्राचीन मध्ययुगीन कालखंडातील, तसेच आधुनिक कालातील धार्मिक, अध्यात्म परमार्थ विचारांचे ग्रंथातील अंतरंग उलगडून दाखविणे योग्य ठरते.

१०) संकीर्ण विषयावरील ग्रंथलेखन : यामध्ये विशेषतः शास्त्रीय वाङ्मय, इतिहास, यासह कलाविषयक - शिल्पकला, संगीत, चित्रपट, नाट्यविषयक, विषय ग्रंथलेखनाचा परामर्श घेण्यात येतो. विज्ञान, तंत्रज्ञान, खगोलशास्त्र, अंतराळ विज्ञान, शास्त्रज्ञांची चरित्रे, त्यांचे जीवनकार्य यावर भर असतो. मानवी संस्कृतीची जडणघडण

होण्यात या शास्त्रांचा मोठाच हातभार असतो. त्यांचाही लक्षवेधक परिचय करून देताना सर्वसामान्य रसिक वाचकाला जिज्ञासाबुद्धी जागृत होऊन त्याकडे वाचन करण्यासाठी वळविण्यात ग्रंथपरीक्षणाचा हेतू सफल होतो. व्यक्तिमत्त्वविकास, पाककलाकौशल्य व्यवस्थापनशास्त्र, यासह कोशवाङ्मय, चरित्रकोश या विषयावरील निवडक-दर्जेदार उपयुक्त ग्रंथांचा परिचय, परीक्षण जाणकारांकडून करून देण्याचा प्रघात आहे. ही यादी आणखीही वाढविता येईल...

ग्रंथपरीक्षणाची विविध माध्यमे

१) ग्रंथ प्रस्तावना : लेखकाने स्वत: ग्रंथलेखन करताना त्याचेसह ग्रंथातील आशय विषयाचे मूल्यमापन इतर जाणकार - तज्ज्ञ व्यक्तिंकडून होण्यासाठी प्रस्तावना लिहिली जाते. असे प्रस्तावनाकार लेखक, समीक्षक, संबंधित नवोदित, होतकरू लेखकांना प्रोत्साहन देण्यासाठी हौसेने प्रस्तावनेपर दोन शब्द लिहितात व ग्रंथकाराची भलावण करताना हळुवारतेने ग्रंथातील मर्यादा, त्रुटी यावर बोट ठेवण्यात विसरत नाहीत. या प्रस्तावनेतून संबंधित पुस्तकाचे अंतरंग, आशय, विषय काय आहे हे समजण्यास निश्चित मदत होते. शिवाय लेखक आणि प्रस्तावनाकार यांच्याशी असणारा ऋणानुबंध, जवळीकही लक्षात येते. ही प्रस्तावना फार मोठी नसते. ती जुजबी, कामचलाऊ व पुस्तकाची ओळख करून देण्यास उपयुक्त ठरते. शिवाय स्वत: लेखकही आपले दोन शब्द लिहिताना ग्रंथनिर्मितीची प्रेरणा व भूमिका थोडक्यात विशद करतो व विषयाचे अंतरंगही सूचकतेने व्यक्त करतो.

२) ग्रंथाचे अंतिमपृष्ठ - (ब्लर्ब) : ग्रंथातील प्रस्तावनाकर्त्याने लिहिलेल्या प्रस्तावनेच्या मजकुराचा काही भाग ठळकपणे प्रसिद्ध करण्यास या ठिकाणी वाव असतो. त्या शेवटच्या पृष्ठाचाही सदुपयोग होऊन यातील मजकुराकडे वाचकांचे लक्ष वेधण्याचा हा वैशिष्ट्यपूर्ण ग्रंथपरिचयाचा, परीक्षणाचा प्रकार होय. बऱ्याचशा ग्रंथाच्या शेवटच्या पृष्ठावर असे मूल्यमापनात्मक अभिप्राय ठळकपणे नमूद करण्यास लेखक, प्रकाशक विसरत नाहीत. त्यायोगे पुस्तकाचा आशय, विषय पुन्हा पुन्हा वाचण्याचा मोह होतो व नेमके आकलन होऊ शकते. हा महत्त्वाचा मजकूर या ठिकाणी अधोरेखित करून संबंधित ग्रंथमाहात्म्य समजण्यास मदत होते.

३) वृत्तपत्रीय रविवार आवृत्ती : सर्व मराठी वृत्तपत्रांच्या रविवार आवृत्तीत मराठी ग्रंथपरिचय, ग्रंथपरीक्षण 'स्वागत' 'साभार पोच' 'दखल' या सदराखाली नव्या ग्रंथांना स्थान मिळतेच. याशिवाय एक म्हणजे संबंधित पुस्तकाचा धावता परिचय आणि दुसरे म्हणजे पुरेशा गांभीर्याने पुस्तकाचा परामर्श घेणारे व पुस्तकपरीक्षणाला न्याय देणारे महत्त्वपूर्ण सदर वाचण्यासारखे असते. नामवंत तज्ज्ञमंडळी निवडक पुस्तकांचे परीक्षण रविवार आवृत्तीसाठी लिहितात. त्यातून या नव्या कोऱ्या पुस्तकाचा

आशय, विषय, अंतरंग, यांसह प्रतिपाद्य विषयाचा ऊहापोह थोडक्यात, आटोपशीरपणे करतात. ग्रंथपरीक्षणाचे शीर्षकही वाचनीय, लक्षवेधक, आकर्षक, बोलके आणि समर्पक मथळ्याला धरून असते. उदा. 'प्रयत्नवादाची प्रचीती' (आत्मकथनासाठी शीर्षक) 'मातृमहिमा' (विनूची आई), 'वैद्यकाची थरारक वाटचाल' (वैद्यकशास्त्रावरील पुस्तक), 'वास्तव - कल्पनेच्या क्षितिजावर' (विज्ञान कथा संग्रह) 'जागतिकीकरणाला मराठी कवितांची गवसणी' ही शीर्षकेच सर्व काही सुचवितात. वाचकालाही आशय विषयासह नेमका अर्थ समजण्यास मदत होते. शिवाय रविवारखेरीज निवडक दिवशीही काही वर्तमानपत्रे पुस्तकपरीक्षणासाठी जागा राखून ठेवतात व वाचन संस्कृती जोपासण्याला हातभार लावतात. साहित्यप्रकाशनक्षेत्रात नव्या कोऱ्या पुस्तकाचे स्वागत, परिचय तथा परीक्षणास हा उपक्रम स्तुत्यच समजला पाहिजे. महत्त्वाची, दखलपात्र संदर्भमूल्य असणारी पुस्तके परीक्षणास पात्र ठरतात. त्यातून संबंधित ग्रंथप्रेमी, वाचक, विद्यार्थी, ग्रंथपाल, अभ्यासक, संशोधक यांना उपयुक्त माहिती मिळते. ग्रंथखरेदी करताना या नोंदी लक्षात राहतात. त्याविषयीची कात्रणेही फाईलमध्ये, तसेच शोकेसमध्येही पाहायला मिळतात. प्रस्तुत लेखकाकडे अशा कात्रणांचा संग्रहच आहे.

४) ग्रंथप्रकाशन समारंभ : ग्रंथप्रकाशनाची निमंत्रण - पत्रिका वेगवेगळ्या प्रसारमाध्यमांना रीतसर पाठवून, ग्रंथप्रकाशनाचा कार्यक्रम नामवंत वक्ते, ग्रंथपरीक्षक, लेखक, प्रकाशक व साहित्य व्यवहारातील मान्यवर मंडळींच्या उपस्थितीत साजरा होतो. त्यावेळेस समारंभाचे अध्यक्ष आणि प्रमुख पाहुणे ग्रंथ आणि ग्रंथकारासंबंधी मौलिक अभिप्राय व्यक्त करताना ग्रंथपरीक्षणही करीत राहतात. त्याविषयीचे वृत्तच वर्तमानपत्रात वाचायला मिळते. पुस्तकाचे लेखकही आपले मनोगत व्यक्त करतात व पुस्तकामागची भूमिका विशद करतात. उदा. 'चर्मकार समाजाबाबत मार्मिक विश्लेषण' (कैलास सोनवणे यांच्या पुस्तकाचे डॉ. शेवगावकर यांच्या हस्ते प्रकाशन. दै. सकाळ पुणे वृत्त. दि. ९/५/२०१० रविवार) तसेच आणखी एक म्हणजे ग्रंथपुरस्कार वितरण सोहळ्याप्रसंगीही असेच पुस्तकपरीक्षण मार्मिक अभिप्राय व्यक्त केल्याचे वृत्त नेहमीच वाचनात येते. उदा. राष्ट्रवाद संकल्पना कालबाह्य नाही. डॉ. सुधाकर देशमुख यांच्या (राष्ट्र आणि राष्ट्रवाद) पुस्तकाच्या प्रकाशनप्रसंगी व पुरस्कार प्रदान प्रसंगी डॉ. विजय देव यांचे मत (दै. सकाळ, पुणे, वृत, दि. ८/५/२०१०. शनिवार) अशा बातम्यांमधून संबंधित पुस्तकासंबंधी योग्य ते मूल्यमापन व्यक्त होते हेही लक्षात घेतले पाहिजे. 'स्वागत नव्या पुस्तकांचे' या नावाखाली पुस्तकपरिचय सदर प्रसिद्ध होत असते.

५) चर्चासत्रे - शोधनिबंध वाचन : विद्यापीठाच्या मराठी अभ्यासक्रमात विविध वर्गांना सामान्य व विशेष स्तरावर साहित्य कलाकृती नेमण्यात येतात. या पुस्तकांवर आधारित लहानमोठी चर्चासत्रे ठिकठिकाणी आयोजित करून ग्रंथांवर

विचारविनिमय, परीक्षण, मूल्यमापन असे उपक्रम नेहमीच राबविण्यात येतात. यावेळेत अभ्यासतज्ज्ञ जाणकार समीक्षक मंडळी विशिष्ट ग्रंथ आणि ग्रंथकार यावर साधकबाधक टीकाटिप्पणी, चर्चा शोधनिबंधाच्या आधारे करीत असतात. त्यावर इतर मान्यवरांकडून क्रिया-प्रतिक्रिया स्वरूपात मत व्यक्त होते. ही पुस्तक परीक्षणाची चर्चा उद्‌बोधक - सर्वमान्य होत असते.

६) नियतकालिके / वाङ्‌मयीन मासिके यातील ग्रंथ परीक्षणे : केवळ वाङ्‌मयीन साहित्यकृतीला वाहिलेली, ग्रंथव्यवहार व प्रकाशन व्यवसायाशी संबंधित मासिके, नियतकालिके यामधूनही सविस्तर अशी ग्रंथपरीक्षणे प्रसिद्ध होत असतात. गाजलेल्या साहित्यकृती समाजमान्य ग्रंथलेखनावर अशा माध्यमात विस्तृत टीकाटिप्पणी - रसग्रहण, आस्वादक टिका प्रसिद्ध करण्यात वाङ्‌मयीन अभिरूचीला वळण लावता येते. बरीच प्रदीर्घ स्वरूपाची चर्चा होताना कलाकृतीचे अंतरंग तपशीलवारपणे उलगडून दाखविण्यात येते. त्यास वाचकवर्ग अभ्यास जाणकारमंडळींकडून उत्तम प्रतिसाद मिळतो. अशी ग्रंथपरीक्षणे विशिष्ट वाङ्‌मयीन नियतकालिकांतून वेळोवेळी प्रसिद्ध होतात. त्यातून साहित्यकलाकृतीचे परीक्षण, विवेचन, रसग्रहण, आस्वाद, मूल्यमापन यांना वाव मिळतो विचारांचे आदानप्रदानही होऊ शकते.

७) ग्रंथ प्रसिद्धीच्या जाहिरातीमधील अभिप्राय : रविवारच्या वृतपत्रीय पुरवणीत तसेच मासिके, नियतकालिके यामध्ये पुस्तक प्रकाशनाच्या जाहिराती प्रसिद्ध होतात. त्यामध्येही ग्रंथांसंबंधी अगदी दोन-तीन ओळीत अभिप्राय असतो. शिवाय पुस्तकाचे (सचिव) महत्त्व विशद करणारी विधाने आपले लक्ष वेधून घेतात. उदा. ‘महाराष्ट्र राज्य निर्मितीच्या सुवर्ण महोत्सवी सोहळ्यानिमिन्त एकोणिसाव्या व विसाव्या शतकामधील बुद्धिमान, प्रतिभावान व कर्तबगार मराठी व्यक्तींचा ‘चरित्र ग्रंथमाला संच प्रकल्प’ (महाराष्ट्र चरित्र ग्रंथमाला संच श्री गंधर्व वेद प्रकाशन, पुणे ३०), असा मजकूर प्रसिद्ध झालेल्या जाहिरातीमधून या पुस्तकाचे महत्त्व अधोरेखित केलेले आहे. अशा जाहिराती ग्रंथ प्रकाशकांकडून प्रसिद्ध करण्यात येतात. त्यास प्रतिसादही भरपूर मिळतो. प्रकाशनपूर्व सवलत, ग्रंथप्रकाशन समारंभ यासंबंधीही माहिती देण्यात येते.

८) साहित्य कृतींची स्वतंत्र परीक्षणे (ग्रंथ) : कित्येकदा साहित्यामध्ये मानदंड ठरलेले ग्रंथ व आगळीवेगळी कलाकृती यांचा अभ्यास करण्यासाठी स्वतंत्रपणे वेगवेगळ्या पातळीवरून परीक्षणे, समीक्षा, मूल्यमापने या आधारे संशोधनही होत असते. त्या संबंधित साहित्यकृतीची मान्यवर परीक्षकांकडून दखल घेण्यात येते त्यावर आधारित ग्रंथसमीक्षेचे पुस्तक प्रसिद्ध होते. पीच.डी. (डॉक्टरेट) चे ग्रंथ परीक्षणावर आधारित स्वतंत्रपणे तसेच संपादन करतात ही ग्रंथसंपदा उपलब्ध होऊ शकते. ‘संगीत सौभद्र’ ‘नटसम्राट’ (नाटक) ‘पाटलांची लंडनवारी’ ‘आमचा बाप आणि आम्ही’ याशिवाय ‘ज्ञानेश्वरी’ ‘तुकाराम गाथा’ ‘दासबोध’ यावर आधारित

एकेका कलाकृतीची विस्तृत परीक्षणे पुस्तकरूपाने प्रसिद्ध झालेली पाहायला मिळतात.

३) संकेतस्थळ (इंटरनेट) : अशा तऱ्हेते ग्रंथपरीक्षणाची विविध माध्यमे उपलब्ध झाली आहेत. सध्याच्या माहिती तंत्रज्ञान युगात आणखी एक माध्यम ग्रंथपरीक्षणासाठी (परिचयासाठी) उपलब्ध झाले आहे. आणि ते म्हणजे संकेतस्थळ (इंटरनेट) होय. अनुदिनी (ब्लॉग) च्या माध्यमातून 'ई मेल फॉरवर्ड' मधून आलेल्या विविध पुस्तकांचा परिचय वेगळ्याच विश्वात नेतो. वाचन संस्कृती वाढावी. ग्रंथव्यवहाराशी जवळीक व्हावी, हा हेतू यातून साध्य होऊ शकतो. आता तर मराठी वेबसाईट्सची संख्या वाढताना मराठी ग्रंथही येथे उपलब्ध होत आहेत. येथे साहित्यावर चर्चा, परीक्षणे वाचायला मिळतात. साहित्यसंमेलने आणि ग्रंथप्रदर्शने यामध्ये 'ई बुकस' चे उपक्रम राबविल्याची माहिती आहे. "WWW. My Library. in' या वेबसाईटवरून साहित्य ग्रंथविषयक चर्चा, मतमतांतरेही वाचायला मिळतात. पुस्तकांबद्दलचे अभिप्राय देखील उपलब्ध आहेत. काही लेखक प्रकाशकांनी 'ई बुक्स' ची संकल्पना राबविली. इंटरनेटमुळे अनेक लेखकांच्या पुस्तकांचा ऑन लाईन परिचय होत आहे. तेव्हा मुद्रित स्वरूपात पुस्तकांचा परिचय होण्याची आज गरज उरली नाही. इंटरनेटच्या माध्यमातून 'ऑर्कुट', 'फेस बुक' 'ग्रुप्स' 'ब्लॉग्ज' यांमधून ग्रंथाविषयी बरीच माहिती मिळू शकते. WWW. global marathi. org याचाही संदर्भात उपयोग होऊ शकतो.

काही साहित्यप्रकारांतील ग्रंथपरीक्षणाचे नमुने :

अ) यक्षाची देणगी - वैज्ञानिक तत्त्व उलगडणारा कथासंग्रह : मराठीत वाचकमान्य लोकप्रिय विज्ञानकथा लेखक म्हणून डॉ. जयंत नारळीकर यांचे नाव घेता येते. त्यांचा 'यक्षाची देणगी' हा विज्ञान कथासंग्रह प्रसिद्ध असून, त्यात 'यक्षाची देणगी' (मॉलेक्युलर बायॉलॉजी) 'कृष्ण विवर' (कालगणना सिद्धान) 'उजव्या सोंडेचा' गणपती (मोलियर पट्टी सिद्धान्त), गंगाधरपंताचे पानिपत (कॅटेस्ट्राफे सिद्धान्त) 'धूमकेतू' (अंधश्रद्धेवर प्रहार), 'दृष्टीआड सृष्टी' (परग्रहावरील जीवसृष्टी) 'पुनरागमन' (यंत्रमानव), 'धोंडू' (उल्कापात दगड) अशा विषयाच्या व नावानुसार वैज्ञानिक तत्त्वांचा उलगडा करून दाखवणारा हा कथासंग्रह आहे. विज्ञान, तंत्रज्ञान, माहिती तंत्रज्ञान, संगणक क्षेत्र यांची ओळख यातून होते. डॉ. नारळीकरांनी ह्या कथा विज्ञान प्रसाराचा हेतू समोर ठेवून लिहिल्याचे स्पष्ट होते. वाचकांचे कुतूहल, जिज्ञासा यांना चालना मिळते. विज्ञानाच्या मर्यादेत वावरणारी एक नवलपूर्ण कल्पितसृष्टी त्यातून आकाराला येते. शिवाय वैज्ञानिक संकल्पनाही स्पष्ट होतात. विज्ञानाच्या संभाव्य प्रगतीची नोंद घेता येते. (यक्षाची देणगी, डॉ. जयंत नारळीकर. मौज प्रकाशन - मुंबई १९७८)

ब) जैवसंगणक तथा प्रतिरूप निर्मिती तंत्राचे प्रतिबिंब-सुपरक्लोन : अलीकडच्या काळात बहुचर्चित झालेली डॉ. पंडित विद्यासागर यांची प्रतिरूप निर्मितीवर आधारित वैज्ञानिक कादंबरी म्हणून 'सुपरक्लोन' (१९९८) (सन पाब्लिकेशन्स पुणे) चा उल्लेख करताना लेखकाने स्वत: म्हटल्याप्रमाणे 'क्लोनिंग' हा विषय समजावून सांगणे हा या कादंबरीचा मुळीच उद्देश नाही. जैवसंगणक तयार करण्यासाठी क्लोनिंगचे तंत्रज्ञान वापरत अंतराळात प्रदीर्घ आयुष्य लाभणारे मानव निर्माण करण्याची योजना या कादंबरीत साकारल्याचे स्पष्ट होते. योगविज्ञान व जैवसंगणक यांच्या साह्याने असा प्रयोग सिद्ध होऊ शकतो. संगणक लवकरच मानवी मेंदूशी बरोबरी करू शकेल असे विधान करण्यात आले आहे. मात्र अधूनमधून कथानकाचे दुवे तुटल्यासारखे वाटतात. तरीही स्वतंत्र वैज्ञानिक कादंबरी म्हणून ही कलाकृती सरस ठरते.

क) 'मानवतावादी, सर्जनशील शास्त्रज्ञाचे प्रेरकचरित्र': जगातील इतर कोणत्याही शास्त्रज्ञाने केले नसेल एवढे कृषि संशोधन प्रा. (डॉ.) जॉर्ज वॉशिंग्टन कार्व्हर यांनी केले. त्यांचे चरित्र अतिशय सोप्या सहज सुलभ शैलीत सौ. वीणा गवाणकर यांनी उलगडून दाखविले आहे. विज्ञान व शेती संशोधनातून मानवी जीवन सुखी व समृद्ध करण्याचे केलेले कार्य कौतुकास्पद आहे. कोणत्याही क्लिष्ट संकल्पना न वापरता लेखिकेने असाधारण तपस्वी सर्जनशील, विश्व मानवतावादी शास्त्रज्ञाचे जीवन कर्तृत्व साकारले. 'एक होता कार्व्हर' या चरित्रग्रंथाला जागतिक स्तरावरही मान्यता मिळाली. (पृ. १८३) वर्णद्वेष्ट्यांचा त्रास डॉ. कार्व्हर यांना होऊनही (पृ. १६२) दुसऱ्या बाजूने निस्पृह निष्काम कर्मयोगामुळे ते संपूर्ण मानवजातीला भूषणावह ठरले. आधुनिक जगात नव्या कालखंडात औद्योगिकरणाच्या नव्या टप्प्याची सुरुवात डॉ. कार्व्हर यांच्या संशोधनातून झाली. या लेखिकेच्या विधानात मुळीच अतिशयोक्ति नाही! त्या दृष्टीने हे चरित्र वाचनीय, उद्‌बोधक प्रेरक, प्रशंसनीय झाले आहे. (वीणा गवाणकर 'एक होता कार्व्हर' राजहंस प्रकाशन पुणे ३०, १८ वी डिलक्स आवृत्ती डिसें २००१)

ड) प्रेक्षणीय स्थळांची वाङ्‌मयीन छायाचित्रे - 'वाटचाल'

मानवी मनाच्या स्वाभाविक प्रवृत्तीतून प्रवास वर्णनपर वाङ्‌मयनिर्मिती होते. रा. भि. जोशी यांनी लिहिलेले 'वाटचाल' हे प्रवासवर्णन रोचक अनुभव प्राप्त करून देतात. भारत-पाकिस्तान मधील सुप्रसिद्ध शहर-स्थळांचे वेगवेगळ्या भूकिमेवरून केलेले शब्दबद्ध चित्रण रसिकतेने तरीही चिंतनशीलतेने घडविले आहे. 'अंबा मनोहर नगरी', 'कळस आणि क्रुस' 'पळसाची फुले', 'गोकर्णाचा गणपती', यात्रेशी संबंधित कथा सांगून रसोत्कटता, सूक्ष्म निरीक्षणशक्ती, लालित्यपूर्ण लेखनाचा लेखकाने

प्रत्यय आणून दिला आहे. आजच्या गोव्याच्या पर्यटन संस्कृतीचेही यथायोग्य विश्लेषण करून वाचकांच्या ज्ञानात भर घातली आहे. श्रीक्षेत्र गाणगापूरचे महात्म्यही जाताजाता कथन करून समरसतेचा उत्कट प्रत्यय आणून दिला आहे. ('वाटचाल' रा. भि. जोशी मौज प्रकाशन ४ थी आवृत्ती १९९६.)

इ) 'उपेक्षित महाराष्ट्राची शोधयात्रा' : खरे तर संवेदनाक्षम असणाऱ्या व भोवताली घडणाऱ्या घडामोडींची योग्य जाणीव व लिहिण्याची शैली असलेला कोणीही उत्तम वृत्तलेखक होऊ कतो. त्यासंदर्भात ज्येष्ठ पत्रकार प्रा. राजा शिरगुप्पे यांनी महाराष्ट्रातील निवडक भागांना भेट देऊन तेथील परिस्थितीवर केलेले भाष्य, स्थानिक ग्रामस्थांशी साधलेला संवाद या आधारे केलेले हे वृत्तलेखनपर पुस्तक वाचनीय झाले. महाराष्ट्र राज्य स्थापनेचे सुवर्ण महोत्सव वर्ष (१९६०-२०१०) साजरे होत असताना ग्रामीण महाराष्ट्रातील दुर्गम भागांची स्थिती नेमकी आहे तरी कशी याचा शोध या पुस्तकातून समग्रतेने घेतला आहे. ठिकठिकाणचे वृत्तलेखन लेखकाच्या पत्रकारितेचे गुणविशेष सिद्ध करतात. सुवर्ण महोत्सवी महाराष्ट्रांच्या स्थितीगतीविषयी मध्यमवर्गीय शिक्षकाचे अज्ञान- बौद्धिक मागासलेपणा (पृ. ३६) बुलढाणा येथील भिल्ल वस्ती (पृ. ४०), गोंडवनाच्या परिसरात (पृ. ५१-५३) बारामती एम आय. डी. सी. - विकास, तेथील राजकीय वातावरण (पृ. ९७) देवऋषी जगू बाबाचे कुटुंबीय (पृ. ११०) याविषयी हकिकत वाचताना त्यांच्या कामधंद्याचीही ओळख होते आणि किती वेगळ्या जगात हे लोक वावरतात, याची खात्री पटते. एकंदरीत ही 'शोधयात्रा' आपल्या व समाजाच्या वास्तव जीवनाशीही निगडित राहताना, एकाच महाराष्ट्रातील वेगवेगळा भू-प्रदेश, संस्कृती समाज जीवन यांनी फारकत घेतल्यासारखा वाटतो. आपलीच मराठी बोलणारी माणसे सांस्कृतिक व सामाजिक दृष्ट्या किती भिन्न स्तरावर जगतात, हे माहिती करून घेण्यासाठी ही शोधयात्रा अभ्यासलीन पाहिजे. विकासाची नेमकी व्याख्या व स्वरूप (पृ. ९९/१००) समजून घेण्यासाठी हे पुस्तक आपणाला क्षणभर विचार करायला लावतेच! (शोधयात्रा प्रा. राजा शिरगुप्पे, ग्रामीण महाराष्ट्रातील दुर्गम भागाचे दर्शन) साधना प्रकाशन, पुणे ३०, प्रथमावृत्ती मार्च २०१०

■

ग्रथपरीक्षण : स्वरूप आणि संकल्पना

- प्रा. डॉ. मधुकर गणेश मोकाशी
मराठी विभाग प्रमुख
कला, वाणिज्य महाविद्यालय, दौंड जि. पुणे

ग्रंथपरीक्षण : स्वरूप व आकलन

■ सौ. सीमा. दी. शिंदे ■

ग्रंथपरीक्षणाचे स्वरूप समजावून घेताना प्रथम ग्रंथनिर्मिती का व कशासाठी निर्माण केली गेली आहे, याचा थोडक्यात आढावा घेऊ. ग्रंथनिर्मिती ही अनेक विविध विषयांची सखोल माहिती करून घेण्याकरिता किंवा एखाद्या गोष्टीच्या ज्ञानप्राप्तीसाठी केली जाते. हल्ली संगणक प्रणालीने जग जवळ आले आहे. ज्ञानाचा आवाका वाढला आहे, अनेक नवनवीन विषयांची भर ज्ञानकक्षेत पडत आहे. याशिवाय पूर्वी पेक्षा आधुनिक काळात ग्रंथनिर्मितीची प्रक्रियाही सुलभ आणि सोपी झाली आहे. त्यामुळे ज्ञानाच्या कक्षा वाढत आहेत त्यानुसार ग्रंथनिर्मितीतही भर पडत आहे. तरीही ग्रंथनिर्मिती प्रक्रियेकडे गांभीर्याने पाहिले पाहिजे. कारण हा ज्ञानाचा ठेवा आपण पुढील पिढीच्या हाती सोपवत आहोत. त्यामुळे त्यात सदोषता असता कामा नये.

एखाद्या गोष्टीचे सखोल ज्ञान, अनुभव, अभ्यास विवेचन, उदाहरणे आणि या सर्वातून झालेले यथार्थ ज्ञान किंवा परिपूर्णता आणि स्वत:ला मिळालेल्या ज्ञानातून, अभ्यास विषयांतून समाजाला आपण काही तरी चांगले द्यावे, या ध्यासातून आणि एखाद्या कलाकृतीतून मिळालेला आनंद दुसऱ्यालाही सांगावा, या सद्हेतूने ग्रंथनिर्मिती केली जाते. असे उच्च मूल्य किंवा ध्येय डोळ्यासमोर ठेवून ज्या ग्रंथांची निर्मिती होते किंवा जे लेखक हे सामाजिक भान ग्रंथ ठेवून निर्मिती करतात त्यावेळी ती खरोखरच अभ्यासण्याजोगी किंवा परीक्षण करण्यास योग्य ठरते.

काही वेळा असेही होते की, काही ग्रंथ किंवा पुस्तके केवळ हौस म्हणून किंवा व्यक्तिपूजा किंवा गौरवग्रंथ म्हणून काढले जातात. याची छपाई, रंगीत मुखपृष्ठ, स्तुतिसुमनांचा वर्षाव, पाल्हाळिकपणा, तुटपुंजी माहिती पुन्हा पुन्हा वेगळ्या भाषेतून मांडण्याची पद्धती ही ग्रंथनिर्मितीतील चूक किंवा सदोषता म्हणता येईल. अशा वेळी वाचकांची दिशाभूल होऊ शकते. आर्थिकमूल्य देऊन फसगत होते. म्हणूनच पुस्तकमूल्याबरोबरच त्या कलाकृतीचा आस्वादही वाचकाला मिळायला हवा. वाचकाचा

तो हक्क आहे. पुस्तक विकत घेऊन त्याचा रसभंग होता कामा नये. यासाठी ग्रंथपरीक्षणाची नितांत गरज आहे असे वाटते. कारण चांगला वाचक हा नेहमी चांगल्या ग्रंथाच्या शोधात असतो आणि उत्तम परीक्षण अशा वाचकाला मदत करीत असते. अशा पुस्तक परीक्षणांवरून चांगला वाचक ग्रंथ खरेदी करतो. म्हणून वृत्तपत्रांतही ग्रंथ परीक्षणासाठी खास 'रविवार पुरवणीत' कॉलम राखून ठेवला जातो. त्यातून नवीन येणाऱ्या ग्रंथाची किंवा एखाद्या चांगल्या पुस्तकाच्या द्वितीय - तृतीय आवृत्तीची माहिती व परीक्षण दिले जाते. किंवा 'पुस्तक परिचय' करून दिला जातो. काही नामवंत, तज्ज्ञ मंडळींच्या नावावरची परीक्षणे आवर्जून वाचली जातात. त्यांनी ज्या पुस्तकांची परीक्षणे केली ती पुस्तके जाणकार वाचक आनंदाने वाचतात, आपला अभिप्राय कळवितात. वैचारिक देवाण - घेवाण होते. यांतून ग्रंथ लिहिणारा लेखक आणि वाचक या दोघांनाही प्रोत्साहन मिळते. आणखी चांगली नवनिर्मिती होऊ शकते. इतका परिणाम पुस्तक परीक्षणं साधत असतात. म्हणून ग्रंथपरीक्षणाची कला ही उत्तम ठरते. साहित्य, माहिती, कलेच्या प्रांतात ही परीक्षणे मोलाची कामगिरी बजावत असतात. ग्रंथपरीक्षणामुळे वाचकवर्ग वाढतो. तसेच काही ग्रंथांवर उलट-सुलट टीका टिप्पणीही केली जाते. त्यामुळे रटाळ, दर्जाहीन पुस्तके आपोआप नामशेष होतात व चांगल्या कलाकृतींना पुरस्कार मिळतात. साहित्यविश्वात अशा कलाकृती अजरामर ठरत असतात. आजही जुनी पुस्तके, जे लेखक कवी आज या जगात नाहीत पण त्यांनी निर्माण केलेल्या कलाकृती आजही पुस्तकरूपाने अमर आहेत हे आपण पाहतो. (उदा. वि. स. खांडेकर, ग. दि. माडगूळकर, व्यंकटेश माडगूळकर, व. पु. काळे, रवींद्र पिंगे, आचार्य अत्रे, पु. ल. देशपांडे इ.) याबरोबरच नवीन, उदयोन्मुख लेखक / कवी यांचंही उत्तम वाङ्मय समाजात मोलाची भर टाकत आहे. अशा लेखकांच्या कलाकृतींची परीक्षणंही 'साहित्यजग' समृद्ध करीत आहे. काळ जसा बदलतो आहे त्याप्रमाणे नवीन वाङ्मयातही त्याचे पडसाद उमटत आहेत. याचा धांडोळा आजची परीक्षणे उत्तमरीत्या घेताना दिसतात.

आजच्या काळात तर केवळ पुस्तकांचे परीक्षण होत नसून एखादा चित्रपट नवीन आला तर त्याचेही परीक्षण आपण वृत्तपत्रांतून वाचत असतो. चित्रपटांबरोबरच नवीन गाण्यांचंही तज्ज्ञ मंडळी परीक्षण करतात. रसग्रहण करतात. गाण्यातील गोडवा (मेलडी) कसा टिकून ठेवला आहे किंवा जुन्या गोष्टींबरोबर तुलना करून नव्याचे स्वागत परीक्षणांतून केलेले आपल्याला दिसून येते. म्हणजेच आमच्या काळात ग्रंथपरीक्षणापासून सुरू झालेलं हे परीक्षण किती मोलाची कामगिरी करत आहे ते दिसून येते. परीक्षण म्हणजे एखाद्या विषयातील संशोधनाची सुरुवात किंवा पहिली पायरी म्हणता येईल. म्हणूनच ग्रंथपरीक्षणे म्हणजे कलाकृतींचा नितळ, निर्लेप आरसा म्हणावा अशीच असतात.

ज्याप्रमाणे शितावरून भाताची परीक्षा त्याप्रमाणेच आजच्या काळात परीक्षणांना महत्त्व प्राप्त झालं आहे. या परीक्षणं रूपी आरशातून आजची ग्रंथनिर्मिती प्रक्रिया ज्ञानाचं भांडार घेऊन उभी आहे. ज्याला जे जे हवंय ते ते त्यानं आपल्या अभिरूचीनुसार निवडावं आणि ज्ञान मिळवावं. ज्ञानगंगेचा हा स्त्रोत परीक्षणांच्या माध्यमातून तुमच्या - आमच्या दारी आला आहे. त्याचा आस्वाद घेऊन, सरस्वतीरूपी वसा घेऊन 'शहाणे करावे सकळ जन' हा हेतू परीक्षणांमागे असलेला दिसतो आणि तो निश्चितच कौतुकास्पद आणि स्वागतार्ह आहे. जरी आज वाचन संस्कृतीबाबत ओरड चालली असली तरी, ग्रंथपरीक्षणाचे कार्य जोमाने चालावे असे वाटते. अनेक उत्तम ग्रंथ हे परीक्षणाविनाही वाचकप्रिय झालेले आढळून येतात. तर काही चांगली पुस्तके वाचनीय असूनही परीक्षणांविना पडून असतात. म्हणूनच चांगल्या कलाकृतींची नोंद वृत्तपत्रांच्या माध्यमातून घेणे आवश्यक ठरते. तसेच ग्रंथ परीक्षणाकडे केवळ पुस्तकाच्या जाहिरातीच्या दृष्टीने पाहता, त्याची किंमत किंवा जास्त पृष्ठसंख्या न पाहता त्याची मौलिकता लक्षात घेणे जरुरीचे आहे. काही टीकात्मक परीक्षणांमुळे वाङ्मयीन सुधारणाही घडून येत आहेत. नवीन आवृत्तीमध्ये दोष टाळून नवीन ज्ञानाची भर घालूनही काही ग्रंथ पुनर्मुद्रित होत आहेत. परीक्षणामुळे ग्रंथ सुटसुटीत, भाषा समृद्ध व वाचनीय बनत आहेत.

प्रांजळ परीक्षणांतून ग्रंथांतील उणिवा, दोष दिग्दर्शन, व्याकरणातील चुका (मुद्रितशोधन - प्रुफरीडिंग) सहजपणे जाता-जाता दाखविले जातात. यामुळे वाचकांना योग्य मार्गदर्शन मिळते. चांगल्या कलाकृतीची पुरस्कारयोग्य कामगिरी प्रथम परीक्षणांतून दर्शविली जाते. त्यामुळे ग्रंथनिर्मितीचे काम करताना डोळसपणे केले जाते. विषय वाचकाला सहज समजावा यासाठी कष्ट घेतले जातात. तेव्हाच दर्जेदार ग्रंथ निर्माण होऊ शकतात.

विविध वाङ्मय प्रकारांतील साहित्यकृतींचे परीक्षण -

विविध वाङ्मय प्रकारांचे परीक्षण करताना त्या-त्या विषयातील तज्ज्ञ व्यक्ती त्यांच्या विषयाला उत्तम प्रकारे न्याय देऊ शकतात. कथा-कादंबरी, चरित्र-आत्मचरित्र, काव्य कविता-गाणे, व्यक्तिचित्र, नाटक-सिनेमा, सामाजिक शास्त्रे, वैद्यकीय वास्तू, ज्योतिषशास्त्र, क्षेत्र, तांत्रिक क्षेत्र, विज्ञान, संगणक, कला, संगीत, खगोलशास्त्रे इ. अनेक विषय हे परीक्षणाचे विषय ठरू शकतात. अशा ज्ञानशाखा व अनेक कलांशी संबंधित ग्रंथनिर्मिती होत असते आणि प्रत्येक तज्ज्ञ व्यक्ती परीक्षणाद्वारे ग्रंथातील मौलिकता अभ्यासाविषय सोपा करून सांगत असतात. ग्रंथाच्या नावापासून म्हणजेच नाव विषयाला धरून आहे की, त्यांत काही वेगळेपण आहे? पुस्तकाच्या मुखपृष्ठापासून ते शेवटच्या पानापर्यंतच्या छपाईचे महत्त्व लक्षात घेतले जाते. लेखकाने त्याचा

विषय किती आत्मीयतेने, अभ्यासपूर्णरीत्या व सोप्या भाषेत मांडला आहे, याचा धांडोळा ग्रंथपरीक्षण करताना लक्षात घेतला जातो. विषय कुठे, कसा संपत आहे, लेखनात उदा. चा वापर कितपत केला आहे, लेखकाने लिहिलेल्या अनुभवांना सच्चेपणाची कितपत धार आहे, की केवळ शब्दाबाळ आहे, मुख्य विषय, लेखनाचा मूळ स्रोत क्लिष्ट स्वरूपाचा झाला आहे का? याचे दिग्दर्शन आपल्याला पुस्तक परीक्षणाने करता येते.

ग्रंथनिर्मिती आणि परीक्षण करताना वृत्तपत्रीय लेखनाचे काही संकेत पाळणेही महत्त्वाचे ठरते. एखाद्या ग्रंथातील काही टीकात्मक गोष्टी या भडकपणे न मांडता सौम्य शब्दांत मांडाव्यात. तसेच अपशब्द, अपमान, अवहेलना होणार नाही याची दक्षता घ्यावी. जातिवाचक, धर्मवाचक टीका टाळावी. कुठे कुठे भावनिक, धार्मिक भावना दुखावल्या जाणार नाहीत याचे सामाजिक संकेतही जाणीवपूर्वक लक्षात घ्यावे लागतात. त्यानुसार परीक्षण करून विषयाला न्याय देणे गरजेचे असते. परखड, सडेतोड मते जरूर मांडावीत पण लेखकाची लेखनामागची तळमळही लक्षात घेणे जरुरीचे असते. लेखकाची मानहानी होणार नाही व त्याच्या कलाकृतीचा अपमान होणार नाही ही दक्षता घेणे जरूरीचे आहे.

वृत्तपत्रीय भाषेचा अभ्यास, नेमकेपणा, जागरूकता, सजगता लक्षात घेऊन परीक्षण करावे. कारण वृत्तपत्रीय भाषा ही साधी सोपी व समाजातील सामान्यांपासून तळागाळातील लोकांपर्यंत जाऊन पोहचत असते. बोली भाषेतील चटकन समजतील असे शब्द, कोट्या, म्हणी त्या-त्या भाषेतील शब्द, प्रतिशब्द चपखलपणे भाषेत वापरले जातात. बोलले जातात. यामुळे अभ्यासविषय रंजक व वाचनीय स्वरूपाचा ठरतो आणि हे भाषा समृद्धीचे महत्त्वाचे लक्षण आहे. परीक्षणांतून हिंदी / इंग्रजी / मराठी / संस्कृत / उर्दू भाषिक शब्दांचे दाखलेही उदाहरणाद्वारे वाङ्मय कृतीत येत असतात. आणि त्याचे आकलन समाजातील लोकांना होत असते. असे हे ग्रंथपरिचय किंवा ग्रंथपरीक्षणाचे कार्य वाचकाला यथायोग्य दिशा दाखवून जाते. म्हणजेच उत्कृष्ट ग्रंथपरीक्षण करण्यासाठी व कलेचा आस्वाद घेण्यासाठी वाचन महत्त्वाचे ठरते. उत्तम वाचन संस्कृतीतूनच उत्तम ग्रंथ व पुस्तक परीक्षण घडून येत असते. चांगल्या ग्रंथांबाबतचे अभिप्रायही बोलता बोलता वाचक देत असतात. इतकी पुस्तकपरीक्षणाची कला ग्रंथनिर्मितीबाबतचा परिचय व अभिप्राय स्पष्ट करण्याचे कार्य करीत असते.

ग्रंथ परीक्षणासाठी आवश्यक असणारी कौशल्ये

(१) वाचन किंवा ज्ञानार्जन
(२) कलात्मक दृष्टिकोन
(३) तुलनात्मक किंवा तौलनिक अभ्यास पद्धती

(४) अभ्यासविषयांचे / ग्रंथवाचन माहितीचे योग्य वर्गीकरण

(५) ग्रंथालयीन दुर्मिळ विषयांवरील महत्त्वाची टिपणे काढणे व माहिती संकलित करणे.

(६) भाषाविषयक लवचिकता सांभाळणे, भाषासमृद्धी वाढविणे.

(१) वाचन किंवा ज्ञानार्जन - वाचन हा ज्ञान संपादनाचा मुख्य व मूलभूत आधार म्हणावा लागेल. वाचनाची जर आवडच नसेल तर तुमचे ज्ञान मर्यादित स्वरूपाचे राहील. हल्ली धकाधकीच्या जीवनात वाचनासाठी वेळ मिळत नसला तरी प्रसारमाध्यमांद्वारे रेडिओ / टि.व्ही. / संगणक / इंटरनेट द्वारे व्यक्ती अफाट माहिती मिळवू शकते. हल्ली ग्रंथालयांतूनही या सर्व सुविधा उपलब्ध असतात. त्यामुळे वाचन हे छंद उत्सुकता उत्तम अभिरूची आणि काळाची गरज बनले आहे. शहरांतून या सर्व सोयी असतात. पण काही गावांतूनही आज वाचन संस्कृती राबविली जात आहे. ग्रंथालयांना महत्त्व आले आहे. रोजच्या वृत्तपत्रातील माहिती संकलित करून ज्ञानाचा साठा जतन करून ठेवला आहे. ज्याचा उपयोग अभ्यास करणाऱ्या तज्ज्ञ मंडळींना होतो. याशिवाय परीक्षण लिहणाऱ्यांनाही ज्ञानाचा साठा योग्य वेळी उपलब्ध होऊ शकतो. म्हणूनच ग्रंथनिर्मिती व परीक्षणाचा वाचन हा मूलभूत स्रोत किंवा पाया ठरतो. वाचनाच्या किंवा ज्ञानाच्या कक्षा वाढविल्या नाहीत तर तुमच्या परीक्षणाच्या, ग्रंथनिर्मितीच्या किंवा तुमच्या आवडत्या कलेच्या ज्ञानसंपादनात अडथळे व मर्यादा येतील. म्हणून वाचन हा सर्वांत महत्त्वाचा घटक ठरतो.

(२) कलात्मक दृष्टिकोन - ग्रंथनिर्मिती करणे हे कष्टाचे कार्य आहे. ते सहजसाध्य नाही. त्यामुळे ग्रंथ लिहणारा लेखक हा त्याच्या विषयात निपुण असतो. आणि त्याच्या विषयाच्या अनुषंगाने जे घटक ग्रंथनिर्मितीत येतात त्या सर्व बाबींचाही त्याने काळजीपूर्वक, लक्षपूर्वक अभ्यास केलेला असतो. कलाकृतीचा संपूर्ण आलेख त्याने मांडलेला असतो. पण केवळ अनवधानाने एखादा मुद्दा नजर चुकीने राहून गेला असेल तर ग्रंथपरीक्षणकर्त्याला तो दाखवून द्यावा लागतो. यासाठी परीक्षण कर्त्याची भाषा समृद्ध असणे गरजेचे असतेच पण कलाकृतीतील मार्मिकता समजून होणे, भाषेतील संस्कृत वचने, इतर भाषेतील शब्द, नर्मविनोद, भाषेची सोपी मांडणी करणे, ती तपासून पाहणे व परीक्षण रंजकपणे मांडणे योग्य ठरते. वाचनाची आवड, कलात्मक मांडणी नसेल तर चांगल्या पुस्तकाचे परीक्षणही नीरस वाटायची शक्यता असते. वाचन नसेल तर तुटपुंज्या माहितीवर वाचकाला ग्रंथविषय समजावून देणे कठीण जाते. दिशाभूल होण्याची शक्यता असते. त्यामुळे कलात्मक दृष्टिकोन माणसाला उत्सुकतेकडे नेतो आणि ज्ञानाच्या उत्सुकतेपोटी वाचन प्रक्रिया वाढीस लागते. कलेचा प्रांत समृद्ध झाल्याने त्याचे प्रत्यंतर तुमच्या लेखनात / परीक्षणात उमटते. अशी परीक्षणे अभ्यासाच्या दृष्टीने मौलिक ठरतात. शिवाय चांगल्या लेखकाला

त्याच्या कलाकृतीला न्याय देणारा चांगला उत्तम परीक्षणकर्ता हवाच असतो. तो कलेचा भोक्ता, वाचनाचा चाहता आणि भाषेचा समृद्ध अभ्यासक असावा अशी अपेक्षा असते.

(३) तुलनात्मक किंवा तौलनिक अभ्यास पद्धती - चांगला ग्रंथपरीक्षण कर्ता हा उत्तम वाचक, लेखक आणि अभ्यासक असतो. काही ग्रंथपालही ग्रंथपरीक्षणकर्ते असतात. कारण त्यांचा विद्येचा व्यासंग दांडगा असतो. शिवाय ग्रंथालयीन वर्गीकरणाच्या कामातूनच त्यांच्याकडून ग्रंथपरीक्षण, ग्रंथविषयीचे वाचन, चिंतन, अभिरूची वाढीस लागलेली असते. त्यामुळे अधिक वाचनाने, उत्तम अभिरूचीने असे ग्रंथपाल तौलनिक अभ्यास पद्धतीचे काम लीलया करतात व ग्रंथपरीक्षणासाठी ही मंडळी आपले उत्तम योगदान देऊ शकतात. पुस्तकांविषयीचे मार्गदर्शन वाचकाला करू शकतात. ग्रंथपरीक्षण लिहू शकतात. पुस्तकाचे अभिप्राय देऊ शकतात. ग्रंथालयीन माहितीबरोबरच एखाद्या ग्रंथाचा तौलनिक अभ्यास कोणी व कसा केला गेला हे दाखवून देतात. यामुळेही लेखकाला एखाद्या विषयातील तौलनिक पद्धतीच्या अभ्यासाचा आढावा घेता येतो. परीक्षणांद्वारे दिशादर्शन केले जाते.

(४) एखाद्या अभ्यास विषयाचे योग्य वर्गीकरण - ग्रंथवाचनाच्या अभ्यास पद्धतींतून किंवा बारकाव्यांसह महत्त्वाच्या माहितीचे वाचन करतानाच विशिष्ट गटात किंवा दोन सारख्या घटकांत वर्गीकरण केले की ती माहिती पटकन लक्षात राहते किंवा अभ्यासाच्या दृष्टीने सोयीची ठरते. अशी माहिती परीक्षण करताना उपयोगी पडते. याशिवाय वाचकाला आपण जे आहे ते सत्य आणि योग्य मार्गदर्शनाचा अभ्यास करून कलाकृतीला कसा उत्तम न्याय दिला आहे हे दाखवून देता येते. यांतून लेखकाच्या ज्ञानाची खोली किती उच्च पातळीची आहे याचे दर्शनपरीक्षण कर्ता दाखवून देतो. वर्गीकरणाने अनेक विषय साखळीप्रमाणे एकत्रित येऊन ज्ञानाच्या वाटा चोखाळल्या जातात. माहितीची देवाण-घेवाण होऊन, चर्चा होऊन ग्रंथाची गुण ग्राहकता सर्वांना परिचित होते. अशा कलाकृतीचे सामूहिक वाचन होते. त्यावर नाटक / चित्रपट होऊन समाजातील सर्व थरांपर्यंत ती कलाकृती अजरामर होते. समाजासमोर आदर्श व्यक्तिचित्रे उभी राहतात. चांगल्या कृतींचा पाठपुरावा होतो. आदर्श समाज घडण्यास मदत होते. योग्य वर्गीकरणाने अवघड विषयही सोपा होतो. त्यातील मौलिकता समजून घेण्यास मदत होते.

(५) ग्रंथालयीन दुर्मिळ विषयांवरील महत्त्वाची माहिती काढणे व संकलित करणे : विशिष्ट माहितीही परीक्षणाच्या कामात पुष्कळ वेळा महत्त्वपूर्ण ठरते. कारण लेखकाने ही त्याच्या एखाद्या अभ्यासविषयाची टिपणे, दुर्मिळ माहिती संकलित करून ग्रंथ लेखन केलेले असते. परीक्षण कर्ता ही टिपणे काढून एक प्रकारे आपले ज्ञानार्जन वाढीस लावत असतो. अशा वेळी लेखकाच्या लेखनातील एखादा मुद्दा

निसटला, राहून गेला तर परीक्षण कर्ता तो मुद्दा झटकन दाखवून देऊ शकतो किंवा त्याच्या ज्ञानकसोटीने आणखी काही नवे पैलू अभ्यासविषयात यायला हवेत हे सांगू शकतो. दुर्मिळ विषयांवरील टीका-टिप्पणी नेहमीच ज्ञानकार्यात मोलाची भर घालत असते. म्हणून परीक्षण कर्त्याने अशा माहितीचा आढावा चौकसपणे घेणे जरुरीचे असते. कारण असंख्य विषय असतात व त्याची माहिती योग्य वेळी मिळणे कठीण होऊन बसते. अशा वेळी असा दुर्मिळ माहितीचा साठा सखोल अभ्यासाच्या दृष्टीने मोलाचा ठरतो.

(६) भाषाविषयक लवचिकता सांभाळणे / भाषा समृद्धी वाढविणे -
भाषेची सुलभता, तिचे लावण्य वाढविणे व तिची समृद्धता टिकवून ठेवणे ही सर्व सुंदर भाषेची लक्षणे आपल्या वाङ्मयात उमटली पाहिजेत. याचा कटाक्ष ग्रंथ लेखकाला आणि ग्रंथ परीक्षण कर्त्याला ठेवावाच लागतो. भाषेत येणारे नवीन इतर भाषिक शब्द, तद्भव, तत्सम शब्द याशिवाय इ. तर बोली भाषेतील शब्द, ग्रामीण शब्द भाषेवर आघात करत नाहीत ना? याकडे जाणीवपूर्वक लक्ष ठेवावे लागते. कलाकृतीला काही अशा शब्दांना प्रतिशब्द देऊन अर्थपूर्ण अभिप्राय परीक्षणांतून द्यावा लागतो. तिथे परीक्षणकर्त्याचे भाषेचे कसब किंवा कसोटी दिसून येते. याशिवाय स्वत:कडे (परखड लिखाणाने) दोष न घेता जे आहे आणि जसे आहे. त्याचे यथार्थ दर्शन वाचकाला घडविण्याची महत्त्वाची कामगिरी पुस्तक परीक्षण कर्त्याकडे असते. त्यासाठी त्याला सतत जागरूक, सतर्क व कुठल्याही प्रलोभनांना बळी न पडता प्रत्येक लेखकाच्या / कवीच्या / चित्रपट कर्त्याच्या कलाकृतीला योग्य न्याय द्यावा लागतो. अन्यथा परीक्षणकर्त्या व्यक्तीवरही टीकास्त्र सोडले जाते. म्हणूनच ग्रंथ निर्मितीपेक्षाही किंवा ग्रंथनिर्मितीचे काम जेवढे कष्टाचे तेवढेच ग्रंथपरीक्षणाचे कामही कष्टाचे व मोलाचे आहे.

त्यातही रसिकता जपली, वाचनाची आवड जोपासली, तर हे कष्टाचे मौलिक कामही आणखी सुंदर होऊ शकते. मोठमोठ्या ग्रंथांचे सार किंवा मत, अभिप्राय कमी शब्दांत, समय सूचकता राखून, सामाजिकतेचे भान ठेवून रंजक पद्धतीने मांडणे म्हणजे ग्रंथ परीक्षण करणे हे खरंच अतिशय कौशल्याचे व वाचकांच्या दृष्टीने मोलाचे कार्य ठरते.

ग्रंथपरीक्षण कार्यातील काही मर्यादा

काही वेळा एखादा ग्रंथ किंवा एखादी कलाकृती तज्ज्ञ व्यक्तीकडे परीक्षणासाठी न जाता एखाद्या सुमार बुद्धीच्या व्यक्तीकडे जाण्याची शक्यता असते. किंवा कार्यबाहुल्यामुळे वृत्तपत्र कार्यालयांतही अशी परीक्षणे पटकन उरकण्याकडे कल असतो. अशा वेळी त्या कलाकृतीला योग्य न्याय मिळत नाही. मग अशा परीक्षणांत काही उणिवा

राहण्याची शक्यता असते.

जो महत्त्वाचा विषय येणे किंवा त्याच्या अनुषंगाने विशिष्ट मुद्यांचा उल्लेख होणे आवश्यक असते ते परीक्षणात आले नाहीत की, वाचकालाही त्या गोष्टी समजत नाहीत. याचे आत्मक्लेश लेखकालाही होत असतात, कारण लेखकाचे त्याच्या साहित्य कृतीवर प्रेम असते.

याशिवाय छपाईतील काही दोष / मुद्रणातील चुका या गोष्टी वेगळ्याच. तरी ग्रंथनिर्मिती आणि पुस्तक परीक्षण या गोष्टी किचकट असल्या तरी यांतून निखळ साहित्यनिर्मितीचा आनंद घेणे महत्त्वाचे.

■

ग्रंथपरीक्षण : स्वरूप व आकलन
सौ. सीमा. दी. शिंदे
विजयालक्ष्मी अपार्टमेंट,
भारती विद्यापीठ,
पुणे, ४६

ग्रंथपरीक्षण : वास्तव व अपेक्षा

■ हरेश संपत शेळके ■

कोणालाही सहज प्रश्न पडेल की, ग्रंथपरीक्षणामुळे काय साध्य होते? ग्रंथपरीक्षण नेमके कशासाठी? ग्रंथपरीक्षणानेच लोक ग्रंथ वाचनाकडे वळतात का? असे प्रश्न पडणे स्वाभाविक आहे. एकूण साहित्याचा विचार केला तर असे दिसते की, जेव्हापासून वाङ्मय निर्माण झाले तेव्हापासून वाङ्मयाने मानवी जीवनाला केंद्रवर्ती ठेवून लेखन केलेले दिसून येईल. बदलत्या काळानुसार वेगवेगळ्या प्रकारची ग्रंथनिर्मिती झालेली आपणाला दिसून येईल. जीवन जगण्यासाठी इतर गोष्टींची जशी आवश्यकता असते, तसेच साहित्याचीही आवश्यकता असते. मानवी जीवनाचे विविधांगी पैलू साहित्यात उलगडले जातात. साहित्यातून मानवी जीवनाला विचारांची एक निश्चित दिशा मिळते. सामाजिक भान, मानवी मनाचे प्रकटीकरण, मूल्यव्यवस्था, समाजव्यवस्थेचे विविधांगी आकलन, समंजसपणा, समतोलपणा, जीवनाचे आकलन कसे करून घ्यावयाचे, समाजजीवनातील वेगवेगळ्या घटकांचे ज्ञान होण्यासही मदत होते. ह्या सर्व विषयांवर चर्चा साहित्यात घडून आलेली आपणाला दिसते.

जसजसा काळ बदलतो तसतसे साहित्यातही परिवर्तन झालेले दिसून येईल. समाजरचना जस-जशी वळणे घेईल, मानवी जीवनातील विविध घटकांत जसा प्रवाहानुसार बदल होईल, तसतसे साहित्यात वेगवेगळ्या विषयांवर लेखन झालेले दिसून येते. सुरुवातीपासून ग्रंथांची निर्मिती पाहिली तर ते-ते ग्रंथ त्या-त्या काळाला मार्गदर्शकच ठरले आहेत. समकालीन समाजव्यवस्थेत ग्रंथाच्या प्रभावाने, आकलनाने त्या मानवी समूहाला जीवनाविषयीचे वेगवेगळे दृष्टिकोन मिळालेले दिसतात. उदा. यादव काळात बहामनी काळात संतवाङ्मय निर्माण झाले तेव्हा संत ज्ञानेश्वरांनी लिहिलेल्या 'ज्ञानेश्वरी' ग्रंथाचा प्रभाव तत्कालीन समाजमनावर झालेला आपणाला दिसतो. काही ग्रंथांचा प्रभाव हा चिरकाल टिकणारा असतो. उदा. 'ज्ञानेश्वरी', 'एकनाथी भागवत', 'रामायण', 'महाभारत', 'तुकारामांची गाथा', 'महात्मा फुले' यांची ग्रंथनिर्मिती', डॉ. बाबासाहेब आंबेडकर यांची ग्रंथनिर्मिती, महानुभाव संप्रदायातील

ग्रंथ वगैरे इ. ग्रंथांचा प्रभाव आजही आपणाला समाजमनावर दिसून येतो. त्यालाच आपण अभिजात साहित्य असे म्हटले आहे. ग्रंथ फक्त माहितीच देतात असे नाही तर ते मार्गदर्शनही करतात. विचारांची दिशा, जगण्याविषयीचे विवेकी भान, जगण्याविषयीचे विविध पैलू, मानवी जीवनातील वेगवेगळे संदर्भ इ. विषयांना ग्रंथ स्पर्श करत असतात, म्हणून जगण्याचा व साहित्याचा जवळचा संबंध आहे.

जीवन काय आहे, ते कसं आहे यापेक्षा ते कस जगावं हे ग्रंथ शिकवीत असतात. मानवी जीवनाचा अंत:केंद्री व बाह्यकेंद्री या दोन्ही अंगाने शोध घेण्याचा प्रयत्न ग्रंथ करत असतात.

मराठी साहित्यव्यवहारात अनेकदा 'परीक्षण' हा शब्द नव्या साहित्यकृतीचा परिचय एवढ्या मर्यादित अर्थाने वापरला जातो आणि तो एक वृत्तपत्रीय लेखनप्रकार आहे, असे मानण्याकडे कल दिसतो. कधी 'परीक्षण' आणि 'समीक्षा' हे शब्द सैलपणे योजले जातात. त्यांच्यात अनेकदा स्पष्टपणे अर्थभेद केला जात नाही. त्यामुळे वर्तमानपत्रातील 'पुस्तकपरीक्षणा'पासून ते वाङ्मयीन नियतकालिकांतील वा ग्रंथांतील ग्रंथसमीक्षात्मक लेखांपर्यंत सर्व प्रकारच्या लेखनाला उद्देशून परीक्षण किंवा समीक्षा हे शब्द योजले जातात. वास्तविक परीक्षणाचे स्वरूप पुस्तक परिचयाइतके मर्यादित नाही आणि समीक्षेइतके व्यापकही नाही. 'परीक्षण' म्हणजे सामान्यत: समकालीन अशा एका साहित्यकृतीचे समग्रतेने केलेले स्वरूपविश्लेषण किंवा गुणदोषविवेचन होय. परीक्षणविषय झालेल्या नव्या साहित्यकृतीचा वाचकाला परिचय करून देणे आणि तिचा विषयआवाका आणि स्वरूप स्पष्ट करणे हा परीक्षणाचा मुख्य उद्देश असतो. त्या विशिष्ट साहित्यकृतीमध्ये प्रकट झालेले लेखकाचे सामर्थ्य व कौशल्य स्पष्ट करणे आणि त्या साहित्यकृतीचे त्या भाषेच्या साहित्यपरंपरेतील स्थान दर्शविणे हेही कार्य परीक्षणाद्वारे कधी कधी साधले जाऊ शकते. अशा तऱ्हेने एकाच समकालीन साहित्यकृतीचे मर्म समग्रतेने उलगडून दाखवणारा समीक्षात्मक लेखनाचा प्रकार असे परीक्षणाचे स्वरूप नेमकेपणाने सांगता येईल.

सद्य:काळ हा आधुनिकतेच्या पुढच्या टप्प्यावरचा म्हणजे उत्तर आधुनिक कालखंड (आधुनिकोत्तर) आहे आणि तो अभूतपूर्व स्वरूपाचा आहे. उदारीकरण - खासगीकरण - जागतिकीकरण या त्रिसूत्रीवर आधारित बाजारकेंद्री अर्थकारण, त्यातून निर्माण झालेली ग्राहकसंस्कृती, माध्यमक्रांती आणि तिचा प्रभाव, संगणकक्रांती आणि त्यातले मायाजाल, आय. टी. चे वाढते प्रभुत्व, व्यक्तिकेंद्री नवा मध्यमवर्ग, बहुराष्ट्रीय कंपन्यांचे आगमन आणि त्यातली अमानुष स्पर्धा, वाढते शहरीकरण, मूलतत्त्ववादाचा प्रभाव आणि त्यातला हिंसाचार, 'स्व' चे खंडित स्वरूप अशा अनेक घटकांनी 'नवे वास्तव' घडते (आणि बिघडते) आहे. त्यामुळे सर्व तऱ्हेचे संचरनात्मक बदल होत आहेत. त्यांचा प्रभाव व्यक्ती, समाज, संस्कृती आणि भाषेवर

होतो आहे. साहित्यनिर्मिती आणि साहित्यविचारही आता मोठ्या प्रमाणात सामाजिक संदर्भाकडे आणि त्याच्याही पुढे जाऊन संस्कृतिसंदर्भाकडे वळला आहे. त्यामुळे प्रत्यक्ष नवे वास्तव आणि त्यातून निर्माण होणारे साहित्य यांचे आकलन समाजाला करून देणे गरजेचे आहे. आज मानवी जीवनात अस्वस्थता जाणवत आहे. तसाच भयभीतपणा वाढलेला दिसून येतो. चिंताग्रस्त जीवनाकडे वाटचाल आज होत आहे. या अशा पार्श्वभूमीवर ग्रंथवाचनाने माणसाचे मानसिक विरेचन होण्यास मदत होते. माणसाला विचारांची दिशा देण्याचे काम ग्रंथ करतात. म्हणून वाचनसंस्कृती वाढावी, जगण्याविषयी नवनवे आकलन व्हावे या दृष्टीने ग्रंथ हे गुरूच असतात. या ग्रंथांच्या 'परीक्षण' लेखनामुळे एकाच वेळी अनेकांना त्या ग्रंथांचा परिचय होतो. व तो ग्रंथ कशाच्या संदर्भात आहे, त्याचे महत्त्व काय हे सर्व संदर्भ परीक्षणामुळे उलगडले जातात. म्हणून 'वाचाल तर वाचाल' असे जे म्हटले आहे ते योग्यच वाटते.

अ) ग्रंथाचा परिचयः -

१) ग्रंथाची ओळखः -

सर्वप्रथम ग्रंथांची ओळख करून देताना तो ग्रंथ कोणत्या साहित्य-प्रकारातील आहे. उदा. कथा, कविता, नाटक, कादंबरी, चरित्र, आत्मचरित्र इ. कोणत्या प्रकारातील आहे हे सांगणे महत्त्वाचे आहे. तसेच तो ग्रंथ कोणत्या साहित्यप्रवाहातील आहे. उदा. दलितसाहित्य, ग्रामीण साहित्य, स्त्रीवादी साहित्य, आदिवासी साहित्य, लोकसाहित्य, जनसाहित्य इ. कोणत्या साहित्यप्रवाहातील आहे हे सांगणे महत्त्वाचे आहे. ग्रंथनिर्मितीचा कर्ता कोण आहे म्हणजे ग्रंथ संपादन केलेला आहे का स्वत: लेखकाने लिहिलेला आहे याचीही ओळख वाचकांना करून देणे अपेक्षित आहे. ग्रंथ कधी प्रकाशित झाला, आवृत्ती कितवी आहे, प्रथमावृत्ती कधी आली, ग्रंथाचे प्रकाशन कोणते आहे, ग्रंथाच्या मुखपृष्ठाचे छायाचित्र, मलपृष्ठावरील मजकूर देता आला तर अधिक चांगले. ग्रंथाचे मूल्य, एकूण पृष्ठसंख्या या सर्व गोष्टी ग्रंथाची ओळख करून देताना सुरुवातीला अपेक्षित आहेत. तसेच त्या ग्रंथाचा भर कशावर आहे त्या ग्रंथाच्या साहाय्याने मानवी जीवनातील, साहित्यातील महत्त्व थोडक्यात सांगता आले तरी चालेल. सुरुवातीला एवढ्या गोष्टींचे आकलन होणे वाचकांच्या दृष्टीने सोयीचे होईल.

२) मुखपृष्ठ :

मुखपृष्ठाचे छायाचित्र असेल तर उत्तमच; कारण ग्रंथाच्या मुखपृष्ठावरून व मलपृष्ठावरील मजकुरावरून बऱ्याचदा पुस्तकातील आशय समजण्यास मदत होते. काही मुखपृष्ठ पाहिल्यानंतर वाचकाला या पुस्तकात नेमके काय दडलेले आहे अशी

जिज्ञासा, उत्सुकता निर्माण होते. म्हणून ग्रंथाचा परिचय देताना शेजारी मुखपृष्ठ देणे हे आकलनाच्या दृष्टीने वाचकाच्या फायद्याचे ठरते. मुखपृष्ठ पाहिल्यानंतर त्यातून वेगवेगळे संदर्भ हे जाणकार वाचकाला उलगडतात व त्या ग्रंथाविषयी नवनवे संदर्भ जाणून घेण्यास उत्सुकता निर्माण होते. मुखपृष्ठावरून पुस्तकातील विषयाचा संदर्भ लागतो व तो लागावा, या उत्सुकतेपोटीही वाचक ग्रंथ खरेदी करतो. परंतु प्रत्येकवेळी मुखपृष्ठावरून ग्रंथाच्या आशयाचा संदर्भ लागेलच असे नाही. म्हणून मुखपृष्ठ आहे व ते पाहिले की ग्रंथातील आशय कळतो असे नाही. अनेक मुखपृष्ठे समजण्यास, आकलनास जडही जातात. तरी मुखपृष्ठावरील छायाचित्रातून जाणकार वाचकाला वेगवेगळे अर्थ लागतात. म्हणून मुखपृष्ठ व मलपृष्ठावरील मजकूर परीक्षण लिहिताना छापावा. ते वाचकांच्या दृष्टीने सोयीचे होते.

३) ग्रंथातील मुद्दे:-

ग्रंथाचा आशय हा ग्रंथपरीक्षणात येतो. त्याचबरोबर ग्रंथातील मुद्दे येणे वाचकांच्या आकलनाच्या दृष्टीने, ग्रंथाचा संदर्भ समजण्याच्या दृष्टीने फायदेशीर होते. मुद्द्यांमुळे सुटसुटीतपणा येतो व ग्रंथाचे आकलन लवकर होण्यास मदत होते. पुस्तकांतील मुद्द्यांमुळे ग्रंथातील मजकुरावर ठळक प्रकाश पडतो. ग्रंथांतील मुद्दे ग्रंथाची दिशा दर्शवतात. ग्रंथामध्ये कोणत्या गोष्टींवर भर दिलेला आहे हे त्यातून स्पष्ट होते. ग्रंथामध्ये सुरुवातीला अनुक्रमणिका असते ती यासाठीच उपयोगाची असते. जर विश्लेषण मुद्देसूद असेल तर त्यात एक संगती आपणाला दिसून येते. समजण्यास व वाचण्यास ते सोपे जाते. वाचताना महत्त्वाच्या भागावर पुन्हा पुन्हा भर देता येतो. म्हणून ग्रंथातील आवश्यक मुद्दे परीक्षणात येणे अपेक्षित असते.

४) ग्रंथामध्ये कोणत्या विषयावर भर दिला आहे :

प्रत्येक ग्रंथामध्ये वेगवेगळा विषय हाताळलेला दिसतो. ग्रंथपरीक्षण लेखनाच्या वेळी ग्रंथात कोणत्या विषयावर भर दिला आहे, हे थोडक्यात सांगणे महत्त्वपूर्ण ठरेल. कारण वेगवेगळ्या विषयांवर ग्रंथ लिहिले जातात. उदा. सामाजिक, राजकीय, आर्थिक वगैरे विविध विषयांवर लेखन झालेले दिसते. त्या ग्रंथामध्ये कोणता विषय हाताळला गेला आहे हे वाचकाला ग्रंथपरीक्षणातून समजणे गरजेचे आहे. उदा. सदानंद देशमुख यांची 'तहान' ही कादंबरी आहे. यामध्ये 'पाण्याचा प्रश्न' दिवसेंदिवस कसा गंभीर बनत चाललेला आहे, हा विषय हाताळलेला आहे. वाचकाला 'विषय' समजल्यानंतर आपल्या आवडी निवडी नुसार ग्रंथ खरेदी करणे सोपे जाते. आजच्या बदललेल्या जीवनमानानुसार विविध विषयांवर वेगवेगळे ग्रंथ बाजारात येत आहेत. या विविधांगी ग्रंथांची ओळख वाचकाला होण्यासाठी पुस्तकात कोणत्या विषयावर भर दिला आहे हे परीक्षणात येणे जास्त उपयोगी होईल.

५) ग्रंथ कोणत्या हेतूने लिहिला आहे :

जसे प्रत्येक कार्यामागे काही कारण दडलेले असते, तसेच प्रत्येक ग्रंथ-निर्मितीपाठीमागे काही हेतू हा दडलेला असतो. म्हणजे तो ग्रंथ मनोरंजन, उपदेश, विद्यार्थ्यांचा आत्मविश्वास उंचवावा, संशोधन करणाऱ्या अभ्यासकांना उपयोगी पडावा असे विविध प्रकारचे हेतू वेगवेगळ्या ग्रंथांच्या निर्मितीमागे दिसून येतात. परीक्षणामध्ये हेतूचे स्पष्टीकरण येणे हे वाचकाच्या दृष्टीने उपयोगी ठरते. उदा. 'यश तुमच्या हातात', 'नापास मुलांची गोष्ट', 'हाती ज्यांच्या शून्य होते' इ. ग्रंथ हे विद्यार्थ्यांचा आत्मविश्वास उंचवावा त्यांना प्रेरणा मिळावी या हेतूने लिहिलेले दिसतात. लहान मुलांसाठी 'क कवितेचा', 'झाड आजोबा', 'टुणटुण बेडकाचा प्रवास', 'चुळूक बुळूक', 'फुलपाखरू निळं निळं', 'भिंगरी भिंगरी', 'पट पट पुरी' असे विविध ग्रंथ दिसून येतात. मुलांवर संस्कार व्हावेत, त्यांचे भरणपोषण व्हावे, लहान लहान गोष्टींचे ज्ञान त्यांना व्हावे हा हेतू ठेवून हे ग्रंथ निर्माण झालेले दिसतात. तसेच कादंबरी, कथा, कविता इ. साहित्यप्रकारांची उदाहरणेही आपणाला देता येतील. म्हणून प्रत्येक ग्रंथामागे हेतू असतोच व तो हेतू काय आहे याचा उलगडा परीक्षणात येणे योग्य होईल.

ब) ग्रंथ परीक्षण :

१) ग्रंथाच्या आशयाचे विश्लेषण :

सुरुवातीला ग्रंथ कोणत्या साहित्यप्रकारातील आहे हे सांगावे व नंतर त्यातील आशयाचे विश्लेषण हे विस्तृत असावे. आशय समजल्यानंतर ग्रंथाचे आकलन होण्यास मदत होते. तसेच वेगवेगळे संदर्भही वाचकास उलगडतात. ग्रंथाचा आशय समाजजीवनातल्या कोणत्या घटकावर जोर देणारा आहे, त्याचे समाजजीवनातील महत्त्व काय आहे, या ग्रंथात कोणता नवीन विषय हाताळला आहे, कोणत्या समूहाचे चित्रण यामध्ये आले आहे. इतर ग्रंथांपेक्षा यामध्ये आलेला विषय कसा वेगळा आहे, वाचकांच्या दृष्टीने या ग्रंथाचे मोल काय आहे, एकूण साहित्यविश्वात या ग्रंथाचे वेगळेपण काय आहे याचे सविस्तर विवेचन आल्यानंतर ग्रंथाचा आशय समजण्यास मदत होते. उदा. 'झाडाझडती' या कादंबरीमधून विश्वास पाटील यांनी धरणे बांधण्यासारखे राजकीय स्वरूपाचे निर्णय संबंधित धरणग्रस्त ग्रामस्थांच्या जीवनात केवढी उलथापालथ घडवून आणतात आणि या प्रकारामागे किती व केवढे स्वार्थमूलक हीन स्वरूपाचे राजकारण व सत्ताकारण दडलेले असते त्याची जाणीव करून दिली आहे. संसदीय राज्यकारभार पद्धतीवरील ढासळलेला विश्वास, सहकारक्षेत्रातील विचारविश्वाचा ग्रामजीवनातील आचारविचारपद्धतीवर पडलेला प्रभाव आणि सत्प्रवृत्तीच्या

अस्तित्वाविषयी उत्पन्न झालेली साशंकता 'झाडाझडती' ने प्रकट केली आहे. अशा पद्धतीने आशयाचे सविस्तर विश्लेषण असेल तर वाचकाला ग्रंथाचे स्वरूप समजण्यास त्यामुळे मदत होते.

२) ग्रंथ कोणत्या विषयासंबंधी विवेचन करतो :

जसा काळ बदलतो तसा साहित्यातही बदल होतो. बदलत्या परिवर्तनानुसार ग्रंथाच्या विषयांमध्येही वेगळेपणा दिसून येतो. त्या त्या काळाला अनुसरून ग्रंथामध्ये त्या सामाजिक परिस्थितीला अनुसरून विषय हाताळलेले दिसतात. उदा. स्वातंत्र्यपूर्व काळाचा विचार केला तर असे दिसते की तेव्हा स्वातंत्र्याचे वारे वाहू लागले होते अशा पार्श्वभूमीवर साहित्याची निर्मिती होत गेलेली दिसते. उदा. कुसुमाग्रजांची 'क्रांतीचा जयजयकार' सारखी कविता, 'सावरकरांची' कविता, 'कीचकवध' सारखे खाडिलकर यांचे नाटक, अशा वेगवेगळ्या विषयांवर त्यावेळी ग्रंथ निर्माण झालेले दिसून येतील. तसेच स्वातंत्र्यत्तोतर कालखंडाचा विचार केला तर असे दिसते की, १ मे १९६० रोजी महाराष्ट्र राज्याची स्थापना झाली. वेगवेळ्या चळवळींचा उदय झाला. वेगवेगळे साहित्यप्रवाह निर्माण झाले अशा पार्श्वभूमीवर शिक्षणाचे झालेले बाजारीकरण, सहकार क्षेत्रातील भ्रष्टाचार, राजकारणाने होणारी ससेहोलपट इ. विषयांवर 'बारोमास', 'विषयवृक्षाच्या मुळ्या', 'रौंदाळा', 'मेड इन इंडिया', 'सरपंच' अशा विविध ग्रंथांची निर्मिती झालेली दिसून येते. समाजजीवनातील कोणता विषय ग्रंथामध्ये हाताळलेला आहे; त्या ग्रंथातील विषयाचा व एकूण समाजजीवनाचा संबंध काय; महत्त्व काय याचे सोदाहरण स्पष्टीकरण आले तर वाचकाला ग्रंथ समजण्यास ते सोपे जाते.

३) ग्रंथ कोणाला उपयुक्त आहे :

सर्व साधारणपणे बाजारात ग्रंथ विक्रीला आल्यानंतर त्याचे महत्त्वही सांगण्यात येते. परंतु परीक्षणात हा ग्रंथ कोणाला उपयुक्त आहे हे सांगणे सोयीचे होईल. कारण काही निवडक ग्रंथ हे सर्वांनाच उपयोगी असतील, असे नाही. उदा. 'बोक्या सातबंडे', 'डॉलीची कथा', 'टंगळमंगळ', 'प्रिय मुलांनो', 'कानामात्रा', 'एक गमतीचे गाव' इ. ग्रंथ हे लहान मुलांसाठी लिहिले आहेत. म्हणून मुलांच्या दृष्टीने हे ग्रंथ कसे उपयुक्त आहेत याचे विवेचन परीक्षणात यायला हवे. तसेच समीक्षाग्रंथ असतील, संशोधनावरील ग्रंथ असतील तर अभ्यासकांच्या दृष्टीने ते कसे उपयुक्त आहेत हे सांगणे परीक्षणात योग्य ठरेल. वाचकांच्या दृष्टीने ते सोयीचे होते.

वेगवेगळा वाचकवर्ग आपणाला दिसून येतो. त्यामुळे तो तो ग्रंथ कोणत्या वाचकवर्गासाठी उपयुक्त आहे हे सांगणे वाचकांच्या दृष्टीने हितकारक होईल. सर्व वाचकांना गृहीत धरून ग्रंथाची मांडणी झालेली असेल तर त्या संदर्भातील विवेचनही

परीक्षणात असावे. चरित्र, आत्मकथने, आत्मचरित्र या प्रकारच्या ग्रंथांतून प्रेरणा मिळत असते. ती सर्व स्तरांतील वाचकांनी वाचली तरी चालतात. म्हणून त्या ग्रंथांचे महत्त्व वाचकांच्या दृष्टिकोनातून समजण्यास सोपे होईल अशा पद्धतीने यावे. अशा पद्धतीने कोणता ग्रंथ कोणाला उपयुक्त आहे हे आपणाला सांगता येते.

४) ग्रंथाचे साधार विश्लेषण -

सर्वसाधारणपणे ग्रंथाचे विश्लेषण करताना त्या ग्रंथाची चहूबाजूनी केलेली मांडणी परीक्षणामध्ये योग्य ठरते. ग्रंथाचे वाचन करणाऱ्यांमध्ये विविध प्रकारचे चोखंदळ वाचक असतात. म्हणून त्या ग्रंथाची जमेची बाजू सांगण्याबरोबरच त्या ग्रंथामध्ये उणिवा काय आहेत, अजून यामध्ये काय अपेक्षित होते, कोणते घटक, उपघटक कमी पडले, विषयाचे आकलन अजून गांभीर्याने कसे मांडता आले असते, आशय, अभिव्यक्ती, पात्रचित्रण, घटनाप्रसंग, व्यक्तिचित्रण, यांच्या गुंफणीतील चढउतार, तेच तेच विषय येथे पुन्हा कसे हाताळले गेले आहेत, नावीन्यता येण्यासाठी अजून काय अपेक्षित होते या सर्व गोष्टींचे विवेचन परीक्षणात येणे हे आकलन व समजून घेण्याच्या दृष्टीने उपयोगाचे ठरते.

५) ग्रंथाची बलस्थाने :

एखादा ग्रंथ त्याच्या आशय व अभिव्यक्तीच्या रूपाने लक्ष वेधून घेतो. दलित साहित्य प्रवाहातील आत्मकथनांनी एक नवा पायंडा घातलेला आपणाला दिसून येईल. उदा. 'बलुतं', 'उपरा', 'उचल्या', 'अक्करमाशी', 'काळोखाच्या गर्भातील दिवस', 'तराळ - अंतराळ', या सुरुवातीच्या आत्मकथनांनी 'छळ, वेदना, अपमान, भूक, दारिद्र्य हे आम्ही स्वच्छेने स्वीकारले नाही तर समाजव्यवस्थेने ही देणगी आम्हाला दिलेली आहे. पशूपेक्षाही हीन पातळीवरचे जीवन आमच्या वाट्याला आलेले आहे.' हे वास्तव सडेतोडपणे या आत्मकथनांनी समोर आणले व ही सर्व आत्मकथने मोठ्या प्रमाणावर वाचली गेली. त्यांची विविध भाषांमध्ये भाषांतरे झाली हे त्या आत्मकथनांचे, ग्रंथांचे बलस्थानच म्हणावे लागेल. की आतापर्यंत साहित्यात जे चित्रण आले नव्हते ते त्यांनी समोर आणले, म्हणून आशय, अभिव्यक्ती, घटनाप्रसंग, प्रसंगचित्रण, व्यक्तिरेखा या दृष्टिकोनातून ही आत्मकथने वाचक - समीक्षक यांचा अनुकूल प्रतिसाद मोठ्या प्रमाणावर मिळवण्यात यशस्वी ठरली. ग्रंथाचे बलस्थान या दृष्टीने विचार केला तर असे दिसून येते की ग्रंथातील वेगळेपणा नेमका काय आहे उदा. 'मराठी साहित्यातील' 'कोसला' सारखी कादंबरी. या ग्रंथाचा विचार केला असता असे दिसते की यातील भाषाशैली, शीर्षक, अर्पणपत्रिका, सुरुवात शेवट या बाबतीतले वेगळेपण, तसेच एकूण साहित्याच्या संदर्भातले वेगळेपण महत्त्वाचे ठरते. काही समीक्षाग्रंथही ।समीक्षेच्या प्रांतात आपणाला बलस्थानी दिसून

येतात. उदा. 'टीकास्वयंवर', 'साहित्य आणि अस्तित्वभान', 'संज्ञा संकल्पना कोश', 'साहित्याचे संदर्भ', 'साहित्य आणि समाज' या ग्रंथांनी केलेले साहित्याचे निरीक्षण व मूल्यमापन हे एकूणच साहित्यविश्वाला नवे ज्ञान देणारे ठरले म्हणून हे त्या त्या ग्रंथाचे बलस्थानच म्हणावे लागेल. त्याचप्रमाणे 'ययाती', 'मृत्युंजय', 'श्यामची आई', इ. ग्रंथ आजही वाचक मोठ्या उत्साहाने वाचताना दिसतात. कारण त्यातील आशय मानवी जीवनाचे वेगवेगळे संदर्भ उलगडून दाखवणारा ठरतो म्हणून हे त्या ग्रंथाचे बलस्थानच म्हणावे लागेल. म्हणून परीक्षणामध्ये ग्रंथाचे वेगळेपण स्पष्ट करताना त्या ग्रंथाचे बलस्थान स्पष्ट करता आले तर वाचकांच्या दृष्टीने ते फायद्याचे होईल.

क) ग्रंथपरीक्षणामध्ये :

१) विनाकारण कौतुक अपेक्षित नाही :

ग्रंथपरीक्षण करताना ग्रंथाला केंद्रवर्ती ठेवून लेखन अपेक्षित असते, ग्रंथकर्त्याला नव्हे! ग्रंथाचे मूल्यमापन करताना, त्या ग्रंथाचे महत्त्व सांगताना, योगदान स्पष्ट करताना आजच्या साहित्यातील त्याचे महत्त्व याची तटस्थपणे मांडणी करणे अपेक्षित आहे. ग्रंथात उणिवा असतील तर त्याही परखडपणे सांगणे योग्य होईल. विनाकारण लेखक परिचयाचे आहेत, एकाच प्रवाहात लेखन करणारे आहेत, समकालीन आहेत. नवीन आहेत म्हणून चांगले, कौतुकास्पद लिहायचे हे ग्रंथपरीक्षणात अपेक्षित नाही.

२) तटस्थ पद्धतीने ग्रंथाचे आकलन समोर मांडले पाहिजे :

ग्रंथावरील परीक्षण लिहिताना ते तटस्थपणे लिहिलेले असावे. कुठलाही व्यक्तिद्वेष त्यामध्ये येऊ देऊ नये. ग्रंथपरीक्षण निरपेक्षपणे लिहिलेले असावे. पूर्वग्रह दूषितपणा जर त्यामध्ये आला तर ग्रंथावरचे विवेचन बाजूला राहते व व्यक्तिद्वेषाचेच विवेचन करण्यासारखे होते. लेखक, साहित्यकृती आणि रसिक असा लेखनाचा विचार करताना परीक्षणातील मुद्दे हे आकलनाच्या दृष्टिकोनातून त्या ग्रंथावरचे मार्मिक भाष्य असावे. त्यामध्ये जेवढी जास्तीत जास्त हेतूनिरपेक्षितता आणता येईल तेवढी जास्तीत जास्त आणण्याचा प्रयत्न करावा.

३) ग्रंथपरीक्षण हे समीक्षेकडे झुकणारे असावे :

परीक्षणाचे उद्दिष्ट मर्यादित असून ते एकाच साहित्यकृतीशी निगडित असते. तसे समीक्षेचे असत नाही. समीक्षेमध्ये साहित्यकृतीचा सर्वांगीण विचार, एखाद्या साहित्यकृतीची निर्मिती, तिच्यावर परिणाम करणारे विविध घटक या विविध पातळ्यांच्या दृष्टिकोनातून केलेला अभ्यास असतो. तसेच ग्रंथ परीक्षण करताना त्या ग्रंथाचे

मूल्यमापन करताना विविधांगी दृष्टीने, चौकस वृत्तीने, वस्तुनिष्ठपणे मूल्यमापन होणे गरजेचे आहे. म्हणून परीक्षणाचे विशेष समीक्षेत सामावू शकतात आणि कधी कधी ते समीक्षेच्या पातळीवर जाऊ शकतात. परीक्षण आणि समीक्षा यांच्यातील फरक हा प्रकाराचा किंवा दर्जाचा नसून तत्त्वतः तो हेतूच्या आणि लेखनाच्या व्याप्तीचा आहे असे म्हणता येईल.

४) नियतकालिकांमध्ये ग्रंथपरीक्षण प्रसिद्ध होऊ शकते :

एकोणिसाव्या शतकात झालेल्या राजकीय परिवर्तनाचे जे महत्त्वाचे सांस्कृतिक परिणाम मराठी समाजावर झाले, त्याचाच एक भाग म्हणजे इंग्रजी नियतकालिकांच्या धर्तीवर मराठी नियतकालिके प्रसिद्ध होऊ लागली. या नियतकालिकांमधून साहित्याबरोबरच तत्कालीन साहित्यकृती विषयीच्या लेखनासही स्थान मिळू लागले. या लेखनाचा मुख्य उद्देश वाचकांना पुस्तकाची माहिती देणे हा असल्यामुळे पुस्तकाचे नाव, प्रसिद्धीकर्त्याचे नाव, छापखान्याचे नाव, पुस्तकाचा आकार, पृष्ठसंख्या, किंमत वगैरेंचे वर्णन या लेखनात केलेले दिसते. त्यानंतर पुस्तकातील विषय, कथा, कादंबरी, नाटक असेल तर त्यातील कथानक थोडक्यात स्पष्ट केलेले दिसते. नंतर परीक्षणकर्ता त्याविषयीचा आपला अभिप्राय थोडक्यात व्यक्त करतो. एकोणिसाव्या शतकातील नियतकालिकांमध्ये आढळणारे यास्वरूपाचे साहित्यकृतीविषयक लेखन ही मराठीतील पुस्तकपरीक्षणाची सुरुवात होय.

आजही दर्जेदार, उत्तम, चांगल्या नियतकालिकांत ग्रंथपरीक्षणाची चर्चा झालेली दिसते. उदा. 'साधना', 'मिळून साऱ्याजणी', 'समाज प्रबोधन पत्रिका' 'नवभारत' 'युगवाणी', इ. नियतकालिकांत ग्रंथपरीक्षण विषयक लेखन छापून येताना दिसते. नियतकालिकांतील परीक्षणामध्ये समीक्षेच्या अंगाने झुकलेले लेखन बऱ्याच वेळा पाहायला मिळते. त्यामुळे ग्रंथाची येथे बहुअंगी ओळख आपणाला होते. त्यामुळे नियतकालिकांत परीक्षणे आजही मोठ्या प्रमाणात छापून आलेली दिसून येतात.

५) वाचकांच्या मनात ग्रंथ वाचण्याची प्रेरणा निर्माण झाली पाहिजे :

आजच्या दैनंदिन जीवनात ग्रंथ हे माणसाच्या सोबतीला आल्यामुळे ते जगण्यासाठी माणसाला खूप प्रेरणा देतात. चोखंदळ वाचक हा नेहमी उत्तम उत्तम ग्रंथ वाचण्यासाठी शोधत असतो. बाजारात येणाऱ्या नवीन ग्रंथांवर त्याचे लक्ष लागलेले असते. अशा बहुश्रुत वाचकांना वेगवेगळ्या ग्रंथांची ओळख करून देण्याचे काम ग्रंथपरीक्षणामध्ये होत असते. ग्रंथपरीक्षण हे जेवढे मार्मिक असेल तेवढी वाचकांची इच्छाशक्ती जागृत होते. वाचन, लेखन हा काही माणसांचा पिंडधर्मच आज बनलेला दिसून येतो. वाचनाने जीवनातील विविध कंगोरे हे माहीत तर होतातच व आपली दृष्टी चौकस बनण्यास मदत होते. दिवसेंदिवस बदलत चाललेल्या

माहिती - तंत्रज्ञानाच्या युगात कोणाकडेही वेळ राहिलेला नाही. जो तो आपल्या कामात गुंतून गेलेला आहे. अशा माणसांना ग्रंथालयात जाऊन, पुस्तकांच्या स्टॉलवर जाऊन कोणता ग्रंथ वाचायला घ्यावा याबद्दल संभ्रम निर्माण होतो. अशा वाचकाला जर वर्तमानपत्र, नियतकालिकात ग्रंथपरीक्षण वाचायला मिळाले तर त्याला त्या ग्रंथाची ओळख होण्यास मदत होते. म्हणून ग्रंथपरीक्षण हे एकाच वेळी हजारो वाचकांना वाचण्यास मिळत असते. त्यामुळे सर्व प्रकारच्या वाचकांना त्या ग्रंथांची ओळख त्यातून होत असते. आजच्या बदलणाऱ्या समाज, संस्कृती यांच्या रचना, माणसाचे होणारे विघटीकरण, कुटुंबव्यवस्थेतील विघटन, विचारांची होणारी राखरांगोळी, आश्वासनांचे येणारे लोंढे, होरपळणारी माणसे, भयभीत झालेले मानवी जीवन, जगण्याचे निर्माण झालेले विविध प्रश्न अशा या चक्रात माणूस गुरफटलेला आहे. तेव्हा त्याला मानसिक आधार देण्याचे काम, जगण्याची दिशा दाखविण्याचे काम ग्रंथ करीत असतात. म्हणून ग्रंथपरीक्षण हे नेहमी सर्वप्रकारच्या वाचकांना गृहीत धरून लिहिलेले असावे.

६) जिज्ञासा जागृत करण्याचे काम ग्रंथपरीक्षणाने केले पाहिजे :

बऱ्याचदा ग्रंथपरीक्षण वाचल्यानंतर आपल्या मनात उत्सुकता जागृत होते. या ग्रंथात नेमके काय असेल, कोणत्या अंगाने यामध्ये लेखन झालेले असेल. याबद्दल आपल्या मनात जिज्ञासा निर्माण होते व आपण तो ग्रंथ वाचावयास घेतो. कित्येकदा आपल्या परिघाबाहेरचे, चौकटीबाहेरचे लेखन ग्रंथात झालेले असते. त्यावेळेस आपल्याला त्या ग्रंथाचे परीक्षण वाचल्यानंतर त्या ग्रंथातील समाज जीवन, व्यक्तिरेखा जाणून घेण्याची उत्सुकता असते. कारण त्या वाचकाला ते लेखन नवीन असतं म्हणून अशा वाचकांमध्ये उत्सुकता वाढविण्याचे कामही ग्रंथपरीक्षण करीत असतात. उदा. 'प्रकाशवाटा' हा प्रकाश आमटे यांचा ग्रंथ, यामध्ये चंद्रपूर जिल्ह्यातील 'हेमलकसा' या भागातील आदिवासी लोकांच्या जीवनाचा विविधांगी दृष्टीने वेध घेतलेला दिसून येतो. काही अनुवादित ग्रंथ वेगवेगळ्या प्रदेशातील, समाजजीवनातील, विचारसरणीतील अशा विविध आशयाचे असतात. त्यावरील परीक्षण वाचल्यानंतर त्या ग्रंथातील आशय जाणून घेण्यासाठी, त्यातील जीवनमान समजूत घेण्यासाठी वाचकाच्या मनात जिज्ञासा जागृत होताना दिसते.

७) बाजारात आलेल्या नवीन ग्रंथांची ओळख करून दिली पाहिजे :

नवनवीन ग्रंथ हे बाजारात सतत येत असतात. या सर्वच ग्रंथाची ओळख वाचकाला होईलच असे नाही. म्हणून ग्रंथपरीक्षणाने जो ग्रंथ बाजारात नवीन आलेला आहे; त्याचा परिचय करून दिला पाहिजे. सर्व स्तरातील वाचकांचा विचार केला तर प्रत्येक वाचक हा बाजारात आलेल्या प्रत्येक ग्रंथाची माहिती घेण्यास पात्र ठरेलच

असे नाही. तेव्हा जाणकार, जिज्ञासू, चोखंदळ, बहुश्रुत वाचकांना ग्रंथाविषयी माहिती ही नेहमी ग्रंथपरीक्षणातून दिली पाहिजे, आज विविध विषयांवर वेगवेगळ्या ग्रंथांची निर्मिती होताना दिसते. या वेगवेगळ्या ग्रंथांचा वाचकही विविध स्तरातील आहे. अशा सर्व वाचकांना ग्रंथाची ओळख ही परीक्षणाच्या माध्यमातून करून दिली पाहिजे व ते काम परीक्षण करते.

८) ग्रंथाचे महत्त्व स्पष्ट करणे :

ज्या ग्रंथावर परीक्षण लिहिले असेल त्या ग्रंथाचे अभ्यासातील, साहित्यविश्वातील, समाजजीवनातील महत्त्वही स्पष्ट केले पाहिजे. साहित्याचा वाचक हा विविध स्तरातील चोखंदळ वाचक असतो. प्रत्येकाची आवड-निवड ही वेगळी असते. प्रत्येकाचा बघण्याचा दृष्टिकोन निराळा असतो. सामाजिक मूल्यांची जाणीव प्रत्येकाची वेगळी असते. म्हणून अशा सर्व प्रकारच्या वाचकांना परीक्षण वाचल्यानंतर एकूणच पुस्तकाची भूमिका समजण्यास मदत होईल. ह्या दृष्टिकोनातून लेखन केलेले असावे. जाणकार वाचक नेहमी ग्रंथाच्या असणाऱ्या मूल्यमापनाला महत्त्व देतात म्हणून ग्रंथाचे महत्त्व सर्वांना समजण्यास सोपे जाईल अशा शब्दांत मांडणे योग्य होईल.

९) ग्रंथाचे सामाजिक महत्त्व स्पष्ट करणे :

साहित्याचे समाजावर व समाजाचे साहित्यावर नेहमीच बरे वाईट परिणाम होत असतात. त्याचे कारण असे देता येते की लेखक, वाचक आणि भाषा हे साहित्यकृतीच्या संदर्भात लक्षात घ्यायला हवेत असे तिन्ही घटक ‘सामाजिक’ म्हणू अशा एका वस्तूचेच भाग असतात. यामुळेच साहित्याला एक सामाजिक परिमाण प्राप्त होत असते. त्यामुळेच तिथे कलात्मकतेबरोबरच सामाजिकतेचा विचारही महत्त्वाचा ठरतो. म्हणून एखाद्या ग्रंथाचे परीक्षण लिहिताना त्या ग्रंथाचे असणारे सामाजिक महत्त्वही आपणाला स्पष्ट करता आले पाहिजे. उदा. दत्ता सामंत यांनी घडवून आणलेला गिरणी कामगारांचा संप. त्यातून देशोधडीला लागलेले मुंबईतील गिरणी कामगारांचे जीवन, ही संपांतर्गत राजकारणाची फलश्रुती जी. के. ऐनापुरे यांची ‘रिबोट’ ही कांदबरी, वाट लागलेल्या गिरणी कामगारांच्या दु:स्थितीच्या रूपाने रंगवते. अशा प्रकारे त्या ग्रंथाचे सामाजिक महत्त्व काय आहे. येथे या ग्रंथाने, गिरणी कामगारांच्या दु:खाचे चित्रण केलेले दिसून येते म्हणजे सामाजिक दृष्टीने ग्रंथाचे महत्त्व काय आहे. सामाजिक जीवनाला ती साहित्यकृती कशी भिडते हे ग्रंथ परीक्षणातून उलगडले तर वाचकांना आकलन होण्यास सोपे जाते.

१०) ग्रंथ व मानवी जीवन यांचा संबंध उलगडून दाखवणे :

साहित्य हे मानवसापेक्ष आहे. याविषयी दुमत होण्याचे कारण नाही. ‘माणूस’

हा साहित्याचा केंद्रबिंदू आहे. माणसाची कृती, उक्ती, त्याचा स्वभाव, त्याचे अनुभव, त्याच्या संवेदना, जाणीव इ. यांची अभिव्यक्ती साहित्याद्वारे होते. असेही म्हणता येईल की, मानवी स्वभाव, मानवी वर्तन, मानवी अनुभव हे साहित्याचे विषय आहेत. सामाजिक संबंध मानवी संबंधात परावर्तित होतात. म्हणून साहित्यातील मानवी संबंधांच्या अनुरोधाने सामाजिक संबंधांचा अन्वयार्थ लावता येतो. समाजातील स्थितिगतीचे आकलन होण्यासाठी असा अन्वयार्थ लावून साहित्याचे विश्लेषण करता येते. त्यातून सामाजिक निष्कर्ष काढता येतो. हा निष्कर्ष समाज परिवर्तनाच्या अथवा सामाजिक कृतीच्या प्रक्रियेला पुढील दिशा दाखवणारा असू शकतो. असा मार्क्सच्या प्रतिपादनाचा इत्यर्थ आहे.

साहित्य हा समाजसापेक्ष सर्जनशील आविष्कार होय. त्यात मानवी जीवनविषयक अनुभवांचा आकार शोधून अर्थ लावण्याचा प्रयत्न केला जातो. असा अर्थ लावण्याचा प्रयत्न म्हणजेच जीवनाच्या मूल्यांचा वेध घेण्याचा प्रयत्न ठरतो. जीवनविषयक प्रेरणांनीच साहित्य रूपास आलेले असते. ''साहित्य हा विशिष्ट पातळीवर जगण्याचाच प्रकार आहे.'' कविता, कथा, कादंबरी इ. ग्रंथ आपण वाचतो. म्हणजे मनाने त्यातील जीवनच आपण जगत असतो. प्रत्यक्षात ज्याप्रमाणे जीवन जगणे व नंतर त्याचा अर्थ वा अन्वय लावणे हे पौर्वापर्य आपण नकळत पाळत असतो. त्याप्रमाणे साहित्याच्या बाबतीतही साहित्य जगणे व नंतर त्याचा अर्थ वा अन्वय लावणे हा क्रम पाळावा लागतो. हा क्रम पाळणे म्हणजेच जीवनविषयक गांभीर्याचा व म्हणून साहित्यविषयक गांभीर्याचा पुरस्कार करणे होय. जीवन केवळ जगणे व साहित्य केवळ वाचणे हा सामान्य जीवनव्यवहार होय. उलट जे जगलो त्याचे व जे वाचले त्याचे अर्थ करणे हे संदर्भ उलगडणे म्हणजेच जीवनाचे नवनवे आयाम शोधणे होय. या पातळीवर जाऊनच ग्रंथवाचनाने जीवनाचे वेगवेगळे संदर्भ आपण लावले पाहिजेत, शोधले पाहिजे.

जगण्याचा काय किंवा ग्रंथाचा काय अर्थ व अन्वय लावायचा तर इतर अनेक जीवनविषयक संदर्भ उभे करावे लागतात. हे संदर्भ जीवनाला मूलत: असतातच. सामाजिक, राजकीय, आर्थिक, धार्मिक, तात्त्विक, नैतिक अशा अनेक पाकळ्यांनी जगण्याचे फूल उमललेले असते. तसेच ग्रंथांमध्ये मानवी समाजाच्या सांस्कृतिक जीवनातील स्थितिगतीचा आलेख ग्रंथलेखकांमधून प्रत्ययाला येऊ शकतो. परीक्षणामध्ये ग्रंथ व मानवी जीवनसंबंध यांवर चर्चा होणे गरजेचे आहे.

११) ग्रंथ कोणत्या साहित्यप्रकारातील आहे हे सांगणे :

परीक्षणामध्ये जसे त्या ग्रंथाच्या आशयाला, अभिव्यक्तीला, स्पष्टीकरणाला महत्त्व आहे. तसेच तो ग्रंथ कोणत्या साहित्यप्रकारातील आहे हे सांगणेही गरजेचे

आहे. पुष्कळ वेळा वाचकांचा एक व्यूह ठरलेला असतो. तो असा की काही वाचकांना कादंबरी हा साहित्यप्रकार आवडतो व ते सतत नवीन येणाऱ्या ग्रंथाला दाद देतात. म्हणून तो ग्रंथ कथा, कविता, कादंबरी, चरित्र, आत्मचरित्र इ. साहित्य प्रकारांपैकी कोणत्या साहित्य प्रकारातील हे स्पष्ट करणे महत्त्वाचे असते. वाचकांना वेगवेगळे ग्रंथ वाचायला सतत आवडतात. त्या दृष्टीने आपणाला काय आवश्यक आहे, काय नको या दृष्टीने ते विचार करत असतात. म्हणून साहित्यप्रकार कोणता आहे हे सांगणे महत्त्वाचे वाटते.

१२) लेखन व वाचन संस्कृतीची ओळख करून देणे :

दिवसेंदिवस माणसाची संवेदनशीलता हरवत चाललेली दिसून येत आहे. यंत्रयुगाच्या जाळ्यात माणसाचे जीवन गुंतागुंतीचे होऊन गेलेले आहे. गुरफटलेल्या, अस्वस्थपणे जगणाऱ्या माणसाला ग्रंथ वाचनाने प्रेरणा मिळते. जगण्याविषयीचे नवे आत्मभान येते. वाचनाने बौद्धिक, आत्मिक, वैचारिक विकास होण्यास मदत होते. लेखक हा जगण्याविषयीच्या विविध पैलूंना स्पर्श करताना दिसून येतो. लेखनप्रक्रिया ही माणसाला व्यक्त करत असते. माणसाच्या जगण्याचे विविध रंग - तरंग लेखनातून बाहेर पडत असतात. त्याच्या मनाचे प्रकटीकरण विविध भावाविष्कारातून बाहेर पडत असते व ती एक निर्मिती म्हणून वाचकांच्या समोर येत असते. धकाधकीच्या जीवनात दररोज अस्वस्थता येत चाललेली दिसून येते. बदलत्या परिवर्तनानुसार संस्कृती, समाजरचना, वर्तणूक, भाषा हे घटक वेगाने बदलताना दिसतात. साहित्याला एक मानवी मूल्य असते. माणसाची माणूस म्हणूनच संभवणारी प्रतिष्ठा त्यातून जोपासली जाते. माणसाच्या गुणदोषांवर, जयपराजयावर, दयाक्रौर्यावर, सुख - दुःखावर सारख्याच आत्मीयतेने प्रेम करण्याचा प्रयत्न ग्रंथ करीत असतात. या अशा ग्रंथांच्या वाचनाने माणसाचे जीवन समृद्ध होण्यास मदत होते. म्हणून आजच्या काळात लेखन व वाचन या दोन्हीही गोष्टी महत्त्वाच्या आहेत.

१३) लेखकाच्या योगदानाची चर्चा करणे :

लेखक हा निर्मितिक्षम कलावंत असला तरी तो नेहमीच एका विशिष्ट समाजाचा घटक असतो. व्यक्ती आणि समाज यांच्या संबंधाबाबतचे सर्व प्रश्न त्याच्याही बाबतीत उपस्थित होत असतात. त्याच्या कृती - उक्तीला नेहमीच एक सामाजिक परिमाण असते. काही लेखकांची ग्रंथनिर्मिती ही मोठ्या प्रमाणात असते. त्यांचे ग्रंथही मोठ्या प्रमाणात वाचले जातात. त्यावरती समीक्षाही लिहिली जाते. उदा. आनंद यादव, विश्वास पाटील, चंद्रकांत खोत, सदानंद देशमुख, द. मा. मिरासदार इ. नावे आपणाला घेता येतात. म्हणून परीक्षणात त्या ग्रंथांच्या संदर्भात लेखन करताना लेखकाच्या योगदानाची चर्चा केली तर त्या लेखकाचे साहित्यातील महत्त्व वाचकाला

समजण्यास मदत होते. तसेच वाचकाचा संबंधित लेखकाकडे बघण्याच्या दृष्टिकोनातही फरक पडतो. लेखकाचे साहित्य जेवढे महत्त्वाचे तेवढेच त्या लेखकाची ओळख असणेही महत्त्वाचे कारण वाचन करताना त्या लेखकाची एखादी साहित्यकृती आवडली तर त्या लेखकाचा दुसराही ग्रंथ मिळविण्यास सोपे जाते. तसेच लेखक व साहित्य यांचा संबंधही आपणाला तपासून पाहण्यास मदत होते. जिज्ञासू वाचकांना त्या लेखकाचे समग्र साहित्य हवे असेल तर ते मिळण्यासही मदत होते. म्हणून परीक्षण लिहिताना त्या लेखकाच्या योगदानाचीही चर्चा यावी.

१४) ग्रंथनिर्मितीमागची प्रेरणा समजावून सांगणे :

लेखकाच्या अनुभवविश्वातून जगण्याविषयीच्या नव्या आकलनाच्या जाणिवेतून ग्रंथनिर्मितीही होत असते. प्रत्येक ग्रंथाच्या निर्मितीमागची प्रेरणा ही वेगवेगळी असते. वाचकाला बऱ्याचवेळा उत्सुकता लागते की या ग्रंथ लेखनामागची मूळ प्रेरणा काय असेल? कारण प्रेरणा जर समजली तर ग्रंथाचे आकलन होण्यास मदत होते. ग्रंथाकडे नवनवीन दृष्टिकोनातून पाहता येते. उदा. अशोक पवार यांचे 'बिराड' हे आत्मकथन त्याच्या निर्मितीपाठीमागे पालावरचे जग, तेथील जगणं, भटक्यांचे भावविश्व, त्यांच्या जगण्यातील प्रश्न या सर्व अनुभवविश्वातून 'बिराड' या आत्मकथनाचा जन्म झाला आहे. ही सर्व ग्रंथापाठीमागची पार्श्वभूमी वाचल्यानंतर वाचकांमध्ये जिज्ञासा निर्माण होते व तो ग्रंथ जाणून घ्यावा अशी इच्छा निर्माण होते. म्हणून परीक्षणामध्ये नेहमी ग्रंथनिर्मितीची प्रेरणा काय आहे याचे विवेचन येणे गरजेचे वाटते.

ड) ग्रंथपरीक्षणाचे फलित : काही निष्कर्ष

१) वेगवेगळ्या ग्रंथाची ओळख वाचकांना करून देता येते.

२) साहित्यविश्वात ग्रंथाचे असणारे महत्त्व स्पष्ट करता येते.

३) मानवी जीवनात वाचनाचे व लेखनाचे असणारे महत्त्व स्पष्ट करता येते.

४) विविधांगी ज्ञानाची ओळख यातून होते.

५) वाचकाची जिज्ञासा जागृत करण्याचे काम ग्रंथपरीक्षण करते.

६) लेखकाच्या योगदानाची ओळख यामुळे होण्यास मदत होते.

७) वाचकांच्या जाणिवेचे क्षेत्र विस्तारण्याचे काम ग्रंथपरीक्षण करत असते.

८) साहित्यसमीक्षा यांच्या दृष्टीने उपयुक्त

९) साहित्यविश्वातील अंधूक असणाऱ्या संकल्पनांना मदत होऊ शकते.

१०) ग्रंथनिर्मितीमागची प्रेरणा समजण्यासाठी मदत होते.

आज सर्व क्षेत्रांत मोठे बदल घडून येताहेत. एकीकडे उदारीकरण जागतिकीकरणाचा रेटा, दुसरीकडे मूलतत्त्ववाद आणि त्याच्या परिणामी फोफावलेला दहशतवाद या

दुहेरी गोफातून अनेक अंतर्विरोधांचा सामना या काळात करावा लागत आहे. या प्रक्रियेतून जात असलेल्या लेखक, कवींच्या नव्या पिढीच्या लेखनातून जीवनाविषयीचे नवनवे आकलन समोर येत आहे. मराठी साहित्याच्या दिशा चहूबाजूला विस्तारताहेत. वेगवेगळे ग्रंथ आज विविध विषय घेऊन समोर येत आहेत. हे सर्व ग्रंथ, त्यांची ओळख करून देण्याचे काम ग्रंथपरीक्षणे करत असतात. म्हणून उद्याच्या वाचकांसाठी व साहित्याच्या जाणकार अभ्यासकांसाठी मराठी साहित्यातील ग्रंथ हे जीवनाविषयीचे नवे आत्मभान देणारे असतील.

संदर्भ ग्रंथ

१) पवार गो. मा., हातकणंगलेकर, म. द., संपादक, 'निवडक मराठी समीक्षा' साहित्य अकादमी, नवी दिल्ली, प्रथमावृत्ती १९९९.

२) कऱ्हाडे स. रा., 'समाज आणि साहित्य', लोकवाङ्मयगृह प्रकाशन, मुंबई, प्रथमावृत्ती १९९५.

३) राजाध्यक्ष विजया, संपादक, 'मराठी वाङ्मय कोश' खंड ४ था, महाराष्ट्र राज्य साहित्य आणि संस्कृती मंडळ, मुंबई, प्रथमावृत्ती, नोव्हेंबर २००२.

४) कुलकर्णी अ. वा., 'साहित्यविचार', प्रतिमा प्रकाशन, पुणे, प्रथमावृत्ती ऑक्टोबर १९९२.

५) ८३ वे अखिल भारतीय साहित्य संमेलन, पुणे, २०१० 'पुण्यभूषण आजचा काळ, आजचे साहित्य' ही स्मरणिका, पुण्यभूषण फाउंडेशन आणि महाराष्ट्र साहित्य परिषद, पुणे.

■

ग्रंथपरीक्षण : वास्तव व अपेक्षा

- हरेश संपत शेळके

मराठी विभाग, पुणे विद्यापीठ, पुणे ०७

'ललित गद्य : एक वाङ्मयप्रकार'

■ प्रा. डॉ. अरुण कोळेकर ■

'**वा**ङ्मय' हा शब्द आज आपण तोंडी व लेखी अशा सर्वच भाषेच्या अविष्कारासाठी वापरत असतो. भाषा हे एकमेव माध्यम असूनही वाङ्मयाचे वर्गीकरण केले जाते. 'साहित्य' म्हणजे 'ललित साहित्य' असे आपण मानतो. या ललित साहित्याच्या अंतर्गत काही साहित्य प्रकारांचा समावेश केला जातो. परंतु त्याचा विचार याठिकाणी केलेला नसून 'ललितगद्य' या साहित्यप्रकाराची चर्चा, हा या निबंधाचा मुख्य विषय आहे.

ललित वाङ्मयाचे गद्य, पद्य व नाट्य असे तीनच मुख्य प्रकार रेन वेलेक आणि आस्टिन वॉरेन यांनी मानल्याचे आपणा सर्वांना माहीत आहे. ललित वाङ्मयाचे जे साहित्य प्रकार आहेत, त्यामधील 'ललितगद्य' हा एक प्रकार आहे.

मराठीमध्ये शि. म. परांजपे, अ. ब. कोल्हटकर यांच्या निबंधाला वि. स. खांडेकर यांनी उद्देशून 'ललित निबंध' असा राष्ट्रप्रयोग केला आहे. यातील 'ललितगद्य' हा शब्दप्रयोग आपण करुया. यामध्ये 'लघुनिबंध', 'व्यक्तिचित्रे', 'प्रवासलेख', 'आठवणी अनुभव', 'ललित लेख' या सर्वांचा समावेश करता येतो. इंग्रजीमध्ये हा प्रकार "Formless Form' या नावाने ओळखला जातो. यामध्ये लेखनातील मुक्तपणा, मोकळे-ढाकळेपणा, विस्तारशीलता अभिप्रेत आहे. त्यामुळे एक प्रकारची आकारविहीनता त्याला मिळालेली असते. अशा प्रकाराला 'ललितगद्य' असा कोणताही 'बंदिश' न सुचविणारा; परंतु त्याची प्रकृती मात्र 'ललित' असणारा शब्दप्रयोगच वापरणे योग्य ठरेल.

निबंधामध्ये विचारांना व तर्कसंगतीला महत्त्व असते; तर लघु-निबंधामध्ये विचारांपेक्षा अनुभवांना महत्त्व असते. मराठीमधील लघुनिबंध इंग्रजीमधील 'Personal Essay' च्या आधाराने विकसित होत गेला. इंग्रजीतील "Personal Essay' हा फ्रेंच भाषेमधील "Essai' (एसाय) मधून जन्माला आला आहे.

मॉतेन या फ्रेंच लेखकाने इ. स. १५८० मध्ये "Essai' (एसाय) हा लेखनप्रकार फ्रेंच भाषेत रूढ केला. या प्रकारामधील त्यांचे लेखन मुक्त असे आहे. स्वत:ला स्वत:नेच रेखाटण्याचा या लेखनात प्रयत्न केला जातो; असे त्यांनी सांगितले आहे. त्याला गंभीरपणे सांगायचे होते; ते इतर साहित्यप्रकारात सांगितले. या गंभीर सांगण्याशिवाय त्याच्या आसपास काही अनुभव व्यक्त व्हायला उत्सुक होते. ते अभिव्यक्त करण्यासाठी त्यांनी "Essai" चे लेखन केले. त्यांनी आपल्या "Essai' मधून 'मी' ला आलेले अनुभव, आणि 'मी' चे विचार याला मुक्तपणे शब्दांकित केले.

इंग्रजीमधील बेकन हा मॉतेन चा समकालीन होता. त्यांनी पुढे सोळा- सतरा वर्षानंतर हा लेखनप्रकार इंग्रजीत जन्माला घातला. पण हे करीत असतना बेकनने त्याचे मूळ स्वरूपच बदलून टाकले. त्याचा परिणाम असा झाला की, त्याने मॉतेनचा "Essai' (एसाय) विचारनिष्ठ व गोळीबंद करून इंग्रजीमध्ये "Essay" (एसे) या नावाने रूढ केला. बेकनने वैयक्तिक अनुभव सांगण्याऐवजी अनुभवामधील वैचारिकता एसेमधून मांडली. त्यामुळे बेकनच्या रूपाने "Eassy' (एसे) ची पहिली धारा सुरू झाली.

पुढे अब्राहम काउले यांच्या रूपाने 'एसे' ची दुसरी थारा इंग्रजीमध्ये प्रवेश करती झाली. त्यानंतर अनेक प्रकारची मिश्रणे झाली. आणि 'एसे' चा अनेकविधअंगाने विकास होत राहिला.

नंतर १९व्या शतकाच्या आरंभकाळातील लॅम्बचा 'पर्सनल एसे' हा महत्त्वाचा टप्पा मानला जातो. लॅम्बचा विचाराऐवजी आत्मनिष्ठ चिंतनाकडे अधिक कल होता. जॉन्सनसारखा लेखक अशा लेखनाचे वर्णन 'मनाची स्वैरक्रीडा' अशा शब्दांत करतो.

इंग्रजीमध्ये 'एसे' व 'पर्सनल एसे'च्या वेगवेगळ्या व्याख्या, त्याचे स्वरूप व वैशिष्ट्य, सांगण्याचा प्रयत्न झाला. पण त्यांना काटेकोर स्वरूप मात्र देता आले नाही.

आपल्याकडे मराठी साहित्यामध्ये प्रा. ना. सी. फडके यांनी इ. स. १९३० च्या सुमारास इंग्रजीमधील 'पर्सनल एसे' च्या धर्तीवर निबंध लिहिले. त्यालाच 'गुजगोष्टी' असे नामाभिधान मिळाले. पुढे वि. स. खांडेकर, अनंत काणेकर यांनी 'लघुनिबंध' लिहिले.

निबंध - लघुनिबंध यामधील फरक-

प्रत्येक साहित्यप्रकाराचे दुसऱ्या साहित्यप्रकाराशी काही प्रमाणात साम्य दाखविता येते. निबंध व लघु निबंध यामध्येही वरवरचे साम्य आढळते. या दोन्ही प्रकारांत लेखकाचा अनुभव, त्या अनुषंगाने येणारी उदाहरणे असतात; परंतु त्याचे स्वरूप

मात्र भिन्न भिन्न असते. निबंध या प्रकारात लेखक विचारांना अग्रक्रम देतो. त्या विचारांच्या प्रतिपादनासाठी तो वस्तुनिष्ठता, तर्कसंगतपणा, तटस्थता, अलिप्ततता या गुणांची विशेष नोंद घेत असतो. निबंधात विचाराला प्राधान्य असल्याकारणाने अनुभव व उदाहरणे यांना गौण स्थान प्राप्त होते. केवळ विचाराच्या पुष्ट्यर्थ उपयोगी पडतील एवढीच तो योजत राहतो. त्यामुळे निबंधामध्ये 'मी' चे केवळ वैचारिक व्यक्तिमत्त्वाच प्रतिबिंबित होते.

याच्या उलट लघुनिबंधामध्ये विचारांना गौण स्थान प्राप्त होताना दिसते. यामधील विचार अनुभवाचा एक भाग म्हणून येतात. अनुभवातून विचार स्फुरतात तर चिंतन ही अनुभवामधील एक प्रक्रिया असते. लघुनिबंध हा साहित्यप्रकार एका व्यक्तित्त्वाचा म्हणजे 'मी' चा आविष्कार म्हणून महत्त्वपूर्ण ठरला. यावरून निबंध आणि लघुनिबंध यामधील फरक ध्यानात येतो.

ललितगद्यामधील 'मी' च्या जाणिवेचे स्वरूप -

ललित गद्यामधून आविष्कृत होणारा 'मी' हा लेखकाच्या व्यक्तिमत्त्वामधीलच असतो. लेखकाचे मन मुळातच संवेदनशील असते. कथा - कादंबरी - नाटक या साहित्यप्रकारांमधून 'मी' हा 'कल्पनीयतेच्या' आधारावर व्यक्त होतो. यामधील 'मी' हा कल्पनीय असतो. त्यामुळे अशा साहित्यप्रकारात त्याला प्रत्यक्षपणाची संधी मिळत नाही. अशी संधी लेखक ललित गद्यासारख्या साहित्यप्रकारात मिळवतो. यामुळेच हा 'मी' विशिष्ट जाणिवेने प्रेरित होऊन ललितगद्यात अवतरतो.

ललितगद्य लेखनातील 'मी' हा लेखकच असतो. यामध्ये तो आपले नाव धारण करून येत असल्यामुळे ललित गद्यामध्ये काल्पनिक अनुभवांना स्थान नसते. त्यामधील 'मीत्व' किंवा 'आत्मनिष्ठा' इतर साहित्यप्रकारांपेक्षा व्यवच्छेदक असे लक्षण ठरते. मराठीमध्ये १९५० नंतर आमूलाग्र बदलेल्या व विकास पावलेल्या ललित गद्याचे हे व्यवच्छेदक लक्षण जाणवते. इतर आढळणारी त्याची वैशिष्टे ती गुणवैशिष्ट्ये ठरतात. कारण ती इतर साहित्यप्रकारातही सुट्या सुट्या स्वरूपात वावरताना दिसतात.

मराठी मधील ललितगद्याचे स्वरूप -

मराठीमध्ये ललित गद्य १९२५ पासून 'मी' त्वा ची जाणीव जोपासली जात होतीच. याचीही एक लाट त्या काळात होती. १९५० नंतर मात्र या जाणिवेने नवे रूप धारण केले. त्यातूनच प्रवासलेख, व्यक्तिचित्रे, ललित लेख, आठवणी - अनुभव जन्माला आले; व त्यामुळेच 'ललित गद्याला' एक नवे रूप धारण करता आले.

मराठी साहित्याचे स्वरूप १९५० नंतर मुळातूनच अंतर्बाह्य, आमूलाग्र बदलले. या बदलाला अनेक कारणे आहेत. 'नवसाहित्य' ही संकल्पना पुढे आली. यामध्ये 'आत्मनिष्ठा' ही जणू साहित्याचा धर्म बनू लागली. तिचा सर्वच साहित्यप्रकारांवर परिणाम होऊ लागला. अर्थात ललित गद्यही त्याला अपवाद नव्हते. इरावती कर्वे, दुर्गा भागवत, गो. वि. करंदीकर यांसारखी मंडळी या बदलत्या जाणिवेने ललित गद्याचे लेखन करताना दिसतात. एक प्रकारे हा साहित्यप्रकार जुनी कात टाकून नवी कांती धारण करताना दिसतो.

१९४५-५० पूर्वीच्या लघुनिबंधात 'विषयवस्तू' च्या निमित्ताने 'मी' ला आलेले अनुभव खेळकर शैलीत, गप्पांच्या पातळीवर व्यक्त होताना दिसतात. या लेखनाला एक प्रकारचे मोकळे ढाकळे स्वरूप होते. हे स्वरूप मात्र १९४५-५० नंतर पूर्णपणे पालटले. आता मात्र '२ललित गद्य' 'मी' त्वाच्या आविष्कारात, शोधामध्ये अधिक गुंतला गेला. पूर्वीची नटवी अशी आत्मप्रदर्शनात्मकता गेली आणि 'मी' त्वाचे मन:पूर्वक दर्शन घडवू लागली. विचारांचे स्वरूप जाऊन चिंतनात्मकता आली. गप्पांच्या खेळकर जागी एक प्रकारची अंतर्यामी गंभीरता आली.

प्रवासलेख, व्यक्तिचित्रे, ललित लेख, आठवणी- अनुभव, लघुनिबंध यांची १९५० नंतर नव्याने मांडणी होऊ लागली.

अ) प्रवासलेख -

आजपर्यंत प्रवासलेखामध्ये 'स्थळ' व 'प्रदेश' यांना महत्त्व होते. ते कमी झाले. जो कोणी 'स्थळ' 'प्रदेश' पाहणारा 'मी' आहे, त्याला महत्त्व प्राप्त झाले. स्थळ, प्रदेशाइतकाच 'मी' महत्त्वपूर्ण ठरला. स्थळ, प्रदेश पाहत असताना 'मी' च्या होणाऱ्या वेगवेगळ्या प्रतिक्रिया मग ती भावनात्मक असो, कल्पनात्मक असो, त्याची होऊ पाहणारी मनस्थिती, त्या अनुषंगाने होणारे चिंतन, निसर्ग, सभोवतालचा परिसर याचा मनाने घेतलेला आस्वाद इ. गोष्टींना स्थळ - प्रदेशाइतकेच अनन्यसाधारण महत्त्व प्राप्त झाले.

त्यामुळे मराठीमधील प्रवासलेखांचे अंतरंग आणि बहिरंग पूर्णपणे बदलून गेले. प्रवासचित्रणात्मक लेखन हे स्वाभाविकपणे प्रथम पुरुषी असते. यात 'मी' ला टाळणे जवळजवळ अशक्य असते.

प्रवासात भेटलेले स्थळ, गांव, प्रदेशविषयक अनुभवाच्या बाबतीतच 'मी' ला सांगावयाचे असते. त्या अनुभवाच्या कक्षेबाहेर, परीघाबाहेर तो जाऊ शकत नाही. तेवढ्यापुरताच त्याच्या व्यक्तिमत्त्वाचा, 'मी' त्वाचा आविष्कार तो करीत असतो. तिथे तेवढेच आवश्यक असते.

प्रवासलेखात 'विषय-वस्तूचा' प्रभाव इतर उपप्रकारापेक्षा वाढलेला असतो.

'मी' ला भेटलेली गावे, स्थळे, प्रदेश यांचा कालक्रमाने निर्देश करावा लागतो. त्यामुळे प्रवासलेखांमधील 'मी' चे अनुभव क्रमनिष्ठ येतात, यायला हवेत. प्रवासलेखामधील 'मी' ला आलेला प्रत्येक अनुभव एक दुसऱ्यापेक्षा वेगळा असतो, स्वतंत्र असतो. हा अनुभव कोणत्या एका विषय केंद्राला बांधलेला नसतो. तो फक्त 'मी' ने घेतलेला असतो.

थोडक्यात, प्रवासलेखात 'विषय-वस्तू' आणि 'मी' त्व या दोहोंनाही सारखेच महत्त्व असते. इतर उपप्रकारापेक्षा तुलनेने 'मी'त्वाला कमी प्राधान्य तर 'विषय-वस्तूला' अधिक प्राधान्य, महत्त्व असते.

(ब) व्यक्तिचित्रे -

प्रवासलेखात 'मी'त्व आणि 'विषय-वस्तू' यांना जे समसमान स्थान असते ते व्यक्तिचित्रांमध्ये नसते. यात 'मी'ला गौण स्थान मिळते आणि 'विषय-वस्तू' ला मुख्य स्थान मिळते.

व्यक्तिचित्रांच्या बाबतीत पु. ल. देशपांडे यांनी रेखाटलेली 'व्यक्ती आणि वल्ली'मधील व्यक्तिचित्रे हा एक भाग करता येतो आणि त्यांच्याच 'गणगोत' मधील किंवा प्रभाकर पाध्ये यांच्या 'व्यक्तीवेध'मधील व्यक्तिचित्रे हा दुसरा भाग करता येतो.

या दोन्हीही प्रकारच्या व्यक्तिचित्रांमध्ये 'विषय-वस्तू' ही इतर कोणीतरी 'व्यक्तीच' असते. पहिल्या प्रकारच्या व्यक्तिचित्रांमधील व्यक्ती वास्तव वाटत असली तर ती जीवनघटित नसते. याचाच अर्थ असा की, ती व्यक्ती वास्तव वाटत असली तरी ती जीवनघटित नसते. म्हणजेच, ती व्यक्ती प्रत्यक्ष समाजात असेलच असे नाही. या प्रकारात लेखक काय करतो, तर एक वैशिष्ट्यपूर्ण माणूस म्हणून विषय-वस्तूचे रेखाटन करतो. पु. ल. देशपांडे यांच्या 'व्यक्ती आणि वल्ली' मधील रेखाटलेल्या व्यक्तिचित्रासंबंधी हे तपासून पाहता येईल.

व्यक्तिचित्रांच्या दुसऱ्या प्रकारामध्ये विषय-वस्तू झालेली व्यक्ती ही 'मी' च्या जीवनातील एक घटित-वस्तू म्हणून आलेली असते. या प्रकारामध्ये व्यक्ती ही मुख्य स्थानी असते आणि तिचा अनुभव सांगू पाहणारे 'मी' त्व मात्र गौण स्थानी असते. असे त्याचे स्वरूप नसेल तर 'व्यक्तिचित्र' म्हणून हा प्रकार यशस्वी होत नाही. विद्याधर पुंडलिक यांची 'आवडलेली माणसे' ही व्यक्तिचित्रे या ठिकाणी आठवितात.

क) ललित लेख :

ललित लेखामध्ये 'मी'त्वाचा आविष्कार 'मी' च्या नावाने होत नाही. 'मी'चा या ठिकाणी लोप होतो. वस्तुनिष्ठपणा दाखविण्याचा आभास लेखकाने निर्माण केलेला असतो. उदा. 'ताजमहाल ही विषय-वस्तू असेल, तर कोणाही व्यक्तीने तो कसा अनुभवावा अशी वस्तुनिष्ठ प्रकारची स्थिती त्या अनुभवाला प्राप्त करून

देण्याचा प्रयत्न लेखक करतो. या ठिकाणी 'ताजमहाल' ही विषय-वस्तू लेखकातील 'मी' ने अनुभवलेली असते. ललित लेखनाचा हा प्रकार 'मी'चा उल्लेख न करता लिहिला जातो. मराठीमधील माधव आचवल यांनी लिहिलेले 'किमया' मधील लेख याचे उत्तम उदाहरण ठरेल.

(ड) आठवणी - अनुभव -

आठवणी - अनुभवांसारख्या लेखनामध्ये विषय-वस्तूला प्राधान्य दिले जाते. १९५० नंतरच्या कालखंडामध्ये या स्वरूपाच्या लेखनामध्ये 'मी' त्व प्रतिष्ठित पावले आहे. या काळात लेखकांचा कल गतायुष्यातील अनुभव आणि आठवणी सांगण्याकडे असल्याचे जाणवते. 'मी'त्वाला भावणारे, जाणवणारे भूतकालीन वास्तव अशा लेखनात व्यक्त होताना दिसते.

(इ) लघुनिबंध -

लघुनिबंधात 'विषय' निमित्त म्हणून वावरतो. परंतु विषयाच्या निमित्ताने 'मी'चे अनुभव शब्दांकित झालेले असतात. यामध्ये अनुभवाला एक मोकळेपणा आलेला असतो. पर्यायाने हे 'मी'चे मोकळेपण असते. याचाच अर्थ असा की, लघुनिबंधाचा मुख्य विषय हा 'मी' च असतो. असा 'मी' केवळ विषयाच्या निमित्ताने अभिव्यक्त होताना दिसतो.

अशा रीतीने प्रवासलेख, व्यक्तिचित्रे, ललितलेख, आठवणी - अनुभव, लघुनिबंध हे ललित गद्याचे पाच उपप्रकार मानता येतील. 'ललित गद्य' या सर्व समावेशक अशा शीर्षकांतर्गत हे पाच उपप्रकार आज समाविष्ट झालेले आढळून येतात. हे पाचही उपप्रकार एकमेकांसारखे जाणवत असले तरी पहिला उपप्रकार म्हणजे दुसरा नव्हे व दुसरा म्हणजे तिसरा नव्हे हे लक्षात येते. एवढेच नव्हे तर या पाच उपप्रकारांचे एकत्रीकरणही होऊ शकते, हेही नाकारता येणार नाही. केवळ साहित्यप्रकारांच्या अभ्यासाची एक सोय, एक शिस्त एवढ्यापुरतेच आपणाला हे वर्गीकरण, उपप्रकार मानता येईल. शेवटी साहित्यिकाला, कलावंताला आपला अनुभव अभिव्यक्त करणे महत्त्वाचे वाटत असते. त्याच्या दृष्टीने साहित्यप्रकार महत्त्वाचे नसतात. ललित गद्य आणि त्याच्या उपप्रकारांबाबतही आपणाला असेच म्हणता येईल.

ललित-गद्याचा घाट -

इतर साहित्यप्रकारांचा जसा घाट संभवतो, तसा ललित गद्याचाही घाट संभवतो का? असा प्रश्न आपणासमोर उपस्थित होऊ शकतो. 'ललित गद्य' या सर्वसमावेशक नावाखाली वर जे उपप्रकार आपण मानले आहेत. ते सर्व स्वतःचा

एक घाट घेऊनच आलेले आहेत. या सर्व उपप्रकारांमध्ये 'मी' त्वाचा आविष्कार हे व्यवच्छेदक लक्षण आढळून येते. पण इतर गुणात्मक वैशिष्ट्ये एकमेकांपेक्षा वेगळी आहेत. त्यामुळे या सर्वांचा मिळून एक घाट कल्पिता येणे अवघड होऊन बसते.

याबाबत एक गोष्ट आपल्या लक्षात येईल की, 'ललित गद्य' या साहित्यप्रकाराच्या निर्मितीप्रक्रियेतच द्विकेंद्रित अशी रचना आढळून येते. ती म्हणजे 'मी' त्व आणि हे 'मी' त्व ज्याच्या आधारे अभिव्यक्त होऊ पाहते ती 'विषय-वस्तू' त्यामुळे ललित गद्याचे लेखन कधी 'मी'त्वाच्या आविष्काराच्या अंगाने तर कधी 'विषय-वस्तूच्या' अंगाने होते. पण बहुतेक वेळा या दोहोंचाही तोल साधण्याचा प्रयत्न होताना दिसतो. त्यामुळे ललित गद्यासारख्या साहित्यप्रकाराचा घाट नेहमीच दोलायमान स्थितीत असतो. त्यामुळे घाटाच्या बाबतीत एक प्रकारची अनिश्चितता वाट्याला येते. म्हणून मराठीमध्ये ललित गद्याला घाट नसलेला साहित्यप्रकार (इंग्रजीमध्ये ज्याला Form-less Form) म्हणून ओळखला जातो.

ललित गद्याचे गुण विशेष -

(अ) 'मी' त्वाचा आविष्कार -

ललित गद्यामध्ये 'मी' त्व हे कल्पनेतले नसते, तर वास्तवामधील लेखकाच्या 'मी' शी नाते सांगू पाहणारे, संवाद स्वरूपाचे व्यक्तिमत्त्व असते. ललित गद्यामध्ये 'मी' हा कल्पनीय पातळीवर प्रकटण्याचे, वावरण्याचे नाकारत असतो. हे लेखन 'मी' त्वाच्या आविष्कारासाठी धडपडत असते. याप्रकाराला 'मी' त्वाचे व्यवच्छेदकत्व प्राप्त झालेले असते. हा 'मी' लेखकाच्या व्यक्तिमत्त्वामधील असतो. ललित गद्य लेखनामध्ये 'मी' त्वाचा आविष्कार हा त्याचा मुख्य गुणविशेष आहे.

(ब) काव्यात्मता, चिंतनात्मक -

या लेखनात 'मी' ला स्वत:विषयची एक प्रकारची आत्मीयता असते. स्वत:ला उत्कट होण्याचा व शोधण्याचा तो प्रयत्न असतो. अशा प्रयत्नामुळे ललित गद्यामध्ये काव्यात्मकता व चिंतनशीलता अवतरू लागते. या लेखनामध्ये 'मी' हाच विषय असतो. एकप्रकारे 'स्व' विषयी घेतलेला शोध असतो. तो 'मी' नेच घेतलेला असतो. त्याने तो कसा घ्यावा याचे त्याला बंधन नसते. त्याचे त्याला स्वातंत्र्य असते. त्यामुळे नकळतपणे ते 'मी' चे काव्यात्म आणि चिंतनशील असे समर्थन असते.

ललित गद्याच्या मर्यादा -

ललित गद्य लेखनामध्ये अभिव्यक्त होणारा 'मी' हा लेखक 'मी' शी संवाद साधत असतो. 'मी' चे हे असणे कोणत्याही ललित गद्याचे वैशिष्ट्य असते. या

त्याच्या गुणविशेषांमुळे त्याला काही मर्यादाही पडतात. ललित गद्याचा विषय लेखकांमधील 'मी' हाच असतो. तो 'मी' पुरेसा व्यक्त झाला की, नंतरच्या त्याच्या लेखनात एक प्रकारची स्थिरता, सांकेतिकता येऊ लागते आणि तीच ललित गद्य लेखनाची मर्यादा ठरते.

जशी 'मी' त्वाला सांकेतिकता, स्थिरता येते तशीच ललित गद्यामधील विषयवस्तूलाही मर्यादा पडते. कारण त्याला मिळणारे लेखन-विषयही त्याच्या मर्यादित अशा जगण्यातून व जीवनातून मिळत असतात; त्यालाही मर्यादा पडतात.

ललित गद्य लेखनाच्या या जरी मर्यादा असल्या तरीही तो आणखीन विकास पावावयाचा असेल तर 'मी' चे व्यक्तिमत्त्व अनेक गुणांवगुणांनी समाजजीवनाच्या प्रत्यक्षाच्या पातळीपर्यंत थेट जाऊन भिडणारे असले पाहिजे. त्याचबरोबर समाजजीवनातील सर्व स्तरामधील लेखकांनी या वाङ्मयप्रकाराकडे अधिकाधिक वळायला हवे.

अशा प्रकारे ललित गद्य हा वाङ्मयप्रकार समजावून घेता येईल.

संदर्भ ग्रंथ

(१) भागवत श्री. पु., रसाळ सुधीर, पाडगांवकर मंगेश व इतर - साहित्य. अध्यापन आणि प्रकार (वा. ल. कुलकर्णी गौरवग्रंथ), पॉप्युलर, मौज प्रकाशन १९८७.

(२) यादव आनंद - 'ललित गद्याचे तात्त्विक स्वरूप आणि मराठी लघुनिबंधाचा इतिहास' - मेहता पब्लिशिंग हाऊस, १९९५

(३) जोशी रा. भि. - 'वाटचाल (प्रस्तावना - वा. ल. कुलकर्णी), मौज प्रकाशन, चौथी आवृत्ती, १९९६

■

'ललित गद्य : एक वाङ्मयप्रकार'

- प्रा. डॉ. अरुण कोळेकर

'मायबोली' श्री स्वामी समर्थ

गृहनिर्माण संस्था, प्लॉट नं. ४०

सोनोरी रोड, सासवड

ता. पुरंदर, जि. पुणे.

प्रार्थनेची घंटा - एक आस्वाद

■ डॉ. अपर्णा साबणे ■

'प्रार्थनेची घंटा' हा अशोक कोतवाल यांचा एक वेगळा अनुभव देणारा, विचार करायला लावणारा समर्थ लेख संग्रह आहे. अशोक कोतवाल हे कवी आहेत. त्यांचे कवी मन आपल्याला हा ललित लेख संग्रह वाचताना सतत जाणवत रहाते. त्याच बरोबर त्यांच्या अस्वस्थ मनाचे प्रतिबिंब त्यांच्या या लेखातून जाणवते. त्यांना आलेले अनुभव त्यांनी आपल्या कल्पनेच्या कुंचल्यातून एखाद्या चित्राप्रमाणे रेखाटलेले आहेत. अशोक कोतवाल यांनी त्यांच्या लहानपणी काही गोष्टी अनुभवल्या. त्या गोष्टी त्यांच्या मनावर खोलवर रुतून बसल्या होत्या. पुढे मोठेपणी या आठवणींनी त्यांच्या मनात फेर धरला. त्या आठवणी, त्यातील गूढता, सौंदर्य त्यांना प्रकर्षाने जाणवू लागले, आणि त्यांनी मनाच्या विशिष्ट अवस्थेत हे लेख लिहून काढले.

'प्रार्थनेची घंटा' या ललित लेख संग्रहात एकूण पंधरा ललित लेख आहेत. प्रत्येक लेखात त्यांनी वेगवेगळी व्यक्तिचित्रे रेखाटलेली दिसतात. पण त्यांच्या मनावर संन्यासी / बैरागी / गोसावी यांच्याबद्दल एक गूढ आकर्षण असल्याचे दिसते. त्यांच्या ललित लेखातील हे संन्यासी अनाकलनीय वागत बोलत असल्याचे दिसतात. त्यातून अध्यात्माच्या एका वेगळ्या पायरीवर ते आपल्याला नेऊन ठेवतात. त्यातील अर्ध खोलवर विचार करायला आपल्याला भाग पाडतात. **'सूर्यास्ताची वेळ'** मधील संन्यासी ते शब्द सामर्थ्याने आपल्या डोळ्यासमोर जसाच्या तसा उभा करतात. ''या संन्यासाची दाढी काळी पांढरी, अनेक गाठी मारलेली त्याच्या छातीवर रेलताना दिसे. त्याच्या लांबच लांब जटा कधी मोकळ्या तर कधी अंबाडा बांधलेल्या अवस्थेत दिसत. त्याचे डोळे अतिशय टपोरे, तेजस्वी आणि सतत कुणावर तरी रोखल्यासारखे भासत. चेहऱ्यावर विलक्षण तेज आणि त्यामुळे त्याच्या नाकाच्या शेंड्यावर असलेला तीळ अधिकच मोहक दिसे.'' (पृ.११)

हा संन्यासी भगवी वस्त्रे परिधान करून कधी हर्मोनियमची पेटी गळ्यात

अडकवून तर कधी डफ घेऊन डोंगरातून गावात यायचा व रामाचे भजन म्हणायचा. लोक आपण होऊन त्याच्या झोळीत भिक्षा टाकीत. तो कोणाकडेच भिक्षा मागत नसे. आजारी व्यक्ती त्याच्या वाटेवर झोपत असे. तो अंगावरून गेल्यावर इडापिडा टळते असा त्यांचा समज होता. कोणाच्या घरी तो गेला तर लोक त्याचे पाय धूऊन ते पाणी तीर्थ म्हणून आपल्या डोळ्याला लावीत. त्याला प्रश्न विचारीत. प्रकरण गंभीर असेल तर तो किंचाळत असे. सगळे घाबरत मग त्याला शांत करत. नंतर तो असंबद्ध भाषेत बडबड करत राही. नंतर शांत झाल्यावर तो उपाय सांगत असे.

या संन्यासापेक्षा लेखकाला डोंगरावर या संन्याशाने लावलेल्या ज्योतीचे आकर्षण होते. एक दिवस सकाळीच लेखक त्या डोंगरावर गेला. अनेक प्रश्न लेखकाला त्या संन्याशाला विचारायचे होते. लेखक त्या संन्याशाच्या जवळ गेल्यावर काल मनाने तो या डोंगरावर येऊन गेल्याचे संन्याशाने सांगितले. लेखकाला आश्चर्य वाटले. त्याच्या मनातील प्रश्न मात्र अनुत्तरितच राहिले. आता मला या डोंगरावरून जावे लागेल असे तो संन्यासी म्हणाला. दुसऱ्या दिवशी त्या डोंगरात एक वणवा पेटलेला दिसला. संन्याशी जळून खाक झाला, असे काही लोक म्हणाले तर संन्याशी म्हणजे साक्षात देवाचे रूप. त्याची राख कशी होणार? असे काही जण म्हणत होते. शेवटी संन्याशाला काही होणार नाही यावर सर्वांचे एकमत झाले. दुसऱ्या दिवशी डोंगरावर फक्त राख होती. लोकांनी संन्याशाचा खूप शोध घेतला. एका झुडपात संन्याशाच्या अंगावरील वस्त्र अडकलेले दिसते. सगळा गाव हळहळला पण लेखकाचे डोळे मात्र संन्याशाने सांगितलेल्या डोंगरापलीकडचा डोंगर शोधत होते.

'तिन्हीसांजा' या ललित लेखातील बैरागी वेगळा ''मी विलक्षण भांबाहून आवाजाच्या दिशेने पाहिलं तर एक बैरागी देहभर भस्म लावलेल्या अवस्थेत समाधीच्या उजव्या कोपऱ्यात बसलेला दिसला.'' (पृ. ३०) हा बैरागी सुद्धा कोड्यात बोलणारा तर 'प्रार्थनेची घंटा' मधील हा लेखकाच्याच भाषेत सांगायचे झाले तर ''अंगभर भस्म, गुडघ्यापर्यंत भगवा झगा, कमरेला लटकणारा गुरांच्या गळ्यातील घंटेच्या आकाराचा बसका लाकडी घोगर, घोगरा जवळ भस्म भरलेली लोंबत असलेली थैली, काखेत झोळी, एका हातात भला मोठा चिमटा, नि दुसऱ्या हातात भिक्षापात्र घेऊन सूर्य पश्चिम दिशेला झुकत असतानाच हा गोसावी गावात यायचा.'' (पृ. ३८) घोगर म्हणजेच घुंगरू. त्याच्या घोगराकडे बघून लेखकाने त्याला विचारले ही कोणती घंटा आहे; त्यावर त्या बैराग्याला राग आला तो किंचाळला ''कौनसी घंटा? ...... ईश्वरको पाने की या छुटकारा कराने की?'' आणि मग लेखकाच्या काय आपल्याही मनात प्रश्न उभा राहातो ईश्वराकडे जाण्याची घंटा कोणती? आणि ईश्वरापासून दूर जाण्याची घंटा कोणती?

'पायवाटा' मधील साधू हा मुलांनी केलेल्या चिंचेच्या लाल - पिवळ्या फुलांचा मुलांनी शंकराच्या पिंडीत केलेला लगदा खाणारा व जाताना आशीर्वाद देऊन जाणारा. लेखकाला पांढरा शुभ्र शंख देणारा. तर 'खिडकी' तला साधू हा खिडकीच्या रूपकाद्वारे खिडकीचा अर्थ सांगणारा. 'क्षितिज आणि मी' मधील साधू निसर्गातून जीवनाचा अर्थ शोधायला सांगणारा. 'बडबड व्यर्थ आणि सार्थ' मधील साधूंचे टोळके फक्त स्वार्थ बघणारे, माणुसकीचा अर्थ न समजणारे. 'संदर्भाच्या शकुनवेळा' मधील संन्यासी कशाचीही आसक्ती न धरणारा, पण मुक्तीची मात्र आसक्ती असलेला "मूठ वळवलेला उजवा हात करून हा संन्यासी एका पायावर झाडाखाली गावाच्या वेशीवर उभा. काळीभोर भरदार दाढी, डोळे बंद, लोंबणाऱ्या जटा - चेहऱ्यावर जीवनातील सारं चैतन्य जणू शांतपणे पहुडलेलं" (पृ.१३२)

अशोक कोतवालांनी या ललित लेखात या साधू, बैराग्यांच्या रूपाने जीवनाच्या संदर्भात वेगळा विचार करण्याची दिशा दाखविली आहे. या साधू, बैराग्यांचे त्यांच्या आयुष्यातील असलेले स्थानही दाखवून दिलेले आहे. या संदर्भात त्यांनी काही प्रश्न ही विचारलेले आहेत. "मी कोण? संन्याशाचाच एक अंश की संन्यासात माझाच एक अंश ही प्रतारणा माझी !... संन्याशाशी की माझ्या आत्मशक्तीशी? मी जिंकलो.... की दुबळा झालो?" (पृ.१३४)

अशोक कोतवालांना एक अपवाद वगळता बाकीचे सर्व साधू, संन्यासी जीवनाचा वेगळा विचार करायला लावतात. सो ऽ हम - को ऽ हम पाशी घेऊन जातात. या साधू, बैराग्यांविषयी अशोक कोतवाल म्हणतात "यातील बरेचसे भावविश्व माझ्या अनुभवांशी निगडित असले तरी ते कल्पनेतून साकारण्याचा मी प्रयत्न केलेला आहे. उदा. साधू, बैराग्यांविषयीचे माझे आकर्षण त्यांचे विचित्र वागणे. चमत्कारिक व सूचक बोलणे हे मी जाणीवपूर्वक आणले नसून त्या घटनांशी निगडित म्हणून ते अपरिहार्यपणे आलेले आहे. कदाचित वाचकांना त्याची पुनरावृत्ती जाणवू शकेल" (मनोगत)

अशोक कोतवालांनी या ललित लेखात रेखाटलेल्या व्यक्तिरेखा या जिवंत, रसरशीत आहेत. 'सूर्यास्ताची वेळ' मधील निळे डोळे असणारी गोरी, बगळ्यांकडे कवडी मागणारी चिमुरडी मुलगी, निरागसपणे नाजूक बोटांवर कवडी बघते. त्या बगळ्यांबरोबर एकरूप होऊन नाचू लागते, आणि नाचता नाचता डोहात पडते. गावकरी या डोहाला कवडीचा डोह म्हणतात. सारेच कसे विलक्षण अद्‌भुत.

'सावल्या' मदील पडवीत पडणाऱ्या सावलीवर घड्याळ सांगणारी आजी. ही आजी रात्री झोपताना दाराला रिकामे डबे ठेवून त्यावर घमेले ठेवायची, आजूबाजूला अजून काही वस्तू ठेवायची, याचे कारण विचारल्यावर समजा चोर आले तर दाराला धक्का बसेल व भांडी खाली पडतील त्याने जाग येईल, असे सांगायची. अनुभवातून

आलेले शहाणपण येथे जाणवून जाते. यातील ''माई ही प्रचंड वाड्याची मालकीण तिच्या गोऱ्यापान कांतीवर सुरकुत्यांतून विलक्षण झळाळणारं तिचं गतकाळच वैभव ठायी ठायी दिसून येई. माई भला मोठा खानदेशी पदर घेऊन, आपलं पांढरं फटफटीत कपाळ झाकण्याचा प्रयत्न करीत वाड्याच्या पडक्या भिंतीच्या सावलीत भ्रमिष्टासारखी काही बाही बडबडत खाटेवर बसलेली असायची'' (पृ.२०)

माईची परिस्थिती चांगली होती तेव्हा भल्या पहाटेच तिच्या ताक घुसळण्याचा आवाज येई. लोक तिच्याकडे ताक आणायला जात. आठवड्यातून दोन दिवस माई गोरगरिबांत भरपूर घट्ट लोणी असलेल ताक देत असे. कोणी आजारी असेल तर तोंडाला चव येण्यासाठी माईकडून कढी घेऊन जाई. पुढे माईच्या एकुलत्या एका मुलाने सर्व इस्टेट दारूत आणि सट्यात घालविली आणि माईला देशोधडीला लावून तो निघून गेला. त्या वेळेपासून त्या भंगलेल्या वाड्याच्या भितींला माई खाटेवर बसत असे. भ्रमिष्ट होऊन आधाराच्या काठीने बडबड करत मारत राही. कधी कधी शहाण्यासारखे बोलत असे. एक दिवस वीज पडून माई गेली, यातच एक अनामिक वेडसर व्यक्ती लेखकाशी वरून वेडपट वाटणारा परंतु अंतर्मुख करणारा संवाद करते आणि सावल्यांच्या काळ्या रंगावरून जीवनाचे तत्त्वज्ञान सांगून जाते. शेजारच्या घरी येणारे आजोबा ''ह्या लांब लांब मिशा! चकाकणारे मिचमिच डोळे हातात वाकलेली आकड्याची काठी आणि पायात करकर्र वाजणारे चामडी बूट, असा त्यांचा अवतार'' (पृ.२४) हे आजोबा अंधारात कंदिलाच्या वातीत हाताने भिंतीवर सावल्या पाडून घोड्याचे पळणे दाखवीत, तोंडाने आवाज करीत. मुले खुष होऊन जात. कधी आगगाडीचा आवाज काढीत. असे हे आजोबा अचानक गेले. परत कधी न येण्यासाठी. त्यांची जागा चालवायला पहाडाच्या रस्त्याकडून ''तांबडी पगडी, बारीक काठाचं धोतर आणि काळा कोट घातलेला एक मिशाळ म्हातारा बाबा किरमिजी रंगाच्या घोड्यावर बसून गावाकडे येत जात असे. (पृ.२४) प्रथम त्याची भीती वाटायची पण नंतर त्याचा प्रसन्न चेहरा पाहून व त्याच्या खाऊ देण्याने त्याच्या बद्दलची भीती संपली. पण नंतर एकदा फक्त त्याचा घोडाच आला आणि परत पहाडाच्या दिशेने चौखूर उधळत गेला. परत तो बाबा आणि घोडा कधी दिसलेच नाहीत.''

खानावळीतील दत्तूही असाच बायकी होता. अगदी बाईसारखाच पोळ्या लाटत बसायचा. हा खरे तर सातारा, सांगली कडचा हा खानदेशात कधी आला आणि कधी रमला, कोणालाच कळले नाही. तो आजारी असतानाही त्याच्या मालकाने त्याच्याकडे लक्ष दिले नाही. इतरांशी गोड बोलत असणारा मालक त्याच्याशी मात्र कठोर झाला. 'बेवारस प्रेत' म्हणून त्याचा फोटो वर्तमान पत्रात छापून आला. असा सुन्न करणारा दत्तू.

''**तिन्हीसांजा**' मधील 'तुकडाबोय' अशीच विचारात पाडणारी'' तुकडाबोय

ठेंगण्या बांध्याची, गोरीपान, गालातल्या दोन दोन खाचातून वर आलेल लांब सडक नाक. कपाळावर पौर्णिमेच्या चंद्रासारखं गोंदण, जरी - काठच्या आकाशी रंगाच्या लुगड्याचा भलामोठा पदर डोक्यावर, तर कधी पदरानं स्वत:ला वारा घालत असलेली कानात लोंबणाऱ्या बाळ्या सुरकुत्यांच्या जाळ्यातून डोकावणारा परोपकारी मायाळू चेहरा.'' (पृ.३३) पडक्या भिंतींवर वस्तूनं हातवारे करून म्हणायची ''तिन्हीसांजेला दार लावू नये. लक्ष्मी येते..... बघा तिन्ही सांजा झाल्या तरी अमक्याच्या घरात अजून दिवा नाही..... काय बाया आळशी माय!'' (पृ.३३)

'तुकडा बोय' च्या नावाची कहाणी ही वेगळी. तिची सगळी इस्टेट तिच्या मुलांनी दडपलेली. मुलेही गावातच पण तिच्याकडे लक्ष देत नसत. तिच्या नावावर काहीही न करता तिचा नवरा गेलेला. तेव्हा पासून ती गावात तुकडा मागून जगायला लागली म्हणून ती 'तुकडाबोय', खरेतर तिचे नाव आम्रपाली. ती देशमुख वाड्याच्या कथा सांगायची. लहान मुलांना खानदेशी भाषेतील गाणी शिकवायची. तिच्या स्वत:कडे काहीही नव्हतं, पण इतरांना लक्ष्मी कशी टिकवावी ते सांगत असे. मुले बाळे विचारत नसूनही ती सुखाने नांदावीत असेच म्हणत राही. एक दिवस 'तुकडाबोय' गेली. सारी गल्ली तिच्यासाठी रडली. स्वत:ला काही नसले तरी दुसऱ्यासाठी सदैव चांगले चिंतणारे आनंदी असणारे व्यक्तिमत्त्व.

'प्रार्थनेची घंटा' मधील फुला अशीच मनात रेंगाळत रहाणारी. फुला आपल्या डोळ्यामध्ये मनामध्ये सुरुवातीलाच ठसते. ''मावळतीकडून उगवतीकडे सरकणाऱ्या नाद लहरी मध्यरात्र डोक्यावर घेऊन माझ्या वळकटीत शिरू लागतात. नि माझ्या मानसिक उद्‌ध्वस्तीकरणाला प्रारंभ होतो. मावळतीला प्रार्थनेसाठी निघालेली 'फुला' माझ्या बुबुळावर उतरू लागते आणि मग खऱ्या आत्मभोगाला सुरुवात होते.'' (पृ.३६)

फुला ही खऱ्या अर्थाने रानकन्या. ती पक्षासारखी सातपुड्याच्या डोंगरात डिंक गोळा करत फिरायची. रानभर गुणगुणायची. तिच्या सुरेख पहाडी आवाजाचा प्रतिध्वनी रानभर गुंजत रहायचा. पाड्याखालच्या नदीत दगडाने अंग घासून गुडघाभर पाण्यात मनसोक्त न्हायची. लाल - पिवळी फुले डोक्यात माळायची. जंगल खात्याच्या शेजारी असलेल्या देवळात फुले वहायची. गाभाऱ्यात बोली भाषेतील भजन तल्लीन होऊन गायची. पाड्यातून देवळात प्रार्थनेसाठी येणारी फुला एकटीच. एकदा रात्र झाली तरी फुला वाड्यावर आली नाही म्हणून तिचा बाप तिला बघायला गेला. तर नैसर्गिक अवस्थेत झाडाच्या बुंध्याला घट्ट पकडून विव्हळत असलेली, छाटलेल्या जीभेची फुला त्याला दिसली. दुसऱ्या दिवशी कोणाला न जुमानता फुला रात्रभर देवळात घंटा वाजवत होती. फुलाची करूण कहाणी मनाला चटका लावून जाते.

'पायवाटा' मधील फणी, कंगवा, कुंकू, मेण इ. विकणारी बाई माळरानातील

घनदाट झाडीच्या पायवाटेवरून बिना चपलेची यायची. चालताना तिच्या पायातील जोडव्यांचा 'सन ऽ सट ऽऽ सन ऽऽ सट ऽऽ असा आवाज यायचा, दुपारी जुनाट वाड्याच्या पडक्या भिंतीच्या सावलीत आपली शिदोरी सोडून खायची. आपआपली कामं आवरून आजूबाजूला बायका तिच्या जवळ बसायच्या. बायकांच्या आग्रहा खातर ती त्यांना एखादी गोष्ट सांगे अथवा गाणे म्हणे. मग त्या तिला, वडे, पापड, कुरड्या इ. द्यायच्या. ती त्या बायकांचे करमणुकीचे साधन होती. संध्याकाळ होता होता ती निघायची. लेखकाने एकदा तिला ती येत असलेल्या पायवाटेबद्दल विचारले. त्यावेळी तिने लेखकाला आपल्या आयुष्याचे इंगितच सांगितले. ती म्हणाली, ''ही वाट माझ्या पोटातून निघालेली नाळ आहे बाबा'' पोट आणि पायवाट यांचे नातेच ती उकलून दाखविते.

'मन आणि आकाश' मधील अम्मा - रम्माची मैत्री अगदी घट्ट वीण असलेली जणू काही साता जन्माची. रम्मा हिंदू तर अम्मा मुसलमान. रम्मा आपला मराठमोळा पदर घेऊन तर अम्मा दुप्पटा डोक्यावर घेऊन आपल्या पारंपरिक वेशात ओसरीवर जोडीनं काम करत असायच्या. रम्मा देवळात तेलवात करायला जायची, त्यावेळी अम्मा देवळाच्या पायरीवर बसायची. दर गुरवारी न चुकता या दोघी जणी पिरबाबाच्या दर्ग्यावर जात. एक दिवस पोटदुखीच्या अल्पशा दुखण्याने रम्मा देवाघरी गेली. अम्मावर आभाळ कोसळले. सगळे हळहळत होते. पुढे काही दिवसातच अम्मा गाव सोडून गेली. तरी लोक त्यांच्या गल्लीला रम्मा अम्माची गल्ली म्हणायचे. भिन्न भिन्न धर्माच्या मैत्रिणी. त्यांची अनोखी मैत्री.

'खिडक्या' मधील कोंबड्या राखणारा निधड्या छातीचा म्हातारा. उगाच भीतीपोटी स्वत:चे काम न सोडणारा त्या कोंबड्या राखण्याच्या कामात स्वत:चा जीवही गमावणारा. 'बडबड व्यर्थ आणि सार्थ' तील दामुआण्णा आणि रामूतात्या यांची मैत्री ही अजोड. दोघेही अतिशय बडबडे. दोघेही बोलत असतील आणि शेजारचा त्यांच्याशी बोलत असेल तर त्याच्याकडे त्यांचे लक्षही नसे. कधी त्या दोघांची देवळात गाठ पडली तर घंटेचा लोलक हातात घेऊन ते तसेच गप्पा मारत राहणार. दामूआण्णा तपकीर ओढत असेल तर त्याचे बोट ही तसेच तपकीरीत राहणार इतके दोघे गप्पीष्ट. दामूआण्णा अचानक गेला. रामूतात्या अगदी एकटा पडला. त्याला वेड लागले. मरीआईच्या घुमटावर तो बसला. त्याला अनेकांनी खाली उतरविण्याचा प्रयत्न केला. पण तो पाने फेकून मारायला लागला. रात्रभर उतरविण्याचा प्रयत्न केला. पण तो पाने फेकून मारायला लागला. रात्रभर घुमटावर तो तसाच बसून होता. पुढे त्याची वाचा गेली. एका विलक्षण मैत्रीचं प्रतीक. तसेच बहात्तरच्या युद्धात, जिची दोनही मुले शहीद झालेली आहेत, अशा मुलांची पत्रे येतील म्हणून रोज पोस्टात जाणारी म्हातारी. तिचे रोज पोस्टात जाणे आणि जीवनाला परत उत्साहाने

सामोरे जाणे सारेच अतर्क्य.

साधुंच्या घोळक्याला पैसे देणारा रेल्वेतील तरुण. त्याची बडबड ''बा! माझ्या देशा.... मेरा भारत महान.... प्रगतीचं चक्र फिरतय..... देश सुधारतोय?.... प्रगती? .... कुणाची?... मूठभर समाजाची! ..... भौतिक प्रगती?.... नव्हे! ती सूज आहे..... फोन इंटनेट.... जग जवळ आल.... माणसं दूर गेली परस्परांपासून ....माझा देश संतांचा.... महंतांचा युग पुरुषांचा... मी? मी देशाचा की व्यथेचा? साधुंनो तुम्हाला लखलाभ तुमचे वैराग्य... दांभिकता ..... नव्हे सात्त्विकता'' (पृ. ८९ या तरुणाच्या मुखातून लेखकच आपले मनोगत व्यक्त करतो, असे वाटते.)

या तरुणाने दिलेल्या पैशातून साधुंनी अन्न शिजवून खाल्ले. उरलेले खरकटे कुत्र्याला घातले. परंतु गरजू माणसाला दिले नाही. हे बघून तो तरुण फक्त हसला. त्याने त्याच्या जवळची संत्री डब्यातल्या आदिवासांच्या उघड्या-नागड्या मुलांना वाटून टाकली. त्या आदिवासींना त्याचे फार कौतुक वाटले. त्यांनी आपआपल्यात पैसे गोळा करून केळी खरेदी केली. त्यातील तीन चार केळी अतिशय प्रेमाने बळेबळे त्या तरुणाला खायला दिली. लेखकाने यातून वाचकांच्या विचारांना चालना दिली आहे. तसेच अनेक प्रश्नही उभे केले आहेत.

'वेडा बाबू' चे लेखकाने रेखाटलेले व्यक्तिचित्र तर अफलातून आहे. ''चिंध्या झालेली आखूड चड्डी. उघडा बंब, काळा कुट्ट, बसके गाल, सरळ नाक, वाढलेली दाढी, डोक्यावर ताठ उभे राठ कोळेभोर केस, हातात बांबूची काठी, खांद्याच्या हातातवरून लोंबणारा मळकट कपडा चेहरा किंचित गंभीर, विचारमग्न'' (पृ. ९८)

''बाबू भोळा, वेंधळा, चिडचिड्या स्वभावाचा होता. आपल्याला कोणी भाकरी वाढते, म्हणजे उपकार करते असे त्याला अजिबात वाटत नसे. त्याला तो आपला हक्कच वाटायचा. भाकरी घेतल्याशिवाय तो हलायचा नाही. घराच्या पायरी जवळ तो मोठ्याने 'सोक' अशी आरोळी द्यायच्या. घरात कोणीही कितीही कामात असले तरी त्याला त्याची पर्वा नसायची. त्याची जुनी-पुराणी जर्मनची ताटली सारखी हातात घेऊन बोटांनी पुसून आवाज होईल अशा तऱ्हेने सारखी वाजवायचा. काठ तुटलेला जर्मनचा तांब्याच्या आत उगाचच फुकून त्यावर बोटाने टिचकी वाजवून जोरात खाली ठेवायचा. ताटलीत भाकरी वाढल्यावर तो चटणी किंवा भाजी मागायचा. त्याला ती दिली नाही तर रागवायचा. पायरीवर पच्कन थुंकून 'तू मरी गया.... मरी गया असे खानदेशी भाषेत म्हणायचा तो विचित्र आवाज काढायचा. दात कराकरा वाजवायचा' असा रागवत असताना त्याच्या पोटाला खोलगट खड्डा पडून छातीच्या पिंजऱ्याची हाडं विद्रूप हालताना दिसत.'' (पृ.९९)

ऐन थंडीत रात्री साडे आठ-नऊला तो यायचा तेव्हा थंडीत दार उघडायला कंटाळा यायचा. पण तो दारावर थापा देऊन सबंध ओसरी दणाणून सोडत असे.

त्याला सगळा गाव वेडा बाबू म्हणत असे. तो वेड्यासारखं कधीच वागत नसे. त्यालाही वेडा म्हटलेलं आवडायचं नाही. मुले त्याला चिडवायची तेव्हा तो मुलांच्या मागे लागायचा. कुणी त्याची उगारलेली काठी काढून घेतली तर संताप करून तो आपल्या तोंडावर मारून घेत असे. मग रस्त्यावरल्या एखाद्या शहाण्या व्यक्तीला तो विनवणी करायचा. ती व्यक्ती मुलांना समज देत असे. मग काठीला नमस्कर केल्यासारखा तो कपाळाजवळ न्यायचा. नंतर काही घडलच नाही, अशा रीतीने मुलांशी वागायचा. दहा पैशाच्या नाण्याला तो पावली म्हणायचा. गुळाचा हाफ चहा पिण्यासाठी त्याला पावली लागयची. ह्या चहाला 'पंजाबी' असे म्हणत. ठराविक हॉटेलात तो मिळत असे. पावली मिळविण्यासाठी तो बारीक सारीक कामे करी. काहीही काम न करता तो पावली घेत नसे. तो जुनी काठी पावलीसाठी फक्त लेखकाच्याच घरी विकायचा. सातपुड्यातून जे आदिवासी बाजाराला येत असे. त्यांनी विकायला आणलेल्या काठ्यांपैकी त्यांच्याकडून एक काठी तो मागून घेई. तेही कोणताही मोबदला न घेता त्याला काठी देत. त्याला म्हशीचही वेड होतं. तो बांबूच्या काठीची भेर वाजवत असे भेर वाजवायच्या अगोदर त्याला पाहिजे त्या वस्तू आधी तो लोकांना समोर ठेवायला लावी. लग्नाच्या वरातीतही बाबू कधी भेर वाजवत असे. तो खुर्चीत असला म्हणजे गाणं म्हणे. त्याच्या भोवती गर्दी जमा होई. नंतर तो विडी ओढत असे. कुणी भाकरी, कांदा, लोणच त्याच्या पुढे आणून ठेवत असे. त्याला पातळ भाजी आवडत नसे. ती कोणी वाढली तर थूं थं करी. त्याला घट्ट भाजी प्रिय होती. बाबूच्या बारीक सारीक गोष्टींचे वर्णन करून हा बाबू लेखकाने वाचकाच्या समोर मूर्तिमंत उभा केला आहे. आपल्याला जे हवे ते गावकडून हक्काने मागून घेणारा व शहरी झालेल्या लेखकाच्या दरात न जाणाऱ्या विक्षिप्त बाबूला वेडा कसे म्हणता येईल?

'अंबाबोयची ओसरी' तल्या अंबाबोय आणि चिंधाबोय या दोघी अफलातून म्हाताऱ्या "अंबाबोय गोरी गोमटी, उंचपुरी आणि सडपातळ बांध्याची. ती डोक्यावरून काठपदरी लुगड्याचा साधा पदर घेई. तिच्या दोन्ही हातांवर आणि कपाळावर ठसठशीत गोंदण होतं. तिच्या नाकात नकली सोन्याची फुली आणि दोन्ही कानात बाळ्या होत्या. हातातल्या काचेच्या बांगड्या कायम टिचलेल्या आणि त्याही एकेक दोन-दोनच असायच्या" (पृ.११७) चिंधाबोय देखील गोरीपान, लांबसडक नाक असलेली परंतु नको इतकी बुटकी होती" (पृ. ११८) या दोघीही जणी विधवा, दरिद्री पण दिर्घायुषी होत्या. त्या फक्त आजच्यापुरतंच जगायच्या. त्यामुळे वर्तमानकाळातील कोणतीच आव्हाने त्यांच्या जवळ फिरकली नाहीत. स्वत:च्या तपकीरीचे व्यसन त्या दत्तूबाप्पाकडून पूर्ण करून घ्यायच्या. त्यांच्या तपकीरीचा ब्रँड ही ठरलेला. दुसऱ्या ब्रँडची तपकीर त्यांना चालत नसे. त्यांच्या घरात नेहमीच वानवा असायची. चिंधाबोय

पदराखाली टमरेल घेऊन कोणाच्याही दारी हक्काने भाजी मागे. अंबाबोय मात्र भाजी मागायला कधीच जायची नाही. रस्त्यावरच्या एखाद्या पोराला ती ते काम सांगे. अंबाबोयची ओसरी सतत गजबजलेली असायची. उखाळ्या पाखाळ्या करत बायका तेथे जमायच्या, बसायच्या. बायकांना बरोबर घेऊन ती कृष्णलिला गायची. तिच्या ओसरीला अक्षयतृतीयेच्या आधी एकदोन दिवस झोपाळा बांधला जाई. वर्षातून एक दोनदा ती जागरणाचा कार्यक्रम ठेवत असे. चिंधाबोयची तिला साथ असे. अंधी बायजा आपल्या विशिष्ट आवाजात हा कार्यक्रम करत असे. नंतर चिंधाबोयच्या घरी तिच्या मानलेल्या भावाचे खंडोबाचे जागरण गोंधळाचा कार्यक्रम होत असे. गावात लग्नाकार्यात दोघींना खूप मान होता. कारण या धार्मिक कार्यक्रमाची सगळी गाणी त्यांना येत असत.

अंबाबोयच्या गावातल्या मुलाचे लग्न झाले. ती आपल्या दुसऱ्या मुलाकडे आदिवासी पाड्यात रहायला गेली. नंतर आजारी पडून मेली-नंतर चिंधोबायचा मुलगा गेला. ती पोरकी झाली. व ती ही गेली. या दोघींच्या बद्दल लेखक म्हणतो. ''या दोन्ही म्हाताऱ्या खंगून खंगून मेल्या. मरण येत नाही म्हणून जगल्या. पण कधी त्यांनी नशिबाला दोष दिला नाही. की देवाला वैरी म्हटल नाही. कुणाचा हेवा केला नाही की, कशाचा दावा केला नाही. त्यांचं या जगात येण जितक स्वाभाविक होतं. तितकच त्याचं जाण देखील....'' (पृ.१२१)

'दर्ग्यातील उग्रगंध' मधील देशमुखांचे व्यक्तिमत्त्वही विचार करायला लावणारे. स्वत:ची गुर्मी असणारा, पिढीजात इस्टेटीवर मौजमजा करणारा हा देशमुख पीरबाबाला शरण गेला आणि पुरता बदलून गेला. यातील दाजी ही वेगळाच. लग्नाच्या बायकोपेक्षा तिला जास्त मान होता. दोघीही एकत्रच राहात. रखेलीची मुलगी तिच्या आईसारखीच अत्यंत सुंदर होती. दाजीचा तिच्यावर फार जीव होता. ती अचानक मेली. तिच्या जाण्याने तो खंगत खंगत गेला.'संदर्भाच्या शकून वेळा'तील पिंपळाच्या फांदीफांदीवर कावळा शोधणारी आंबुई आपला घाडेस्वार शोधता शोधता गेली. अशोक कोतवालांनी या ललित लेख संग्रहातील व्यक्तिरेखा शारीर पातळीवर तर आपल्या समोर ठेवल्याच पण मानसिक व वैचारिक पातळीवरही त्या आपल्या मनात ठसून राहिल्या.

या ललित लेखसंग्रहातील अशोक कोतवालांनी वापरलेल्या प्रतिमाही आपल्याला विचार करायला लावणाऱ्या आहेत. 'सावल्यांच्या' प्रतिमेच्या माध्यामातून सर्व माणसे शेवटी एकच. मग ती कोणत्याही जाती, धर्माची, पंथाची असोत. प्राणी, पक्षी या सर्वांच्या सावलीचा रंग काळाच. मग धर्माचच कोणता? उत्तर मिळत नाही. ईशवास्य उपनिषदातील

'ॐ पूर्ण मद: पूर्ण मिदं पूर्णात्पूर्णमुदच्यते।'

(ते पूर्ण आहे. हे पूर्ण आहे. पूर्णापासून पूर्ण उत्पन्न होते. पूर्णाचे पूर्ण काढून

घेतल्यावर पूर्णच शिल्लक राहते.) याची आठवण येते.

तिन्हीसांजेचे असेच ''आपल्या गत आयुष्यातील काही संदर्भ, संकल्प आणि संकेत ह्यांचं आपल्या गत आयुष्यातील काही संदर्भ, संकल्प आणि संकेत ह्यांचं आपल्या अंतर्मनात एकजीव मिश्रण होऊन आपल्या अंतर्मनाची सबंध विश्वावर घटकाभर पडलेली काळीकुट्ट छाया म्हणजे 'तिन्हीसांजा' किंवा प्रत्येक ''प्रत्येक प्राणीमात्राला स्वत:शी स्वत:चा संवाद साधता यावा म्हणून निसर्गाने आवर्जून निर्मिलेली सोयीची वेळ म्हणजे तिन्हीसांजा'' (पृ. ३५)

'प्रार्थनेची घंटा' मधील प्रार्थना आणि घंटा या दोहोंचाही प्रतिमा म्हणून लेखकाने सुरेख वापर केलेला आहे. ''प्रार्थनेचं घंटेशी नातं जोडताना जेवढं हळवेपण हव तेवढं माझ्या जवळ नाही म्हणूनच कदाचित प्रार्थना आणि घंटा या दोहोंच्या नाद लहरी माझ्या आत्मधुंदीची हवी ती लयलूट करून मला आत्मभग्नतेची शिक्षा ठोठवत असाव्यात.'' (पृ.३८) किंवा ''घोगरवाला गोसावी माझ्या आत्मभोगाचा एक भाग बनून मला त्याच्या घोगरातील लोलकासारखं अधांतरी लोंबकळत ठेवून निघून जातो.'' (पृ. ३८)

'मन आणि आकाश' मध्ये आकाश म्हणजे मनाचा विस्तार तर कधी मन म्हणजे आकाशाचे रूप असे लेखकाला वाटते. यात मृत्यूचेही विचार करायला लावणारे रूपक लेखकाने वापरले आहे.

''मन आणि मृत्यू यांच्यातील लपंडाव आकाश तटस्थ होऊन पाहात राहातं, या खेळाचा साक्षीदार होऊन राहातं कधी मृत्यूला टिपतं तर कधी मृत्यू मनाला टिपत असावा. मग मन आणि मृत्यू यांचा खेळ संपल्यावर उरत असावं ते आकाश.'' (पृ. ५७)

'खिडक्या' हा ललित लेख पूर्णत: वेगळा विचार करायला लावणारा 'मनकी खिडकी खोल बाबा'' म्हणायला लावणारा. ''खिडक्या आपल्या अंतरिक विश्वाची आणि आपल्याला अंतमुर्ख करणाऱ्या असंख्य अतर्क्य अनुभवांची महाद्वारेच आहेत.'' (पृ. ५८)

''क्षितिज आणि मी' यात क्षितिज वेगळ्या स्वरूपात आपल्या समोर येत. ''क्षितिज हे शाश्वत सत्य आहे. कुणालाही न उलगडणारं कोडं आहे. जगातील सारेच रस्ते क्षितिजापासून सुरू होऊन क्षितिजातच गडप होतात'' (पृ ७९) संदर्भाच्या शकुनवेळा - ''स्तब्धतेचा डोंगर चढून पुढे सरकणारी पाठमोरी रात्र मला नवी नाही. परंतु तिचे सतत बदलत जाणारे पायरव माझ्या बुबुळांवर शकुनांचे घोडे पळवतात. मी कासावीस होतो. एक अज्ञात सावली एका पायामागून डोळ्यापर्यंत झाकोळून टाकते. मग माझ्या देहातून संदर्भाच्या असंख्य तारा झंकारु लागतात. तिथे माझे अस्तित्व गहाण पडते.'' (पृ. १३०)

अशोक कोतवालांनी या ललित लेखसंग्रहात वापरलेल्या सर्वच प्रतिमा एका वेगळ्या विश्वात घेऊन जाणाऱ्या आहेत. या ललित लेख-संग्रहात त्यांनी भाषाही लालित्यपूर्ण वापरली आहे. त्याचबरोबर अस्सल खानदेशी बाजही त्यात आहे. "गेली अनेक दशके बगळ्यांचा थवा या डोहावर उतरतो. डोहाच्या पाण्याला चुंबून घेतो. आणि भुरकन उडून जातो."... "सूर्यास्ताच्या वेळी आजही कवडीचा डोह माझ्यातून पसरत जातो नि माझ्या आत्मभानाची कवडी शोधू लागतो. मी डोहाच्या तळाशी." (पृ. १०) "लोक राहण्यासाठी घर बांधतात पाण्यात माशांसाठी जाळं" टाकल्यावर त्यात मासे अडकून पडतात. तशा काही सावल्या त्या बांधलेल्या घरात अडकून पडत असाव्यात. (सावल्या पृ. २१-२२) "मावळतीला प्रार्थनेसाठी निघालेली 'फुला' माझ्या बुबुळावर उतरू लागते. आणि मग माझ्या आत्मभोगाला सुरुवात होते. (प्रार्थनेची घंटा पृ. ३६) "कपाळावरून गालावर सरळ एखादा धर्मबिंदू निथळत यावा तशी डोंगरावरून खाली दरीत निथळलेली, ताजोद्दीन, बाबांच्या दर्ग्याकडे जाणारी पायवाट माझा अजूनही पाठलाग करतेय. (पायवाटा ... पृ. ४७) "मन नसलेला माणूस आकाश नसलेलं ठिकाण आणि मृत्यू नसलेली वस्ती कुणी पाहिली असावी असं मला वाटत नाही. (मन आणि आकाश पृ. ५१) "शहरातील टॉवरजवळ वेगवेगळ्या जातीची बरीचशी झाडं एकमेकांच्या हातात हात घेऊन उभी आहेत." (भटकंती पृ. ७५) "मी झाडाच्या जवळ जाऊन त्याच्या बुंध्याला हात लावून पाही त्याच्या बुंध्यावर आलेल्या डिंकाचे ओघळ मला झाडाचे अश्रु वाटत" (क्षितिज आणि मी पृ ७९) "मोह, माया, मद, मत्सर अशा असंख्य गुणांना तिलांजली देणारं महाव्रत म्हणजे वैराग्य" (बडबड व्यर्थ आणि सार्थ पृ. ८९) "अशा दर्ग्यातून मला काय मिळे, असं जर कुणी विचारल तर मी पट्कन उत्तर देईन माझ्या अस्मानी स्वप्नांना चुंबण्याचं बळ मिळे." (दर्ग्यातील उग्रगंध पृ. १२०) अतिशय वैचारिक विचार करायला लावणारी ही त्यांची भाषाशैली, या प्रौढ शैली बरोबर एक मिस्किलपणाची छटाही त्यांच्या भाषेत आहे. "मी सामान्य माणूस पदवीधर, नोकरीदार, पिशवीधर .... अस बरच काही 'धर' या 'धर' धरण्यातच माझ आयुष्य संपून जात असल्याची खंत अलीकडे मला लागून आहे. (तिन्ही सांजा पृ. २९)

"धोंडी धोंडी पाणी दे" या ललित लेखात गाव आणि पाणी मागणारे धोंडी यांचे हुबेहुब चित्र एखाद्या चित्रकाराने रेखाटावे असे जिवंत चित्र भाषेच्या माध्यमातून वाचकासमोर उभे करतात. "कालदी मंगयवायशे जो जंगलमा जाईन त्याना पाच रुपया दंड घट्या चक्की बंद होऽऽ... (धोंडी धोंडी पाणी दे..... ९५) "देखा वैनी तोंड माटीना मैक व्हई गे.... जरास रायत व्हाईन ते द्या ऽऽ" किंवा मांगी खाय त्याले कमी काय!" (अंबाबोची ओसरी पृ. १०९) त्यांच्या खानदेशी भाषेचा ठसका यातून दिसतो. म्हणींचा वापरही लक्षात राहतो.

अशोक कोतवाल यांचे ललित-लेख संग्रहाचे आणखी एक वैशिष्ट्य म्हणजे खानदेशी गीतांचा त्यांनी केलेला वापर खरच फारच वेगळा आहे. एंकदरीत त्यांचा हा ललित लेखसंग्रह अंतरिक विचार करायला लावणारा तर आहेच. पण त्यांचे नैसर्गिक शैलीतील भावस्पर्शी लेख एकदम वेगळ्या वातावरणात आपल्याला घेऊन जातात. हा ललित लेखसंग्रह मुळातूनच वाचावा असा आहे.

■

प्रार्थनेची घंटा - एक आस्वाद
प्रा. डॉ. अपर्णा अशोक साबणे
(मराठी विभाग प्रमुख)
प्रा. रामकृष्ण मोरे कला, वाणिज्य, आणि विज्ञान महाविद्यालय
आकुर्डी, पुणे - ४४

प्रार्थनेची घंटा : एक आकलन

■ प्रा. प्रतिभा शंकर घाग ■

प्रास्ताविक

अशोक कोतवाल यांच्या 'प्रार्थनेची घंटा' या ललित लेखसंग्रहामध्ये लेखकाने प्रामुख्याने त्यांच्या जीवनातील भावविश्वाशी संबंधित असणारे अनुभव कल्पनेची जोड देऊन साकारण्याचा प्रयत्न केलेला आहे.

'प्रार्थनेची घंटा' यातील ललित लेखामध्ये लेखकाने त्यांच्या भागातील सातपुडा पर्वतातील परिसरात बोलल्या जाणाऱ्या बोलीभाषेचा वापर केलेला आहे. खानदेशातील लोकजीवन, तेथील लोकांच्या रूढी-परंपरा, त्यांचे सांस्कृतिक जीवन, त्यांचे भावविश्व, त्यांची जीवन जगण्याची शैली यांचे विवेचन अत्यंत मार्मिकदृष्ट्या केल्याचे जाणवते.

अशोक कोतवाल यांचे ललित लेखन

ललित लेखसंग्रहाला व्यक्तिचित्रण, प्रवासवर्णने, विनोदी लेख वा लालित्यपूर्ण भाषेत साहित्यिकाने काही आत्मकथनपर लेखन करणे ही चौकट प्राप्त झाली, ही चौकट कोतवाल येथे झुगारून देत असल्याचे जाणवते. 'प्रार्थनेची घंटा' यातील ललित लेखसंग्रहाचे स्वरूप हे **'बहुरूपी'** आहे. अशोक कोतवाल आपल्या ललित लेख संग्रहामार्फत वाचकांना सूर्यास्ताच्या वेळेची ओढ लावतात तर कधी त्यांची ही ओढ वाचकांना खेचून तिन्हीसांजेकडे घेऊन जाते, तर कधी जीवनात जीवन जगताना माणसाच्या आयुष्यात येणाऱ्या पायवाटेकडे आपले लक्ष वेधते व हीच पायवाट आपल्याला कधी खिडकीतून दिसते तर कधी क्षितिजाच्या पलीकडे घेऊन जाते. माणसाच्या मनातल्या सावल्या वाचकांना अस्वस्थ करतात. या सावल्या आपल्याला विविध व्यक्तिचित्रणांचा वेध घेताना जाणवतात. त्यामध्ये त्यांच्या 'अंबाबोयची ओसरी', 'वेडा बाबू' यांसारख्या त्याचप्रमाणे इतर अनेक महत्त्वाच्या व्यक्तिरेखांचा असलेला सहभाग जाणवतो.

अशोक कोतवाल यांचे ललित लेख वाचकांना कधी वास्तू, कधी झाड तर कधी देऊळ, गड, किल्ले यांना जिवंत माणसासारखे आपणाशी बोलते करतात, तर लेखक कधी त्यांच्या जीवनातील आयुष्यातील महत्त्वाचा काळ म्हणजे त्यांचे बालपण-जीवनातील निरागसतेचा काळ, या काळातील अनुभव तर कधी पुढील आयुष्यातील जीवघेण्या व्याकूळ अशा आठवणी वाचकांना व्याकूळ करतात. **कधी लेखकांच्या आयुष्यातील हे क्षण आपल्याशी अलगदपणे संधान साधतात. तर कधी माणसा-माणसांमधील जन्म-जन्मांतराचे, पुनर्जन्माचे, आयुष्यातील पुढील घटनांमधील लागेबांधे स्पष्ट करतात.** कधी लेखक त्यांच्या जीवनातील अपारसृष्टीचा साक्षात्कार आपल्याला घडविताना दिसतात तर कधी वाचक लेखकाच्या अनुभवाचा हा साक्षात्कार घेताना एखाद्या स्वप्नमय जादुई नगरीत पोहोचतो. तर कधी साधु-संन्याशाच्या संवादामध्ये आपले मन आस्तिक व नास्तिक या मनाच्या दोन दोलनावर हेलकावे घेत राहते. तलवारीच्या लवलवत्या पात्यासारखा तल्लख असा एखादा वेगळा विचार वाचकांना देण्यात या लेखनाला यश प्राप्त होते.

अशोक कोतवाल यांच्या ललित लेखसंग्रहाचे स्वरूप

अशोक कोतवालांच्या या ललित लेख संग्रहाचे स्वरूप हे प्रामुख्याने त्यांनी आत्मनिष्ठ व आत्मपर आणि आत्मीयतेने लिहिलेले जाणवते. लेखक एखादा विचार, एखादा अनुभव, एखादा प्रसंग, एखादी व्यक्ती, एखादी घटना, एखादी मनःस्थिती भावरूप स्वरूपात मांडतात व त्यामध्ये आपोआपच लालित्याचा आविष्कार होतो. ललितलेखन हे प्रामुख्याने व्यक्तिरेखाटनाच्या वाटेने जाताना दिसते. परंतु अशोक कोतवालांचे ललित लेख हे प्रामुख्याने स्व-आत्मनिर्भरपर अनुभवांचे चित्रण करीत असल्याचे जाणवतात. त्यांच्या अनुभवातील एखादा प्रसंग, एखादा विचार हा तार्किक मांडणीपेक्षा त्यातील लालित्यावर भर देताना दिसतो. त्यामुळे त्यातील प्रसंग, विचार हे लेखकाप्रमाणे वाचकांनाही आस्तिक-नास्तिकतेच्या वैचारिक द्वंद्वाचा विचार करायला भाग पाडतात.

'आत्मपरता', 'आत्मनिष्ठता' हे महत्त्वाचे गुणविशेष कोतवालांच्या ललितलेखनात जाणवतात. या ललित लेखांशी लेखकाचे व्यक्तिमत्त्व निगडित असल्याचे जाणवते. एका व्यक्तिमत्त्व संपन्न लेखकाचे हे लेखन लालित्याच्या पदवीपर्यंत पोहोचलेले जाणवते. **केवळ 'लेखन' म्हणून त्यांचे स्वरूप राहात नाही तर ललितलेख आणि व्यक्तिमत्त्व संपन्नता यांचा एक सुरेख मेळ येथे झाल्याचे प्रस्तुत ललितलेखनामार्फत जाणवते.** लेखक आपले अनुभूतीने झपाटलेले मन व त्या अनुभूतीचा रूपाविष्कार प्रस्तुत ललितलेखनामार्फत वाचकांपर्यंत पोहोचविण्याचा प्रयत्न करीत आहे. या लेखांमध्ये आलेले विविध काव्य हे एक वेगळेच नातेसंबंध

त्या लेखांशी प्रस्थापित करताना दिसते. त्या लेखांमधील काव्य हे अपरिहार्यपणे लेखांचा एक भाग म्हणून प्रस्तुत लेखांत आल्याचे जाणवते. काव्याला ज्याप्रमाणे कोणताही अनुभव हा वर्ज्य नसतो त्याचप्रमाणे ललित लेखनालाही कोणताही विषय वर्ज्य नसल्याचे लेखक येथे त्यांच्या ललित लेखनामार्फत दाखवून देतात. आज ललित लेखनाला जी मर्यादा पडलेली दिसते ती मर्यादा कोतवाल यांच्या ललित लेखनात असल्याचे जाणवत नाही.

'प्रार्थनेची घंटा' या लेखसंग्रहामध्ये एकूण पंधरा ललित लेखांचा समावेश केलेला आहे. 'प्रार्थनेची घंटा' या पुस्तकातील ललित लेखनामागील निर्मिती प्रक्रिया ही लेखक अशोक कोतवाल आपल्या मनोगतात व्यक्त करतात. लेखक येथे सांगतात,''यातील बरेचसे भावविश्व माझ्या अनुभवाशी निगडित असले तरी ते कल्पकतेतून साकारण्याचा मी प्रयत्न केलेला आहे. उदाहरणार्थ, साधू-बैराग्यांविषयीचे माझे आकर्षण, त्यांचे विचित्र वागणे, चमत्कारिक व सूचक बोलणे हे मी जाणीवपूर्वक आणले नसून त्या घटनांशी निगडित म्हणून ते अपरिहार्यपणे आलेले आहे.''

लेखकाने व्यक्त केलेली ही प्रतिक्रिया जेवढी बोलकी तेवढीच ती त्यांचे अनुभवातील वास्तव मांडण्याकडेही भर देत असल्याचे जाणवते. 'प्रार्थनेची घंटा' यामध्ये लेखकाने आपल्या बालवयातील व बालमनातील काही घटना, प्रसंग व्यक्त केलेले आहे. वाढत्या वयानुसार तो प्रसंग, त्या घटना अधिक प्रगल्भ होत गेल्या. त्यांचे गांभीर्य कोठेतरी लेखकाला जाणवू लागले. त्यामुळे सदर ललित लेखांना एक प्रकारचा लवचिकपणा प्राप्त झालेला जाणवतो. आशय अभिव्यक्तीच्या एका वेगळ्याच स्वरूपामुळे या लेखांना एका विशिष्ट अशा फॉर्ममध्ये बसविता येत नाही. लालित्याची अनेक रूपे घेऊन हे लेख शब्दबद्ध झाल्याचे जाणवते. विविध संवेदना, भाव, विचार व कल्पना या लेखांमार्फत वाचकांपुढे उभ्या राहतात.

सूर्यास्ताची वेळ : एक वेध

'प्रार्थनेची घंटा' या पुस्तकाच्या निमित्ताने कोतवाल यांच्या लेखनाची काही वैशिष्ट्ये आपण येथे शोधूया. या पुस्तकाचा पहिला लेख **'सूर्यास्ताची वेळ'** या शीर्षकाचा आहे. लेखक या ललितलेखामध्ये आपल्याला कवडीच्या डोहाची गोष्ट सांगतात. सूर्यास्ताच्या वेळी एक चिमुरडी नित्यनेमाने खडकावर बसून बगळ्यांची वाट पाहात असते. एके दिवशी बगळ्यांचा थवा तिच्याभोवती गोळा होतो. त्या आनंदाने ती नाचू लागते व त्यांना कवडी मागू लागते. नाचता-नाचता कवडी मागता-मागताच ती खडकावरून डोहात गेली ती कायमची. त्यामुळे लोक त्या डोहाला 'कवडीचा डोह' म्हणत असत. एकूणच हा डोह व ती सूर्यास्ताची वेळ लेखकाला कोठेतरी अस्वस्थ करीत असल्याचे जाणवते. त्याचप्रमाणे लेखकाला आकर्षण डोंगराविषयी आहे.

कवडीच्या डोहाप्रमाणे संन्यासाचा डोंगर ही लेखकाचे आत्मभान लुटून नेतात ती वेळ ही सूर्यास्ताच्या वेळची असल्याचे जाणवते. गावातील हे डोंगर म्हणजे गावातील वेशीचे रक्षणकर्ते, क्षितिजाचे आश्रयदाते व आकाशाचे सगेसोयरे असल्याचे जाणवते. या डोंगराप्रमाणे येथे लेखक नमूद करतात ते त्यांचे संन्याशाविषयीचे बालमनातील कुतूहल. गावातील त्या डोंगरावर असणाऱ्या संन्याशाचे वास्तव्य. तो संन्यासी गावात येऊन त्याच्या पहाडी आवाजात भजन गात असे. तो कधीच कोणाच्या दारासमोर भिक्षा मागत नसे. लोक स्वतःहून त्याला भिक्षा वाढीत व त्यांच्या पायावर लोटांगण घालत. आजारी व्यक्तीला हा संन्यासी ओलांडून पुढे गेला म्हणजे ती व्यक्ती बरी होते. त्या व्यक्तीवरील सर्व विघ्नांचा नाश होतो. हा संन्यासी लोकांच्या अडीअडचणींवर उपाय सांगतो. त्याच्या जवळची रक्षा पाण्यात टाकून पिण्यास दिल्यावर लोकांचा आजार बरा होतो. गावातील लोक देवळाच्या तांब्यात तेल टाकीत. संन्याशी डोंगरावरील शिखराच्या दिव्यात ते तेल टाकी.

या संन्यासाविषयी त्या ज्योतीविषयीच्या कुतूहलापोटी लेखकाचे बालमन त्याला स्वस्थ बसू देत नाही. लेखक तेथे एक दिवस अचानक पोहोचल्यावर संन्यासीचे बोल **"मुझे मालूम था, तू एक दिन जरूर आयेगा ।''** या संन्याशाच्या बोलण्यावर लेखकाला तो आवाज कोठेतरी परिचित असल्याचे जाणवते. फक्त आता तो आवाज खूप वर्षांनंतर ऐकल्याचा भास त्याला जाणवतो. त्या वेळचे संन्याशाचे वागणे, त्याने लेखकाला विचारलेले प्रश्न, त्या वयात लेखकाच्या बालमनाला पडणारे प्रश्न. सर्व साधू हिंदीतच का बोलतात, आपण पूर्वी कधीही येथे न येताही आपण येथे कधी आलो ? त्याचप्रमाणे 'तन से नहीं, मन से आया था' या संन्याशाच्या बोलण्याचे वाटणारे आश्चर्य लेखक लपवू शकत नसतो. कारण मनाने तेथे जाण्याचा विचार त्याने आधीच केलेला असतो. परंतु आपल्या मनातील विचार संन्याशाला कसे समजले ? अशा अनेक प्रश्नांचे कोडे त्यांच्या बालमनाला पडते. त्याच दिवशीच्या सोसाट्याच्या वाऱ्यात सर्व गावाच्या नुकसानीमध्ये संन्याशाची झोपडीही आगीत जळून खाक झालेली दिसते. लोकांना वाटते, संन्याशी चमत्काराचे रूप होता. तो देवाचे साक्षात रूप असल्या कारणाने त्याची राख होणार नाही. सर्व त्याचा शोध घेतात. एका झुडपात त्याचे अंगावरील वस्त्र अडकून पडलेले असते. परंतु लेखकाला मात्र संन्याशाने सांगितलेला डोंगरापलीकडचा डोंगर दिसत राहतो.

बालसुलभ वयात लेखकाच्या मनातील साधुसंन्यासाविषयीचे आकर्षण, त्याचप्रमाणे या जन्माचा कोठेतरी पुनर्जन्माशी असलेला संबंध, संन्याशाशी झालेल्या संवादामुळे बालवयात पडणारे प्रश्न या अशा अनेक बालवयात पडणाऱ्या प्रश्नांचे, संन्याशाविषयीचे आकर्षण लेखक प्रस्तुत लेखात व्यक्त करतात. काही तार्किक गोष्टी या विज्ञानाला आव्हान देऊ शकतात हेच लेखकाला येथे व्यक्त करायचे आहे.

सावल्या : मानवी संवेदना

प्रस्तुत ललित संग्रहातील पुढील लेख आहे **'सावल्या'**. लेखक येथे सांगतात, "कोणत्या अनामिक ओढीने मी सावल्यांकडे आकर्षिला गेलो यापेक्षा मी त्यांच्यात कसा गुरफटत गेलो, याचा अधिक शोध घेण्याचा प्रयत्न मी सातत्याने करीत आलोयं." लेखक येथे केवळ वास्तव्यासाठी किंवा विसाव्यासाठी सावली एवढाच अर्थ न घेता अनेक वेगवेगळ्या कोनातून ते या सावलीकडे पाहत असल्याचे सांगतात. सावल्यांच्या अंतरंगात शिरण्यापेक्षा सावल्यांच्या बाह्य स्वरूपाशी निगडित असलेल्या घटना लेखकाला प्रेरणादायी ठरतात.

लेखकाची आजी दैनंदिन पडणाऱ्या सावलीप्रमाणे आपले कामाचे नियोजन करीत असे. तिच्या मते, जगात सर्व गोष्टींची सावली पडते. केवळ देवाचीच सावली पडत नाही. त्याचप्रमाणे चोरांपासून घरांचे रक्षण करण्याकरिता ती करीत असलेला खटाटोप हा तिच्या भोळ्याभोबड्या स्वभावाचे प्रतीक असल्याचे जाणवते. आजीचे जीवन व सावल्यांचा संबंध याचे एक अतूट नातेसंबंध लेखक येथे व्यक्त करतात. अशा अनेक प्रकारच्या सावल्या गोळा करणारी सायंकाळ ही लेखकाला नेहमी अस्वस्थ करीत असते. सायंकाळी भरून आलेले आभाळ हे आपल्यातील काहीतरी लुटून नेत असल्याची जाणीव लेखकाला अस्वस्थ करते. लेखकाने प्रस्तुत लेखात चित्रित केलेली माईची व सावलीची कथा ही माईच्या जीवनाची कथा नसून तिच्या जीवनाची व्यथा असल्याचे जाणवते. माईला सावलीत काय दिसत असावे ? त्याचप्रमाणे तिला दिसणारी ती सावली तिला भीती तर घालत नसेल वा त्या भीतिपोटीच कदाचित माई त्या सावलीला काठीनं मारत असावी का ? असे अनेक प्रश्न लेखकाला येथे निरुत्तर करतात.

लोक राहण्यासाठी घर बांधतात म्हणजे ते स्वतःकरिता सावली बांधण्याचेच काम करीत असणार असे लेखकाचे मत आहे. त्यामुळे मासे जसे जाळे टाकल्यावर त्यामध्ये अडकून पडतात त्याचप्रमाणे माणसांची वृत्ती त्या बांधलेल्या घरात अडकून पडण्याची असावी असेही मत लेखक येथे व्यक्त करतात. याच लेखातील एक काळसर, वेडसर, भणंग व्यक्ती व लेखकाचा संवाद यामध्ये वेडसर माणसाचे मन त्यातील प्रत्येक गोष्टीच्या सावलीचा रंग काळा त्याचप्रमाणे 'हर मजहब की छाया का रंग' या त्या वेड्या माणसाचा प्रश्न लेखकाला आश्चर्यचकित करतो. त्याचप्रमाणे वेड्याला असणाऱ्या वास्तविक सत्याची जाणीव समाजातील शहाण्या, सुशिक्षित वर्गाला का नाही ? तो खरोखरच वेडा होता का ? ती कोणतरी ? आपल्यातून निघून गेलेली सावली तर नव्हती ना ? हा प्रश्नही लेखकाला येथे पडतो. समाजाविषयी वाटणारी एक कळकळीची जाणीव, मानसिक प्रगल्भता लेखक येथे व्यक्त करतात.

वेड्या माणसाप्रमाणे लेखकाने अंधारातील सावल्यांमध्ये खेळ करून दाखविणारे आजोबा येथे चित्रित केलेले आहेत. या आजोबांचे कोणालाच न सांगता सावलीच्या घोड्यावर बसून अनंताच्या प्रवासाला निघून जाणे हे कोठेतरी माणसाच्या मनाला व्यथित करीत असल्याचे जाणवते. या आजोबांची आठवण करून देणारे दुसरे आजोबा चिंचेच्या झाडापाशी येणारे, लेखकांना व त्यांच्या मित्रांना खाऊ देणारे हे आजोबाही एक दिवस अचानक निघून जातात. शेवटी त्याचा रिकामा घोडा मात्र चिंचेच्या झाडाजवळ येतो तेव्हा तो त्यांचा शेवटचा निरोप तर द्यायला आला नव्हता ना ? असा प्रश्न लेखकाच्या बालसुलभ मनाला पडतो. सावलीविषयी लेखक येथे लिहितात, ''सावल्या माणसांवर जेवढी मायेची पखरण करतात तेवढ्याच माणसांना भिववीतही असल्या पाहिजेत. म्हणूनच दिवसा माणसं सावल्यांच्या अगदी निकट जातात, सलगी करतात तर रात्री त्यांना घाबरतात.'' लेखकाचे हे विचार अत्यंत चिंतनात्मक स्वरूपाचे आहेत.

या लेखातील 'दत्तू' हा पोळ्या लाटणारा आहे. दत्तूचे आजाराने मरण पावणे व त्यांच्या व्यवहारी मालकाने आपल्या स्वार्थाकरिता त्याचे प्रेत बेवारस टाकणे, दत्तूचे ज्वालांच्या सावल्यांना घाबरणे हे त्याला त्यांच्या मृत्यूचे सूचकत्व तर जाणवत नसेल ना ? या सावल्यांमध्ये दत्तूला त्याचा येणारा मृत्यू तर दिसत नसावा ? त्या सावल्या तर दत्तूला घेऊन गेल्या नसाव्या ना ? असे अनेक प्रश्न लेखक येथे उपस्थित करतात.

दैनंदिन मानवी जीवनातील एक साधी सावली. परंतु ती जितकी साधी तितकेच तिचे अंतरंग किती गहिरे हे लेखक पटवून देतात. या दैनंदिन जीवनातील सावलीचे व मानवी जीवनाचे कोठेतरी नातेसंबंध असणारच. आजही एखाद्या वस्तूची, गोष्टीची नवीन सावली पाहिली की लेखकाला ती सावली अंतर्मुख करते व त्या सावल्यांशी कोणता ना कोणता तरी संबंध प्रस्थापित करण्याचा लेखक प्रयत्न करतो.

माणूस व मानवी जीवनाशी निगडित असणारे अनेक सावल्यांचे खेळ, त्या सावल्यांचे असणारे स्वतःचे विश्व व त्या विश्वाचा मानवी जीवनाशी, मानवी विश्वाशी असणारा संबंध लेखकाने येथे अत्यंत मार्मिकपणे मांडलेला जाणवतो.

तिन्हीसांजा : मनाची हुरहुर

'तिन्हीसांजा' या ललित लेखामध्ये लेखकाने त्यांच्या बालवयातील, बालमनातील दाटून येणाऱ्या तिन्हीसांजेच्या भीतीचे वर्णन केलेले आहे. आपल्याला 'तिन्हीसांजे'ला एका भाकरी मागणाऱ्या बाईकडून अर्ध्या भाकरीवर विकत घेतलयं. ती केव्हातरी पूर्ण भाकरी घेऊन येईल आणि आपल्याला पुन्हा परत घेऊन जाईल या अनामिक भीतीने लेखकाचे बालमन ही सांजवेळ टाळण्यासाठी अंधाराची करुणा भाकत असे. ही

सांजवेळ येऊच नये अशी त्याच्या मनाची धारणा असे. त्यामुळे 'तिन्हीसांजा' होताच त्यांचे डोळे जडावत, कंठ दाटून येत व एक प्रकारची भीती मनाला ग्रासून टाकत असे. परंतु पुढे वयपरत्वे, कालपरत्वे लेखकाची ही भीती कमीकमी होत नाहीशी झाली. परंतु तिन्हीसांज मात्र लेखकाच्या मनात, जीवनात कायमचे घर करून बसली. आपला जन्म म्हणजे अर्धी भाकरी आणि आपला मृत्यू म्हणजे पूर्ण भाकरी हेच समीकरण त्यांच्या डोक्यात पक्के बसले. त्याचप्रमाणे तिन्हीसांजेच्या वेळेला अन्न खाणे वा रडणे हेही अशुभ मानले जाते. तिन्हीसांजेला लक्ष्मीचा घरात प्रवेश होतो ही लोकसमजूत लेखक स्वतःच्याही अनुभवामार्फत येथे व्यक्त करतात.

या लेखामध्येही लेखकाने त्यांच्या बालमनातील संन्याशाविषयीचा वेध घेतलेला आहे. विलक्षण धुंदीत लेखक नाथबाबाच्या पडक्या मठातील बैराग्याकडे जातो व तेथे त्या बैराग्याने विचारलेल्या प्रश्नाला 'आपकी खोज में यहाँ आया।' त्याचप्रमाणे 'ये सूरज क्यों डूबता है बाबा ?' या लेखकाच्या बालमनातील प्रश्नांनी तो बैरागी चांगलाच चक्रावतो. लेखकाला भौगोलिक सत्यापेक्षा तर्कातीत उत्तराची असणारी अपेक्षा बैरागी जाणतो. त्या वेळी बैरागी त्याला 'ये प्रकृति का रूप है... इसे खोजने मै खुद निकला हूँ, अभी तो मेरा ही भस्म होने का वक्त आया' हे उत्तर दिले. त्यानंतर त्या बैराग्याचे तिन्हीसांजेच्या वेळेला अचानक गायब होणे. तो बैरागी कोठे गेला, अचानक त्याचे गायब होणे वा त्याला तेथून पळून जावेसे वाटले का ? असे अनेक प्रश्न लेखकाच्या मनात निर्माण होतात.

त्याला ही 'तिन्हीसांज' नकोशी होते त्याच वेळी त्यांच्यासमोर 'तुकडाबोय' उभी राहते. 'तिन्हीसांजेला दार लावू नये, लक्ष्मी येते... तिन्हीसांजेला घरात दिवा लावलाच पाहिजे' ही तिची ठाम मनोधारणा होती. नाना देशमुखाची बायको तिन्हीसांजेला घरातील केरकचरा व झाडलोट करून उकिरड्यावर टाकत. त्यामुळे तिच्या घरची लक्ष्मी भंगली हे ती सर्वांना सांगत असे. या लेखातील तुकडाबोय लहान मुलांना शिकवत असते ते गाणे हे लेखकाच्या सातपुडा परिसरात बोलल्या जाणाऱ्या अस्सल खानदेशी भाषेचा नमुना आहे. तिन्हीसांजेला जपणारी ही तुकडाबोय एक दिवस स्वतः तिन्हीसांजेलाच हे जग सोडून जाते.

लेखक येथे आपल्या दैनंदिन जीवनाशी, मानवी जीवनाशी आयुष्यातील बऱ्यावाईट घटनांचा संबंध तिन्हीसांजेशी असलेला व्यक्त करतात. गेल्या अनेक वर्षांपासून एक पिढी दुसऱ्या पिढीला तिन्हीसांजेविषयी काही ना काही सांगत आलेली आहे. त्यामागची कारणे काहीही असली तरी मानवी जीवनातील तिन्हीसांजेचे महत्त्व हे अजरामर अशाच स्वरूपाचे आहे. लेखकाच्या मते, प्रत्येक प्राणिमात्राला स्वतःशी संवाद साधण्याकरिता निसर्गानेच ही सोईची वेळ स्वीकारलेली आहे, ती वेळ म्हणजे 'तिन्हीसांज' होय.

आपल्याला आलेला बालवयाचा तिन्हीसांजेचा भयानक अनुभव, तुकडाबोयचा तिन्हीसांजेलाच झालेला मृत्यू, यामुळे लेखकाला 'तिन्हीसांज' ही मानवी मनातील भीतीचे एक प्रातिनिधिक रूपच वाटत असते. वयपरत्वे यातील भीतीचे प्रमाण कमी झाले. परंतु ती तिन्हीसांज मात्र त्यांच्या जीवनाचा एक भाग बनून राहिलेली दिसते.

तिन्हीसांजेचा व मानवी जीवनाचा लेखकाने येथे लावलेला संदर्भ हा लेखकाच्या चिंतनशील प्रवृत्तीचे दर्शन घडविणारा आहे. 'तिन्हीसांज' ही वेळच मानवी मनाला हुरहुर लावणारी वेळ असल्याचे लेखक हे सांगत असल्याचे जाणवते.

प्रार्थनेची घंटा : मानसिक शोध

'प्रार्थनेची घंटा' या लेखामध्ये लेखकाने प्रार्थनेची घंटा ही ईश्वराकडे जाण्याची घंटा आणि ईश्वरापासून दूर जाण्याची घंटा यातील फरक शोधण्याचा प्रयत्न केलेला दिसतो. लेखक येथे सांगतात, "प्रार्थनेची घंटा मग ती उगवतीची असो वा मावळतीची. माझ्या अंतरंगात अस्वस्थेचं रान पसरवित जाते."

या लेखात लेखकाने चित्रित केलेली 'फुला' ही तिच्या मृत्यूने वाचकांना अस्वस्थ करून सोडते. लेखकाने चित्रित केलेली फुला ही त्यांच्या परिसरातील सातपुडा डोंगरकपारीत डिंक गोळा करीत, पक्ष्यासारखी रानभर भिरभिरणारी होती. तिचा पहाडी गाण्याचा आवाज सर्व आसमंत व्यापून टाकत असे. सर्व पाड्यातून देवळात प्रार्थनेसाठी जाणारी 'फुला' ही एकमेव मुलगी होती. नित्यनियमाने देवळात आपल्या बोलीभाषेत ती आवडीने भजन गात असे.

'कोविने राजा हे परभू
बोडाय तारी कोरजेऽ;
मेहरबानी छे आमुरेपोर तरी
सूती आमू कोरजे...
कोविने राजाऽऽ...'

वरील भजनाच्या ओळी या सातपुडा डोंगरकपारीत बोलल्या जाणाऱ्या आदिवासी लोकांच्या 'पावरी' भाषेतील आहे. या भजनाचा अर्थ असा होतो. "हे देवा, तू सर्व जगाचा राजा आहेस. तुला आम्ही अशी प्रार्थना करतो की तुझी आमच्यावर अशीच कृपा राहू दे, तुझी स्तुती आम्ही येथे गात आहोत. हे परमेश्वरा ! तुझी आमच्यावर सदैव कृपा राहावी." देवावर इतका विश्वास ठेवणारी ही फुला रानावनात डिंक गोळा करताना जे गीत गाते ते गीतही आदिवासी पावरी भाषेतील आहे. त्या गीतामार्फत आमचे जीवन हे सर्वांत चांगले आहे. आम्ही कधी कोणाचे वाईट करीत नाही, कोणाची निंदा करीत नाही. आम्ही जे भुकेले आहोत त्यांना अन्न देतो. गरजवंतांना कपडे देतो असे हे आमचे चांगले जीवन नेहमी तू चांगलेच ठेव." हा या गीताचा

मथितार्थ असल्याचे जाणवते.

अशा या देवावर विश्वास ठेवणाऱ्या 'फुला'वर अन्याय होतो. कोणीतरी तिची वाईट अवस्था करतो व तिच्या तळहातावर तिच्या छाटलेल्या जिभेचा तुकडा असतो. त्याही अवस्थेत फुला देवळात जाऊन रात्रभर घंटा बडवित राहते. तो फुलाचा मूक प्रार्थनेचा घंटानाद हा शेवटचा घंटानाद असतो. देवावर श्रद्धा, विश्वास ठेवणाऱ्या फुलाचा अंत इतका भयानक का ठरतो ? जर देव आहे तर तो फुलाची मदत करायला का येत नाही ? हा प्रश्न लेखक येथे उपस्थित करतात.

याच लेखात लेखकाने चित्रित केलेला 'घोगरावाला गोसावी' याचे वागणे ही लेखकाला संभ्रमात टाकणारे आहे. या घोगरावाला बाबाकडे गावातील लोक मोठ्या भक्तिभावाने व श्रद्धेने पाहत. तो गोसावी त्याच्याजवळील भस्म लोकांना देत असे. लोकांना त्या भस्माचा गुण पडत असे. गोसाव्याचा व लोकांच्या वागण्याचा तऱ्हेवाईकपणा पाहणे हा लेखकाचा नित्यक्रम असे. त्या गोसाव्याच्या कमरेचा घागर हा लेखकाला मंदिरातील घंटाच वाटत असे. जी घंटा मंदिरात प्रार्थनेसाठी किंवा गाभाऱ्यातील देवाला आपल्या येण्याची, आपल्या अस्तित्वाची जाणीव करून देण्यासाठी मंदिरात लावतात ती घंटा गोसाव्याच्या कमरेला कशी ? असा त्यांना प्रश्न पडे.

या प्रश्नाचा शोध घेण्यास लेखक त्या गोसाव्याच्या मठात जाऊन पोहोचतात. लेखक गोसाव्याला त्याच्या कमरेची घंटा मागतो त्या वेळी तो त्यांना ''कौन-सी घंटा ?... ईश्वर को पाने की या ईश्वर से छुटकारा कराने की ?'' हा प्रश्न विचारतो व ''ईश्वर को पाना है तो उधर जावो !'' असे सांगतो.

त्या वेळी लेखकाच्या बालमनाला प्रश्न पडतात, जर ईश्वर, परमेश्वर तिकडे आहे तर हा गोसावी इथे, इकडे काय करीत आहे. तो नेमका परमेश्वराकडे जात आहे का तो परमेश्वरापासून दूर पळत आहे ? जर तो परमेश्वरापासून दूर पळू पाहतो तर तो गोसावी कसा ? लोक त्याच्याकडे देवाचा भक्त म्हणून का पाहतात? त्याचप्रमाणे तो गोसावी म्हटलेली ईश्वराकडे जाण्याची घंटा कोणती आणि ईश्वरापासून दूर जाण्याची घंटा कोणती ? असे अनेक प्रश्न लेखकाला त्या बालवयात पडतात.

एकूणच हे प्रश्न लेखकाला बालवयात पडणारे असले तरी ते सर्व अधांतरी अशा स्वरूपाचे आहे. लेखक येथे विश्वास-अविश्वास, आस्तिक-नास्तिक या दोन्हींच्या संभ्रमात मनाचे हेलकावे खात असल्याचे जाणवते. गोसावी देवाकडे जाण्याचा मार्ग दुसरा का सांगतो? त्याचप्रमाणे देवाकडे जाण्याचा मार्ग दुसरा असेल तर गोसावी त्या मार्गापासून लांब का पळत आहे? असे अनेक प्रश्न येथे अधांतरी, अनुत्तरितच राहतात.

पायवाटा : जीवनातील मार्ग

'पायवाटा' या लेखात लेखकाने त्याच्या जीवनातील पायवाटेचे महत्त्व विशद केल्याचे दिसते. बालमनातील पायवाटेची कल्पना लेखक येथे सांगतात की, "दुष्काळ पडला म्हणजे डोंगरांना फार-फार दुःख होतं. त्या दुःखात डोंगर रडतात. मग त्यांचे मोठमोठे अश्रू सापासारखे सरपटत गावाकडे येतात आणि त्यांच्या पायवाटा तयार होतात." परंतु लेखकाच्या या कल्पनेत पुढे बदल होत गेला. अनेकांची पावलं एकाच ठिकाणी पडून जमिनीवर जी वेडीवाकडी नक्षी तयार होते, ती म्हणजे पायवाट अशी कल्पना त्यांची पायवाटेच्या संदर्भात दृढ झाली. पायवाटेची सुरुवात व शेवट या संदर्भात लेखकाच्या मनात विलक्षण कुतूहल व अद्भुतरम्यता आल्याचे जाणवते.

या लेखातील गावात एक बाई कंगवा, फणी, मिस्त्री, मेण, मणी, तेल अशा कोणकोणत्या वस्तू घेऊन विकायला आणायची. ती आपल्या या वस्तू विकताना डोंगरापलीकडच्या गावात काय घडले याविषयी गावातील बायकांशी बोलत असे तर कधी आपल्या अस्सल खानदेशी बोलीभाषेत गाणे गाऊन त्या गावातील स्त्रियांचे मनोरंजन करीत असे. गावातील स्त्रियांही तिला या बदल्यात पापड, कुरडया, शेवया इत्यादी वस्तू देत असत. तिच्या मताप्रमाणे तिची येण्याची ही पायवाट ही तिच्या पोटातून निघालेली नाळ आहे. अत्यंत मार्मिक शब्दांत लेखक येथे त्या स्त्रीच्या मनाची व्यथा व्यक्त करतात. पोट आणि पायवाट याचे तिच्या जगण्याशी असणारे नाते लेखक येथे व्यक्त करतात.

लेखकांना त्यांच्या बालपणी बारी मास्तरांच्या पेरूच्या बागाकडे जाणारी पायवाट आवडत असे. याच पायवाटेला जोडून सटवाई देवीच्या देवळाकडची एक पायवाट होती. या वाटेवरून आलेला म्हातारा हा 'रोमडी लावणारा' होता. याच पायवाटेतील समोरील एका झाडावरील पोपटाला कोणीतरी गुल्लेरने मारून तडफडून-तडफडून मेलेला पाहिल्यावर त्या पायवाटेवरून त्या पेरूच्या झाडाकडे जाण्याची लेखकाची इच्छाच झाली नाही.

लेखक कधी या पायवाटांचा संबंध स्वतःच्या शरीराशी, मनाशी लावतात तर कधी त्यांना या पायवाटा म्हणजे त्यांच्या शरीरात पसरलेल्या असंख्य रक्तवाहिन्या असल्याचा भास होतो. या अशा अनेक पायवाटांप्रमाणे लेखकाच्या लक्षात राहते ती ताजोद्दीन बाबांच्या दर्ग्याकडे जाणारी पायवाट. किंबहुना, ही पायवाट अजूनही त्यांचा पाठलाग करतेयं असे त्यांना जाणवते. या दर्ग्याच्या पायवाटेवरून जो खऱ्या भक्तिभावाने चालेल तोच दर्ग्यापर्यंत पोहोचतो, अन्यथा बाबा अविश्वासी व्यक्तीला कडेकपारीत खोल दरीत ढकलून देतो अशी याबद्दल आख्यायिका होती. लेखक स्वतः मात्र

आस्तिक आणि नास्तिकच्या मध्यावर तरंगत राहत असल्याचे दिसते. त्याचप्रमाणे लेखकाने येथे चिंचेपासून बनविलेला 'महू' पदार्थ व साधू महाराजांचे ते चवीने खाणे व जाताना लेखकाला एक पांढराशुभ्र शंकू देणे हे सर्व पायवाटेच्या संदर्भात येथे नमूद केले आहे.

'पायवाटा' या लेखात लेखक त्यांच्या जीवनातील पायवाटेचे महत्त्व सांगतात. त्यांच्या मनाला भुलविणाऱ्या, वाऱ्यावर झुलणाऱ्या व तरीही त्यांना प्रिय वाटणाऱ्या या पायवाटा अजूनही लेखकांचा पाठलाग करीत असल्याचे जाणवते. किंबहुना, आयुष्यात मिळणाऱ्या या नवनव्या वाटा अजूनही लेखकाशी हितगूज करीत असल्याचे जाणवते. किंबहुना आयुष्यात मिळणाऱ्या या नवनव्या पायवाटांची जीवनामध्ये अधिक भरच पडल्याचे जाणवते. नवनव्या पायवाटा शोधणे व त्यातील मर्म उलगडण्याचा प्रयत्न करणे हा लेखकाच्या जीवनातील अविभाज्य भाग बनला आहे.

निसर्गातील अगदी छोट्या-छोट्या गोष्टीत जाणवणारे वेगळेपण त्याचप्रमाणे त्यात जीवनातील घटनांतील शोध घेण्याचे काम लेखक येथे प्रस्तुत लेखामार्फत करीत असल्याचे जाणवते.

मन आणि आकाश : एक शोध

'मन आणि आकाश' या लेखाची सुरुवातच माणसाला विचार करायला भाग पाडते. "मन नसलेला माणूस, आकाश नसलेलं ठिकाण आणि मृत्यू नसलेली वस्ती कुणी पाहिली असावी असं मला वाटत नाही !" बालपणापासूनच आकाश व मन याविषयी असणारे कुतूहल लेखकाला स्वस्थ बसू देत नसे.

या लेखात लेखकाने अम्मा व रम्माचे व्यक्तिचित्र रेखाटले आहे. अम्मा व रम्मा या दोन्ही पोक्त बायका एकमेकींच्या जिवलग मैत्रिणी. अम्मा डोक्यावर दुपट्टा घेत तर रम्मा आपल्या लुगड्याचा भलामोठा मऱ्हाटमोळा पदर घेत असे. रम्मा गावातील महादेवाच्या मंदिरात तेल व वात करायला दिवा लावायला जाई तेव्हा अम्माही तिच्यासोबत असायची. अम्मा ज्या वेळी गुरुवारी पीरबाबाच्या दर्ग्याला जाई त्या वेळी रम्माही तिच्याबरोबर शिरणी व उदबत्ती घेऊन पीरबाबाच्या दर्ग्यात जात असे. दोघीही एकमेकींकरिता आपापल्या देवाकडे प्रार्थना करीत असत.

रम्माचे आजारपणामुळे अचानक देवाघरी जाणे हे अम्माला सहन होत नाही. ती आकाशाकडे पाहत हातवारे करीत देवाला रम्माविषयी विचारत असे. त्या वेळी अम्माच्या डोळ्यात दिसलेले आकाश लेखकाच्या काळजाचा ठाव घेते. काही दिवसात अम्माही गाव सोडून निघून जाते. लोक त्यांच्या गल्लीला 'अम्मा-रम्मा'ची गल्ली म्हणूनच ओळखत असत.

लेखकाला मात्र आकाशात दिसणारे दोन आभाळातील तुकडे हे अम्मा-रम्मा

तर नसतील असा भास होतो. त्याचप्रमाणे मनातून आकाश निर्माण झाले की आकाशातून मन निर्माण झाले हे विचार लेखकाला संभ्रमात टाकत असतात. लेखकाच्या मते, मन व आकाश हे परस्परांना कोठेतरी, केव्हातरी भेटत असले पाहिजेत. ज्यावेळी माणसे झोपलेली असतात त्यावेळी त्यांची मने शरीरातून बाहेर पडून क्षितिजाकडे आकाशाला भेटायला जात असावीत असा लेखकाचा भ्रम होता. त्याची सत्यता पडताळण्यासाठी ते एकदा रात्री गावाबाहेर असणाऱ्या जुनाट देवळाच्या घुमटावर चढून बसतात. परंतु मन व आकाश यांचा मेळ झाल्याचे त्यांना कोठे दिसले नाही. त्यामुळे मन आणि आकाश हे परस्परांचे जनक नाही या निष्कर्षापर्यंत ते येतात.

एकदा असेच भटकताना त्यांना मशिदीजवळ एक फकीर भेटतो. त्या वेळी **'मुठ्ठी में मेरा मन है'** हे लेखकाचे उत्तर त्या फकिराला देणे तसेच 'मेरे शरीर से मेरा मन निकाल लिया तो क्या बचेगा ?' या लेखकाच्या उत्तराने फकिराने चिडणे या गोष्टी लेखकाला समजत नाहीत. पक्षी आपला निरोप आकाशापर्यंत पोहोचवतील म्हणून लेखक भाकरीचे तुकडे, शेंगदाणे, फुटाणे घेऊन पक्ष्यांला खायला घालत असे. त्या पक्ष्यांशी त्यांची ओळखही झालेली. परंतु एके दिवशी त्या पक्ष्याचे न येणे, त्याची वाट पाहणे, नंतर त्याचे येणे व येऊन अचानक कोसळून पडून मरण पावणे हे लेखकाच्या बालमनाला हुरहुर लावून जाते. आपण आपला निरोप पक्ष्याला आकाशाला सांगायला लावला. त्यामुळे आकाशाने तर ही शिक्षा त्याला दिली नाही ना ? असा प्रश्न त्यांच्या बालमनाला पडतो.

पक्ष्याच्या मृत्यूने लेखकाला अचानकपणे मन, आकाश व मृत्यू एकत्र पाहिल्याचा साक्षात्कार होतो. त्याप्रमाणे या लेखात लेखक स्वतः साक्षात पाहिलेल्या स्वतःच्या मृत्यूचा प्रसंग सांगतात. मृत्यूला हुलकावणी देण्याचे सामर्थ्य मनात असल्याचे किंवा मनाजवळ मृत्यूला वळविण्याचे तंत्र असेल किंवा मृत्यू ही त्याच प्रमाणात समजदारही असेल असे लेखकाला येथे वाटते. त्याचप्रमाणे मन आणि मृत्यूमधील लपंडाव आकाश तटस्थपणे पाहत असणार असे लेखकाला वाटते. या सर्व गोष्टींची सत्य-असत्यता पडताळताना आज आपण मन, आकाश आणि मृत्यू या त्रिकुटाने तयार झालेल्या त्रिकोणात उभा असल्याचे समाधान त्यांना आहे.

मन, आकाश व मृत्यू यांचा एक वेगळाच अन्वयार्थ लेखक येथे लावत आहे. त्यामध्ये एक सुसंगती असल्याचे जाणवते. बालमनातील अनेक प्रश्न माणसाला त्याच्या पुढील आयुष्यातही अस्वस्थ करीत असतात. परंतु त्या प्रश्नांची उत्तरे मिळाली की मिळणारे समाधान हे काही वेगळेच असते हे आपणाला या लेखामार्फत जाणवते.

खिडक्या : अद्‌भुत विश्व

'खिडक्या' या ललित लेखात लेखकाने त्यांचे खिडक्यांविषयी असणारे प्रेम, त्यांच्याशी असणारी सलगी याचे चित्रण केलेले आहे. या लेखातही लेखकाने एका साधूचा प्रसंग चित्रित केलेला आहे. लेखक ज्या भागात राहातात त्या भागातील, त्या काळातील साधू-बैराग्याचे वास्तव्य हे त्यांच्या सर्वाधिक ललित लेखांमध्ये आल्याचे जाणवते.

लेखक येथे सांगतात, ''मी खिडकीचा लोभी आहे अथवा खिडक्यांचा छंदी आहे असे म्हटलं तर मी चूक करतोय असे नाही, तर माझ्या खाजगी आयुष्याचा बराचसा भाग कितीतरी खिडक्यांशी आणि त्या खिडक्यांमधून दिसणाऱ्या अद्‌भुत विश्वाशी निगडित आहे.''

या खिडक्या या लेखकाला आंतरिक विश्वाची आणि त्यांना अंतर्मुख करणाऱ्या असंख्य अतर्क्य अनुभवांची महाद्वारेच वाटतात. या खिडक्या लेखकाला जीवनाकडे पाहण्याची नवी दृष्टी देत असल्याचे जाणवते. लेखक येथे सांगतात, घरांना खिडक्या ठेवण्याचा शास्त्रीय दृष्टिकोन जेवढा महत्त्वाचा असतो त्यापेक्षा त्या खिडक्या असण्याची आपली मानसिक व शारीरिक गरज ही आपल्या जडणघडणीत जास्त महत्त्वाची असते. या खिडकीच्या संदर्भात लेखकाने साधूच्या संदर्भात सांगितलेला प्रसंग, त्या साधूचे लेखकाला **'मैं तो तेरी मन की खिडकी खोलने आया था !'** या विचाराने लेखक रात्रभर अस्वस्थ होतो. परंतु त्यांना साधूला अपेक्षित असलेली मानवी मनातील अंत:विश्वाचे दर्शन घडविणारी खिडकी मात्र गवसत नाही. त्यामुळे लेखकाला खिडकीच्या आत डोकावण्याप्रमाणे खिडकीच्या बाहेर डोकावण्याची सवयही आपोआप जडत गेली.

याच लेखामध्ये लेखकाने चित्रित केलेली खिडकीतील माणसाची व्यक्तिरेखा ही लक्षात राहण्यासारखी आहे. खिडकीतील हा माणूस नेहमी लेखकाच्या उत्सुकतेचा विषय होतो. या माणसाच्या पत्नीचे सुंदर असणे, त्यामुळे त्याचा सतत तिच्यावर संशय असणे, तिच्यावर पहारा असणे, शेवटी बायकोचे त्याच्या जाचाला कंटाळून वाड्यातील लाकडी खिडकीतून पळून जाणे व या धक्क्याने या माणसाचे त्या वाड्याच्या खिडकीत बसून भ्रमिष्टासारखे तिची वाट पाहणे वा येणाऱ्या-जाणाऱ्या व्यक्तीला ती कोठे दिसली का ? हे विचारणे. कधी लोकांनी त्याला सरळ उत्तर देणे तर कधी त्यांची टिंगल करणे, त्याला वेड्यात काढणे. पुढे हाता-पायांची आग होण्याचा असाध्य रोग जडल्यावर तो भल्या-मोठ्या पितळी पातेल्यात गार पाणी घालून आपला अर्धाधिक देह त्या पाण्यात बुडेल व चेहरा फक्त खिडकीतून दिसेल अशा प्रकारे खिडकीत बसत असे. एके दिवशी उन्हाळ्यात देहातील दाह अधिक वाढल्याने तो रात्री याच खिडकीतून उडी घेऊन कपड्यांशिवाय पळून जातो व

गावातील विहिरीत त्याचे प्रेत तरंगताना आढळते.

आपल्या घराच्या खिडकीतून तटस्थपणे बाह्य जगाकडे पाहण्याची मजा काही औरच असल्याचे लेखक सांगतात. या मागे दुसऱ्याचे दुःख जाणण्याची एक आंतरिक ऊर्मी लेखकाच्या ठायी असल्याचे जाणवते. असेच एकदा सकाळपासून ते दुपारपर्यंत खिडकीत बसून महामार्गावरून धावणारी दोन हजार नऊशे अठरा वाहने मोजून काढण्याचा विक्रम लेखकाने केलेला दिसतो. यामागे केवळ खिडकीत बसून वाहने मोजणे हा त्यांचा हेतू नव्हता तर स्वतःच्या मनातील विचारांना, स्वतःच्या साठलेपणाला ही वाहने गती देतात अशी त्यांची ठाम धारणा आहे. त्याचप्रमाणे लेखकाच्या खिडकीतून दिसणाऱ्या निंबाच्या झाडाला एक मालवाहू ट्रक आदळून चक्काचूर झाला व काही दिवसात ते झाड उन्मळून पडले. लेखकाने वर्तमानपत्रामध्ये आलेल्या त्या झाडाचे छायाचित्र कात्रण करून आजही स्वतःच्या भिंतीवर चिकटवलंय.

लेखकाच्या मते, ते झाड त्यांच्यावर सतत चैतन्याचा वर्षाव करायचे व जातानाही ते त्यांच्या अंतःप्रेरणांना उद्दीपित करणारे, त्यांच्या दैनंदिन जीवनातील, असंख्य कूटप्रश्नांचे उकल शोधण्याचे तंत्र त्यांच्या मनात ठेवून गेलेले आहे. अशाप्रकारे आपल्या जीवनातील, आयुष्यातील खिडक्यांचे महत्त्व लेखक येथे अत्यंत समर्पक भाषेत सांगतात.

त्याचप्रमाणे खिडकी पटकावणे ही सुद्धा एक कला असल्याचे लेखक प्रस्तुत लेखात नमूद करतात. एस.टी. किंवा रेल्वे वा इतर प्रवासातही खिडकीजवळची जागा पटकवण्याकरिता लोक वाटेल तसा प्रयत्न करतात. आपल्याला खिडकीजवळ जागा मिळाली म्हणजे आपण इतरांपेक्षा फार वेगळे आहोत. खिडकी मिळविण्यात आपण खूप मोठं साहस केलंय हे मानवी प्रवृत्तीवरील लेखकाने केलेले भाष्य हे समाजातील सर्वसामान्य माणसाच्या प्रवृत्तीचे, मानसिक वृत्तीचे दर्शन घडविणारेच आहे. त्याचप्रमाणे प्रवासात खिडकी मिळविण्यासाठी लोक कोणकोणत्या तंत्राचा अवलंब करतात याचे लेखकाने आपल्या अनुभवातील प्रसंगामार्फत चित्रण केलेले दिसते. त्याचप्रमाणे खेड्यातील कौलारू घराच्या मागील भिंतीच्या खिडकीतील दिसणारा म्हातारा व त्यांच्या कोंबड्या, म्हाताऱ्याचे साप चावून मरणे याचे चित्रण हे अत्यंत हृदयस्पर्शी केल्याचे जाणवते.

लेखकाच्या मते, या खिडक्यांनी त्याचे अनुभवविश्व समृद्ध केलेले आहे. ज्या ज्या वेळी लेखक जीवनात कोलमडून पडतात त्या त्या वेळी या खिडक्या अलगद उभे राहण्याचे बळ त्यांना देतात. त्यांच्यात चैतन्य निर्माण करतात व त्यांच्या विचारांना नवी दिशा देण्याचे कार्य करतात. त्यामुळे खिडक्यांशी सलगी करण्याचा मोह त्यांना अनावर होतो. आपल्या सभोवतालच्या खिडक्यांप्रमाणे आपल्या मनाचीही खिडकी सताड उघडी असावी हे तर लेखकाला येथे सांगायचे नाही ना, असा प्रश्न पडतो.

भटकंती : जीवनाचा एक अविभाज्य भाग

'भटकंती' या लेखात लेखकाने त्यांच्या भटकंतीचे अनुभव व्यक्त केलेले आहेत. लेखक येथे प्रथमच सांगतात, 'भटकणे' या शब्दाचा खरा अर्थ हिंडणे, फिरणे अथवा **भटक्या मारणे** असा असला तरी मी माझ्यापुरता त्याचा अर्थ खोड्या, गमती, कुतूहल एवढाच मर्यादित ठेवलेला आहे.

त्यांचे हे भटकणे कधी हेतुपूर्वक असते तर कधी अहेतुक असल्याचे ते सांगतात. कधी हे भटकणे देहाशिवाय असते तर कधी देहानिशी असते. त्यांच्या या भटकंतीला काळाचे व वेळेचे कशाचेही बंधन नाही. या भटकंतीत रस्त्यावरील गारुड्याचा खेळ पाहणे, भर चौकात जडीबुटीच्या औषधांचा पसारा मांडून लोकांना भाषण देणाऱ्या माणसाचे भाषण ऐकणे. ते ऐकताना जमलेल्या साध्याभोळ्या लोकांच्या चेहऱ्यावरील कुतूहल पाहणे लेखकाला आवडते. घरात असताना गॅलरीत जाऊन शीळ वाजविणे व लगेच घरात येणे, प्रवासात खिडकीजवळची जागा मिळाली नाही तर ती गाडी सोडून दुसऱ्या गाडीची वाट पाहणे, प्रवासात खिडकीत बसल्यावर गाडी वेगात असल्यावर मधूनच खिडकीतून हात बाहेर काढून शेतात काम करणाऱ्या वा रस्त्याने चालणाऱ्या अनोळखी व्यक्तीला 'ओ' अशी हाक देणे. त्यांच्याशी ओळखीचे हसणे, रस्त्यावरून जाताना रस्त्यावरील डुकराला वा कुत्र्याला दगडी मारणे, एस. टी. वर दगड फिरकावून मारणे अशा अनेक स्वतःच्या लहरीपणाचे लेखक येथे वर्णन करतात.

लेखकांच्या मते, चांगले राहणे, चांगले वर्तन करणे हे आपण केवळ इतरांना दाखविण्यासाठी वा सभ्यपणाचे वर्तन व्हावे म्हणून वा एक प्रकारचा 'धाक' म्हणून करीत असतो. लेखकाच्या भटकंतीतील एक स्थळ म्हणजे गावाबाहेरील नाथबाबाचा जुना पडका मठ. त्या मठातील वृद्ध बैराग्याचे त्यांना आकर्षण होते. बालवयात न समजणाऱ्या बऱ्याच आध्यात्मिक गोष्टी लेखक त्या बैराग्याशी नकळत असतानाही बोलत असे. परंतु बैराग्याचे अचानक नाहीसे होणे हे मात्र त्यांना समजत नाही.

मठाप्रमाणेच 'सात पेन्शनरांचा अड्डा' ही हायवेच्या कडेच्या मोकळ्या मैदानातील जागा हेही लेखकाच्या भटकंतीतील एक आवडते स्थळ. या पेन्शनरांची संख्या फक्त आता चार होती व काही दिवसांनी ती शून्य झाली तर आपल्याला भटकण्याचे एक स्थळ गमवावे लागेल अशी त्यांना भीती आहे. त्याचप्रमाणे लालजर्द फुलांनी बहरलेल्या गुलमोहरांची झाडे असलेला परिसर हा लेखकाचा एक आवडीचा भटकंतीचा परिसर आहे. शहरातील टॉवरजवळील वेगवेगळ्या जातीची बरीचशी झाडे पाहणे, तेथे भटकणे, तेथे असणाऱ्या पक्ष्यांचे थवे पाहणे, त्या झाडांचे व त्या पक्ष्यांचे घनिष्ठ नाते असणे, त्यांची एकात्मता पाहणे हा लेखकाचा आवडता छंद आहे. दुपारच्या

वेळी गुरे राखताना आपल्याजवळ असलेल्या शेणाचा खोपा खेळायचा, हा त्याच्या भटकंतीतील महत्त्वाचा भाग आहे.

भटकत राहणे हा लेखकाच्या दैनंदिन जीवनाचा महत्त्वाचा भाग आहे. त्यांच्या ते अंगवळणीच पडलेले दिसते. किंबहुना लेखक ते कबूल करतात. आपण भटकलो नाही तर आयुष्याचा, जीवनाचा एखादा महत्त्वाचा भाग अपूर्ण राहून जाईल ही त्यांना भीती वाटते. त्यामुळे दिवस उगवतो व मावळतो तो त्यांच्या भटकण्यासाठीच! अशी त्याची ठाम भूमिका असलेली दिसते. एकूणच भटकणे हा लेखकाच्या जीवनाचा महत्त्वाचा भाग असल्याचे दिसते. जर आपण भटकलो नाही तर आपले जीवनच थांबेल अशी त्यांची विचारसरणी आहे. या भटकंतीतून मानवी जीवनातील सुखदुःखांशी समरस होण्याची एक वेगळीच प्रवृत्ती लेखकाची असलेली जाणवते.

क्षितिज आणि मी : एक मनसोक्त आस्वाद

'क्षितिज आणि मी' या ललित लेखात लेखकाने त्यांचे क्षितिजाशी असणारे ऋणानुबंध स्पष्ट केलेले आहे. क्षितिज हा त्यांचा आवडता विषय आहे. कोणतीतरी आदिम प्रेरणा त्यांना क्षितिजाच्या शिल्प नगरीत आणून सोडते असे त्यांचे मत आहे. सातपुड्याच्या डोंगरावर पेटलेला वणवा पाहून लेखकाला क्षितिजात वणवा पेटल्याचे जाणवते व उगाच मनाला चिंता लागते. आपल्या स्वभावातील न्यूनगंडावर मात करणे, आपल्याला इतरांशी संवाद साधता येत नाही, एकटे राहावेसे वाटणे अशा आपल्या न्यूनगंडावर लेखक क्षितिजाशी जवळीक साधून मात करतात. त्यांच्या मते, क्षितिज हे एक शाश्वत सत्य आहे. ते कुणालाही न उलगडणारे कोडं आहे. जगातील सारेच रस्ते हे क्षितिजापासून सुरू होऊन क्षितिजातच गडप होतात हे लेखकाचे मत अत्यंत संवेदनशील मनाने केलेले चिंतन जाणवते.

लेखकाने याही लेखात साधूबाबाचा संवाद रेखाटलेला आहे. साधूचे सांगणे, क्षितिजाच्या पलीकडे खूप मोठा खजिना आहे, जो आतापर्यंत कोणालाही मिळालेला नाही व मिळणारही नाही. साधूचे हे सूचक बोलणे याचा अर्थ न समजणे परंतु आजही साधू पाहिल्यावर भ्रमिष्टासारखे लेखकाला होणे व ते हलका-हलका होत उंच-उंच उडत क्षितिजाकडे जाणे अशी त्यांना मानसिक जाणीव होते. या क्षितिजाच्या पलीकडे काय आहे ? कोणता अद्‌भुत खजिना या क्षितिजापलीकडे आहे?

साधूच्या बोलण्यातील कोणता खजिना तेथे आहे का, साधूलाही या क्षितिजापलीकडील खजिन्याविषयी काही माहीत नसावे. त्यामुळे तोही त्या क्षितिजाच्या पलीकडे असणाऱ्या गोष्टीचा शोध घेत असावा असे अनेक प्रश्न विचारून लेखक आपल्यालाही निरुत्तर करतात. क्षितिजापलीकडे असणारी अनामिक ओढ लेखकाच्या गूढतेला येथे साद घालत असते. वाचकालाही क्षितिजापलीकडील

असणाऱ्या जीवनाचा वेध घेण्याची ओढ येथे लागते. एवढे सामर्थ्य त्यांच्या लेखात असल्याचे जाणवते.

बडबड - व्यर्थ आणि सार्थ : सामाजिक जवळीक

'बडबड - व्यर्थ आणि सार्थ' या प्रस्तुत लेखात लेखकाने मानवी जीवनातील एका महत्त्वाच्या व त्याचप्रमाणे महत्त्व नसणाऱ्या बडबडीचे व्यर्थ आणि सार्थ असे वर्णन केलेले आहे. स्वत:च स्वत:शी बडबड करण्याची सवय लेखकाला आहे. त्याचप्रमाणे एखादी व्यक्ती स्वत:शी बडबड करीत असेल तर वा दोन व्यक्ती संवाद साधत असेल तर तेही ऐकण्याची लेखकाला एक महत्त्वाची जडलेली सवय आहे.

लेखकाच्या मते, ''व्यर्थ बडबड इतरांवर लादण्याचा प्रयत्न केला म्हणजे लोक त्याला मूर्ख अथवा वेडा ठरवितात. परंतु सार्थ बडबड मात्र लोक स्वतःवर लादवून घेतात.''

वेगवेगळ्या क्षेत्रातील नामवंत वक्त्यांची भाषणे, मोठ्या साधू-महंताची प्रवचने, इतर क्षेत्रातील बौद्धिक, विचारवंतांची भाषणे ही सर्व सार्थ बडबडीत मोडली जातात. परंतु त्या सार्थ बडबडीत एक प्रकारचे न दिसणारे अदृश्य असे लादलेपण असतेच. मात्र त्यामागे विशिष्ट हेतू असल्याकारणाने त्याला चांगले आवरण प्राप्त होते. लेखकाला मात्र व्यर्थ बडबड अधिक आवडते. कारण ती समाजात सर्वत्र विखुरलेली आहे. या बडबडीचा एक सार्थ घटक बनून राहणे हा लेखकाचा आवडता छंद आहे.

या लेखातील साधूचे एकांतात बडबडणे, देवाची क्षमा मागणे हा प्रसंग तसेच दामूअण्णा व रामूतात्या यांच्या बडबडीचा प्रसंग लेखकाने येथे अत्यंत मिश्किलपणे चित्रित केलेला आहे. परंतु त्याला कारुण्याची झालरही प्राप्त झालेली जाणवते. दामू अण्णाचे अचानक मरण पावणे, रामूतात्याला वेड लागणे, त्यांची वाचा जाणे तरी त्यांचे विचित्र हातवारे करून बोलण्याचा प्रयत्न करणे हे मानवी मनाचा ठाव घेणारे चित्रित केलेले आहे.

या बडबडीतून लेखकाला समाजातील इतर घटकांकडे बघण्याचे नवे तंत्र गवसल्याचे ते येथे नमूद करतात. बडबड व्यर्थ की सार्थ यापेक्षा त्यातील अर्थ शोधणे महत्त्वाचे आहे, असे लेखकाला वाटते. या लेखातील भारत-पाक युद्धात शहीद झालेल्या मुलांच्या पत्राची, त्यांच्या पैशाची वाट पाहणारी व रोज पोस्ट-ऑफिसात जाणारी म्हातारी. तिची ही व्यर्थ बडबडच तिला उद्याच्या आशेवर जीवन जगण्यास भाग पाडत आहे.

लेखकाच्या मते, बडबडण्याचंही एक विशिष्ट तंत्र असावे. हे तंत्र ज्याचे त्याने ठरवायचे असते. माणसाच्या या बडबडण्यामागे त्यांच्या जीवनातील पूर्व घटनांचा संदर्भ असतोच. त्याचप्रमाणे इतर घटनांच्या निर्मितीची नांदीही असते. बडबड

करणारी व्यक्ती ही सुबुद्ध असते वा दुर्बुद्ध असते हे सांगता येत नाही. परंतु लेखकाला या बडबडीने जीवनाकडे, जगाकडे गांभीर्याने पाहायला शिकविले असे लेखक येथे सांगतात. लेखकाने येथे चित्रित केलेला भोजपुरी साधूचा प्रसंग माणसाला विचार करायला भाग पाडणारा आहे.

शांतीचा शोध घेण्यास निघालेला तरुण व त्या तरुणाची साधूने केलेली लुबाडणूक, त्या साधूचे एखाद्या गरिबाला अन्न न देणे परंतु कुत्र्याला खायला देणे व नंतर त्या तरुणाची दखलही न घेता निघून जाणे. तो तरुण मात्र गाडीतील डब्यातील आदिवासी लोकांच्या उघड्या-नागड्या पोरांना संत्री खायला घालतो व तेही लोक माणुसकीखातर त्याला बळेबळे केळी खायला देतात. लेखकाने येथे चित्रित केलेला साधूंचा ताफा व या तरुणांचे वागणे हे विचार करायला भाग पाडते.

'मोह, माया, मद, मत्सर अशा असंख्य गुणांना तिलांजली देणारे महाव्रत म्हणजे वैराग्य' असे लेखक येथे सांगतात. जर वैरागी या सर्वांपासून दूर गेलेले असतात तर या वैराग्यांचे वागणे इतके स्वार्थीपणाचे कसे होते ? शांती शोधण्यास निघालेल्या तरुणाकडून पैसे घेणे व त्याची नंतर दखलही न घेणे हे त्यांना कितपत शोभते? तो तरुण मात्र आपल्याकडील पैसे त्यांना देऊनही आदिवासी मुलांना निःस्वार्थपणे खाऊ घालतो. कदाचित त्यांना सुख देण्यातच, त्यांच्या चेहऱ्यावरील आनंद पाहण्यात त्याला खऱ्या शांतीची प्राप्ती झाली असावी असे वाटते.

लेखकाने येथे व्यर्थ व सार्थ बडबडीचा व समाजाचा त्याच्याशी असणाऱ्या संबंधाचा एका वेगळ्याच दृष्टीने शोध घेतलेला आहे. ललित लेखांमध्ये अशा प्रकारचे विषय यापूर्वी कधी चित्रित केल्याचे जाणवत नाही. अशोक कोतवालांच्या लेखांच्या विषयाचे हे एक वैविध्य येथे जाणवते. पुन्हा या लेखात आस्तिक व नास्तिक या सीमारेषांवर हेलकावे घेणारे लेखकाचे मन आपल्याला पाहायला मिळते.

धोंडी धोंडी पाणी दे... : एक रीतिरिवाज

'**धोंडी धोंडी पाणी दे**' या ललित लेखात अशोक कोतवाल पावसाविषयीची आपली मते व्यक्त करीत आहेत. लेखकाच्या मते, पाऊस यावा परंतु तो ठराविक वेळी व ठराविक ठिकाणी. त्याने जेथे त्याची गरज आहे म्हणजे गावात, शेतावर तेथेच पडावे. एखाद्या शहाण्या पाहुण्यांप्रमाणे त्याने रात्रीच्या मुक्कामाला यावे व उजाडताच निघून जावे. परंतु पावसाच्या लहरीपणावर कोणाचेच नियंत्रण नाही हेही तितकेच खरे आहे. धाब्याच्या घरात राहताना मुसळधार पावसाच्या आगमनामुळे लेखकाची होणारी दमछाक याचे वर्णन या लेखात आलेले आहे. त्याचप्रमाणे लेखक राहत असणाऱ्या गढीला '**सुंदरगढी**' हे नाव होते. या गढीच्या मागे '**सुंदर**' हे विशेषण का लावलंय हे मात्र त्यांना कधी समजले नाही वा त्याचे समाधानकारक

उत्तर काही त्यांना मिळाले नाही.

ज्या वर्षी गावात दुष्काळाचे सावट पडे त्या वर्षी 'धोंडी' गावभर पाणी मागत फिरत असे. 'धोंडी' झालेल्या माणसाने त्याच्या अंगभर निंबाच्या डहाळ्या खोवलेल्या असत. त्याचा चेहराही निंबाच्या पालवीनेच झाकलेला असे. पायात घुंगरू बांधलेले असत. या धोंडीसोबत गावातील पंधरावीस बाया-माणसे असत. त्यातील काही बायकांच्या डोक्यावर निंबाच्या डहाळ्या खोवलेल्या घागरी असत. एक-दोन माणसांच्या काखेला झोळी असे व हा धोंडी 'धोंडी धोंडी पाणी दे !' असे म्हणत प्रत्येक घराच्या अंगणात उभा राहत असे. त्याच्या डोक्यावर पाणी पडताच तो छुमछुम नाचत असे. त्याचे सहकारी वाजंत्रीच्या आणि त्याच्या नाचण्याच्या तालावर गाणी म्हणत. एक प्रकारचे चैतन्य त्यामुळे वातावरणात निर्माण होत असे. पाऊस नसल्यामुळे आळसावलेल्या मजुरांमध्ये, चिंतेने व्याकूळ झालेल्या शेतकऱ्यांच्या मनाला आनंदाचा अंकुर फुटे.

लेखक येथे त्यांच्या गावात असणाऱ्या दुष्काळाच्या वेळी पाणी मागण्याच्या पद्धतीचे वर्णन करतात. त्याचप्रमाणे गावातील रूढी-परंपरा, श्रावणातील मंगळवाराचे महत्त्व लेखक येथे सांगतात. मंगळवार हा 'मरीमायचा वार' म्हणून पाळला जाई. त्या दिवशी कोणी शेतमजूर वा शेतकरी कामाला जात नसे व गढीतील चक्की वा कोणत्याही घरात जाते-फिरत नसते. हा कडक नियम असे व जर हा नियम मोडला तर पाच रुपये दंड भरावा लागे. लेखक येथे सातपुडा पर्वताच्या भागातील लोकांच्या जीवनातील रीतिरिवाज, त्यांचे देवदेवतांचे वेगवेगळे पाळावयाचे नियम याचे वर्णन वाचकांना करून देताना प्रत्यक्षरीत्या त्या परिसरातील दैनंदिन मानवी जीवनाचेही येथे वर्णन करीत आहे.

गावातील मरीमायची सातत्याने सेवा करणाऱ्यांना 'भोपे' म्हटले जाई. अंगात घुमणाऱ्या भगताला हे भोपे अनेक प्रश्न विचारत व तो भगत अर्ध्या हिंदी व अर्ध्या अहिराणी भाषेत बोलत असे. या प्रश्नोत्तराचे स्वरूप हे मनोरंजक आणि मजेशीर स्वरूपाचे असे. यानंतर भोपे वाद्यांच्या तालावर 'वह्या' म्हणत. या मंगळवारच्या उत्सवानंतर शेवटच्या मंगळवारी देवीच्या नावाने बारा गाड्या ओढल्या जात. असा हा पाऊस चिखल-मातीतून, रंग-गंधातून, घरा-दारातून, रीती-रूढीतून, ताला-सुरातून लेखकाच्या अंतरंगात झिरपत-झिरपत मिसळून जातो असे लेखक येथे सांगतात. सातपुडा डोंगरभागातील रीतिरिवाज, त्यांच्या दैनंदिन जीवनाचे चित्रण लेखक येथे करण्यात यशस्वी झालेले दिसतात.

वेडा बाबू : एक व्यक्तिचित्रणात्मक शोध

'वेडा बाबू' हा अशोक कोतवाल यांचा व्यक्तिचित्रणात्मक ललित लेख आहे. या लेखामध्ये लेखकाने 'वेडा बाबू'चे भावविश्व चित्रित केलेले आहे. त्याचे दिसणे,

वागणे, त्याच्या आठवणी सांगताना तो अगदी हुबेहूब चित्रित करण्यात लेखकाला येथे यश प्राप्त झाले आहे.

बाबू हा वेंधळा, भोळा, चिडचिड्या स्वभावाचा होता. भाकरी मागून खायचा. कोणीतरी भाकरी आपल्याला वाढणे म्हणजे तो आपल्यावर उपकार करतोयं असे त्याला अजिबात वाटत नसे. उलट त्याने आपल्याला भाकरी दिलीच पाहिजे व भाकरी देणे हे देणाऱ्याचं कर्तव्य आणि भाकरी घेणे हा आपला हक्कच आहे असे तो माने, असे लेखक येथे सांगत आहे.

बाबू हा लेखकाला 'सोक' म्हणून हाका मारत असे. त्याला 'अशोक' हे नाव पूर्ण घेता येत नसल्यामुळे तो केवळ 'सोक' असे त्याच्या खानदेशी भाषेत हाका मारत असे. भाकरी मागतानाही तो 'लय वोडऽ' म्हणजे आपण असे हक्काने व अधिकाराने अगदी रूबाबात सांगत असे. तो सर्वप्रथम लेखकाच्या घरापासून भाकरी मागायला सुरुवात करीत असे. भाकरी दिल्यावर तो भाजी किंवा चटणीची मागणी करी व जर नाही दिली तर भयंकर चिडायचा. दगडावर हातातील काठी आपटून 'तू मरी गया... मरी गया' असे खानदेशी भाषेत बोलायचा. असा तो रागवत असताना त्याच्या पोटाला खोलगट खड्डा पडून छातीच्या पिंजऱ्यांची हाडं विद्रूप हलताना दिसत असे लेखक त्याचे वर्णन करतात.

त्याच्या पोशाखाचे वर्णन लेखक येथे करतात. ''चिंध्या झालेली आखूड खाकी चड्डी, उघडाबंब, काळाकुट्ट, बसके गाल, सरळ नाक, वाढलेली दाढी, डोक्यावर ताठ उभे राठ, काळेभोर केस, हातात बांबूची काठी, खांद्यांच्या हाडावरून लोंबणारा मळकट कपडा, चेहरा किंचित गंभीर, विचारमग्न.'' **बाबू कसा दिसतो तर अगदी 'भुतासारखा' असे लेखक सांगतात.** थंडीच्या दिवसात त्याला रात्री भाकरी न देता लवकर दरवाजा लावून झोपले की बाबूला अतिशय राग यायचा. बाबूचे व लेखकाचे काही पूर्व जन्माचं घेणं असावं असे लेखकाच्या घरातले म्हणत असत. सणावाराला बाबूकरिता खास पदार्थ ठेवले जात. बाबूला सर्व गाव 'वेडा बाबू' म्हण, परंतु तो वेड्यासारखे कधीच वागत नसे. मुले त्याची मजा करीत. परंतु ती गोष्ट तो विसरत असे. बाबूने कधी कोणाला काठी किंवा दगड मारला नाही, मग तो वेडा कसा ? हा प्रश्न लेखकाला पडतो.

लेखक येथे सांगतात, **''लोकांनी मनात आणलं तर एखाद्या शहाण्या माणसालाही ते वेडवाकडे बोलून, चिडवून कसं वेड करतील त्याचं उदाहरण म्हणजे बाबू होय.''** गावातील लोक त्याला सामान घरी पोहोचविण्यासारखी अनेक कामे सांगत. लेखकाच्या घरची कामे बाबू अत्यंत प्रामाणिकपणे करीत असे. बाबू त्याला 'पंजाबी' चहा प्यायची लहर आली की लेखकाच्या घरातील छोटे-मोठे काम करी व अंगण साफ' करी. मगच चहासाठी पावलीची मागणी करी. काहीही काम न

करता 'पावली' घेणे त्याला कधीच आवडत नसे. कधी कधी तर तो त्याच्या जवळची काठी लेखकाला विकत असे. त्या बदल्यात पैसे घेत असे. बाबूने दिलेल्या काठीवर गुढी सजविताना लेखकाला आजही बाबूची आठवण होते.

बाबूचा आणखी एक विशेष लेखक येथे नमूद करतात. ते म्हणजे त्याला असणारे म्हशीचे वेड होय. गावात कोणी म्हैस विकत घेतली वा कोणी म्हैस विकली यात त्याला भलताच रस असे. वास्तविक पाहता, त्याच्या या कफल्लक जीवनाशी त्या म्हशीच्या खरेदी-विक्रीचा काहीही संबंध नसतो. परंतु त्याला दुसऱ्याच्या होत असणाऱ्या व्यवहाराविषयी मात्र खूप कुतूहल असे.

बाबूचे आणखी एक वैशिष्ट्य आपल्याला येथे दिसते ते म्हणजे त्याचे बांबूच्या काठीची भेर वाजवणं - बाबूशिवाय गावात कोणालाही बांबूच्या काठीची भेर वाजविता येत नसे. तो अगदी हुबेहूब खरोखर भेरेसारखा आवाज काढायचा. लोक त्याला भाजी, भाकरी, मिरची, लोणचे, चटणी इत्यादी वस्तू देण्याच्या मोबदल्यात भेर वाजवायला सांगत असत. लग्नाच्या वरातीतही बाबू भेर वाजवत असे. बाबू खुशीत असला म्हणजे खानदेशी बोलीभाषेतील गाणे सर्वांना म्हणून दाखवत असे. कधी रंगात असेल तर जर्मनची ताटली हाताने डफासारखी वाजवून तो सअभिनय करून नाचत असे. तेव्हा लोक त्याच्यावर खूश होऊन त्याला निरनिराळ्या वस्तू, पदार्थ आणून देत. कोणी पातळ भाजी ताटलीत आणली तर मात्र तो फार भडकत असे.

बाबूला जे आवडे ते तो गावातील लोकांकडून हक्कानं मागून घेई. त्याचा सर्व गावावरच हक्क होता; जणू काही या गावाचे, या गावातील लोकांचे व बाबूचे काहीतरी गेल्या जन्माचे ऋणानुबंध असल्याचे वाचकांनाही जाणवत राहते. माणसाच्या जीवनातील पूर्वजन्मीचे व माणुसकीचे काहीतरी नातेसंबंध हे असतात. प्रस्तुत लेखातील व्यक्तिचित्रणामार्फत लेखकाने त्याचा मेळ साधल्याचे जाणवते.

अंबाबोयची ओसरी : एका ओसरीचा वेध

'अंबाबोयची ओसरी' या ललित लेखामध्येही लेखक अशोक कोतवाल यांनी 'अंबाबोय' व 'चिंधाबोय' या दोन अफलातून म्हाताऱ्यांचे व्यक्तिचित्रणात्मक चित्रण केले आहे. या दोघीही विधवा म्हाताऱ्या होत्या. दारिद्र्याने खंगलेल्या तरी दीर्घायुषी होत्या.

लेखक येथे सांगतात, अपार सोशिकतेतून आलेल्या शहाणपणामुळे त्या आत्मनिर्भर बनल्या होत्या. वर्तमानातील कोणतीच आव्हाने त्यांच्याजवळ फिरकली नाहीत की त्यांच्या स्वप्नांना कधी पालवी फुटली नाही. त्या आजच्यापुरतं जगून घेत होत्या. उद्याचं उद्यावर सोडून देत होत्या. या दोघींनाही तपकिरीचे भारी व्यसन असे. त्यांची तपकिरीची रिकामी डबी ही नेहमी या गल्लीतून त्या गल्लीत फिरत असे. परंतु

ती येताना रिकामी परत येत नसे. या दोघांच्या तपकिरीचा ब्रँडही स्पेशल असे. त्यांना 'घोडा छाप... पंजाबी नास' हा तपकिराचा ब्रँड लागे.

गावातील दत्तूबाप्पांचे घर त्यांचे तपकिर मागण्याचे हक्काचे ठिकाण होते. या दोन्ही म्हाताऱ्या त्यांच्याकडून गाठीच्या चोळ्या हक्कानं शिवून घेत असत. त्याला त्या बदल्यात कधी त्या पैसे देत नसत. परंतु त्या बदल्यात त्या दत्तूबाप्पाचं घर सारवून देत असत. या दोघींच्याही घरात रांधलेल्या भाजीची नेहमीच कमतरता असे. चिंधाबोय पदराखाली एक रिकामे टमरेल घेऊन कोणाच्याही दारात जाऊन हक्कानं भाजी मागून आणत असे. अंबाबोय मात्र भाजी मागायला स्वतः कधीच जात नसे. ती एखाद्या लहान मुलांकरवी भाजी मागून घेत असत. जर तिला कधी पापड किंवा खारूड्या खायची लहर आली तर ती थेट गावातील एखाद्या घरात जाऊन खायला मागत असे. ''मांगी खाय त्याले कमी काय !'' हे चिंधाबोय व अंबाबोय या दोघींच्या जगण्याचे ब्रीद होते. अंबाबोयला गुळाचा चहा फार प्रिय होता.

अंबाबोयचे घर मुख्य रस्त्याला लागूनच होते. त्याला भली मोठी ओसरी होती. ही ओसरी नेहमीच बायांनी गजबजलेली असे. रस्त्यावरून येणाऱ्या जाणाऱ्या गावातील स्त्रियांचे ते हक्काचे विसावा स्थान होते. त्या ओसरीवर अंबाबोयच्या नवऱ्याचे जुन्या काळातील बरेच जुने फोटो फ्रेम करून लावलेले होते. त्याचप्रमाणे अनेक देवदेवतांच्या वेगवेगळ्या छटा दाखविणाऱ्या प्रतिमांचे फोटोही होते. तेथे जमणाऱ्या गावातील बायका त्यावरून चर्चा करीत. वेगवेगळ्या देवदेवतांची भजने आळवीत.

एखादी लेकुरवाळी स्त्री तिला काम असेल तेव्हा हक्काने आपले मूल अंबाबोयच्या ओसरीवर ठेवत असे. 'मूल अंबाबोयच्या ओसरीवर राहिलं म्हणजे सुरक्षित' असा त्यांचा ठाम विश्वास असे. अंबाबोय वर्षातून एक-दोनदा बाया जमवून रात्रीची जागरणे ठेवत असत. त्यामध्ये गावातील 'अंध' बायजा भजन म्हणायला येत असे. हे भजन-कीर्तन अंबाबोयच्या ओसरीवर होई, याचा आनंद संपूर्ण गाव घेत असे. गावात कोणाकडेही लग्नकार्य असले की तेथे मदतीसाठी, गाण्यासाठी अंबाबोय व चिंधाबोय नक्कीच असे. 'तेलण'च्या कार्यक्रमात त्या गाणी म्हणत असत.

भारत-पाकच्या १९७१ च्या युद्धामध्ये गावात सर्वत्र दिवे बंद केले जात त्या वेळीही अंबाबोयची ओसरी अंधारातही गजबजलेली असे. तेथे रेडिओवर युद्धाच्या बातम्या ऐकल्या जात असत. या दोघींना पाकिस्तान म्हणजे भला मोठा राक्षसासारखा अवाढव्य व अमानवी प्राणी वाटत असे. तो असंख्य तलवारी घेऊन आपल्यावर शस्त्र उगारतो असे वाटे.

लेखकाने येथे अंबाबोयच्या मुलांची व मुलीचीही माहिती सांगितली, त्याचप्रमाणे चिंधाबोयच्या मुलाची धोंडूचीही हकिकत सांगितली आहे. पुढे दोघींच्याही जीवनाची

झालेली वाताहत वाचकांच्याही मनाला चटका लावून जाते. या दोघीही म्हाताऱ्या खंगून-खंगून मेल्या. आयुष्याच्या शेवटी मरण येत नाही म्हणून त्या जीवन जगत होत्या. पण त्याकरिता त्यांनी नशिबाला कधी दोष दिला नाही.

लेखकाने चित्रित केलेले त्यांचे वर्णन त्या व्यक्तिरेखा डोळ्यासमोर उभ्या करण्यास बऱ्याच बोलक्या स्वरूपाच्या आहेत. ''अंबाबोय गोरीगोमटी, उंचपुरी आणि सडपातळ बांध्याची होती. ती डोक्यावर काठपदरी लुगड्याचा साधा पदर घेई. तिच्या दोन्ही हातावर आणि कपाळावर ठसठशीत गोंदण होतं. तिच्या नाकात नकली सोन्याची फुली आणि दोन्ही कानात बाळ्या होत्या.'' तर ''चिंधाबोयदेखील गोरीपान, लांबसडक नाक असलेली परंतु नको तितकी बुटकी होती.'' या दोघींचेही वर्णन अत्यंत बोलक्या स्वरूपात लेखक येथे चित्रित करतात. प्रत्येक गावात अशा अंबाबोय व चिंधाबोय असणे हे त्या गावाचे भाग्यच मानले पाहिजे.

दर्ग्यातील उग्रगंध : एक अद्भुत दर्गा

'दर्ग्यातील उग्रगंध' या ललित लेखामध्ये लेखकाने त्यांच्या येथील गुजरवाड्यातील पीरबाबाच्या दर्ग्याचे वर्णन केलेले आहे. हा दर्गा एका हिंदू वतनदार देशमुखाच्या गढीतील वाड्यात वैभवाच्या शिखरावर पोहोचलेला दर्गा होता. दाटीवाटीने लागून असलेल्या गुजरांच्या घरातीलच एक घर होऊन हा दर्गा राहिला होता. त्याची पूजाअर्चा करणारे सर्व लोक हे हिंदूच होते. केवळ गुरुवारी व मोहरमच्या दिवसात मुस्लीम वस्तीतले लोक व काही फकीर शिरणी आणि उदबत्त्या घेऊन त्या दर्ग्यात येत असत. या दर्ग्याला हिंदू देवळांना असतो तसा लाकडी कठडे असलेला उंचसा चौथरा होता. दर्ग्यातील धूप-अत्तराचा उग्र वास नाकाला झिणझिण्या आणत असे. डोळ्यासमोर दर्गा उभारणारे असे चित्रण लेखक येथे करतात. या दर्ग्यातून लेखकाला अस्मानी स्वप्नांना चुंबण्याचे बळ मिळते असे ते सांगतात.

दर गुरुवारी गुजराती स्त्रिया या दर्ग्याच्या परिसरात तिसऱ्या प्रहरी उत्साहाने सडासारवण करून रांगोळ्या घालत असत. दर गुरुवारी हा दर्ग्याचा चिंचोळा बोळ लोकांनी गजबजून जात असे. सर्व वस्तीतील लोक शिरणी व उदबत्त्या घेऊन हमखास दर्ग्यात येत असत. अंगात वारं शिरणारे दोन-तीन मुस्लीम मियेही दर गुरुवारी येथे नेहमी येत असत. या लेखातील सांडूमियाँ हा दर्ग्यातील फकिराचे कार्य करतो आहे. हा सांडूमियाँ लांबच्या फकीरवाड्यातील एकमेव मुस्लीम सेवेकरी होता. हिंदू वस्तीतील दर्ग्यात आणि परिसरामध्ये हा सांडूमियाँ कधी मुसलमान म्हणून वावरला नाही. हा सांडूमियाँ दर्ग्यात येतो कधी व जातो कधी हे कोणालाच समजत नसे. तो कोणालाही येता-जाता दिसत नसे. दर्ग्यातील वस्तूंवर आणि लोकांनी ठेवलेल्या पैशावर फक्त सांडूमियाँचाच अधिकार असे. त्यांच्या वागण्या-बोलण्यामध्ये

गुजरवाड्यातील संस्काराचा, तेथील भाषेचा परिणाम अधिक प्रमाणात जाणवत असे.

याच लेखामध्ये लेखकाने 'दाजी' या देशमुखाचीही व्यक्तिरेखा चित्रित केलेली आहे. आपल्या वैभवाचे, सोन्या-चांदीचे दागिने घालून स्वतःला मिरविणारा हा दाजी पुढे-पुढे लुंगी घालून भटकू लागला. रात्रंदिवस दर्ग्यावर राहून दर्ग्यासाठी पदरमोड करू लागला. त्याने त्याचा अहंकार सोडून पीरबाबाला वैभवाचे दिवस आणले.

या गुजरवाड्यात पीरबाबाची सवारी प्रसिद्ध होती. या 'सवारी'चा मियाँ हा हिंदू होता. या मियाँचे अंगात येणे बघणे हा एक चित्तथरारक प्रसंग होता. त्या वेळी होणाऱ्या जत्रेचे वर्णनही लेखक येथे करतात. 'ख्वाजाँ मियाँ के झेंडे बोलो यारो यारो धीनऽऽ ... यारो यारो धीनऽऽ ... धुडललाऽऽ' या जयघोषात वाजंत्री आणि वाद्य यांच्या सवाऱ्या गावभर फिरत असत.

दर्ग्यावर कधी कधी लांबलांबचे फकीर येत. एकूणच हा पीरबाबाचा दर्गा कधी सुना भासत नसे. दाजीच्या दहा-बारा वर्षांच्या लाडक्या मुलीची व त्याच्या रखेलीची कबर पुढे त्याने दर्ग्याच्या मागील भागात बांधली. पीरबाबाच्या दर्ग्यावर तो क्वचित जाऊ लागला. दर्ग्याची पूर्वीची सर्व रया गेली. लोकही केवळ श्रद्धा म्हणून दर्ग्याकडे क्वचितच जाऊ लागले. पूर्वीसारखा उत्साह, चैतन्य दर्ग्यात दिसेनासे झाले. पीरबाबाचा प्रकोप झाला असे लोक म्हणून लागले.

लेखक मात्र सांगतात, पूर्वीही जेव्हा या दर्ग्याला वैभव प्राप्त होते व आत्ताही जेव्हा या दर्ग्याची रया गेली आहे तेव्हाही लेखक अस्वस्थ झाले की या दर्ग्याच्या परिसरात जातात. या दर्ग्यानेच त्यांना बाल्यावस्थेपासून प्रौढत्वाकडे येण्याकरिता लांबची सोबत केलेली आहे. एकूणच लेखकाने येथे वर्णन केलेला दर्गा हा वाचताना वाचकांच्या डोळ्यांसमोर उभा राहतो. क्षणभर वाचकही त्या दर्ग्यात तेथील वातावरणात, परिसरात प्रवेश करतो इतके प्रत्ययकारी चित्रण लेखकाने येथे केल्याचे जाणवते.

संदर्भाच्या शकुनवेळा : मानसिक अस्वस्थता

'संदर्भाच्या शकुनवेळा' हा या ललित लेख संग्रहातील शेवटचा लेख आहे. लेखकाच्या या लेखाचा व याच संग्रहातील पहिला लेख 'सूर्यास्ताची वेळ' याचा कोठेतरी संदर्भ लागतो. 'सूर्यास्ताची वेळ' मधील कवडी मागणारी मुलगी व 'संदर्भाच्या शकुनवेळा' लेखातील 'आबुई' यात कोठेतरी साम्य जाणवते. आबुईला तुझ्या घराच्या छतावर कावळा बसून ओरडेल तेव्हा मी तुला न्यायला येईल असे तो तरुण सांगतो व तिला त्याचे वेडच लागते. एके दिवशी कावळा तिच्या छतावर बसून ओरडतोही; परंतु तो घोडेस्वार तरुण येतच नाही. नदीच्या तटावर ती उभी राहते. ती त्याला आणाभाका देत गेली. एक दिवस पाण्यातून हाका आल्या व ती त्याच्याकडे निघून गेली. हे आबुईचे कर्म होते की स्वप्न हा प्रश्न लेखकाला निरुत्तर करतो.

लेखकाच्या मते, 'मागच्या पुढच्या संबंधांना जोडणारा विचार म्हणजे संदर्भ

होय.' संदर्भाच्या शकुनांच्या वेळेतील चांगल्या-वाईट घटनांपैकी जास्त प्रमाणात वाईट घटनांचीच प्रचिती लेखकाला जास्त जाणवल्याने मनाची होणारी द्विधा अवस्था लेखक या लेखात चित्रित करीत आहे. यातील भाषाशैली ही आलंकारिक व गूढरम्य अशा स्वरूपाची असल्याकारणाने एक प्रकारची गूढरम्यता या लेखाला व्यापलेली जाणवते. 'आबुई'चे आपल्या स्वप्नातील तरुणाची, राजकुमाराची वाट पाहणे हे लेखक येथे सूचकपणे मांडत आहे.

लेखकाच्या गावातील त्या भागातील उपवर मुलींच्या मनोवृत्तीचे ते येथे चित्रण करीत आहेत. त्या उपवर मुलींच्या स्वप्नांचे, त्यांच्या मानसिकतेचे वर्णन लेखक येथे करीत आहे. यातील **'काल हसलेला तवा, आज रडतोयं कसा ?'** या ज्या कवितेतील ओळी आलेल्या आहेत, त्यातील 'तवा शेगडीवरून उतरविल्यावर जर लाल असेल तर तो हसतो आहे व त्या दिवशी घरी पाहुणे येतात' हा एक समज; त्याचप्रमाणे कावळा घरावर बसला की पाहुणे येणार हे एक शुभ सूचक आहे. लेखक त्यांच्या भागातील रूढी, संकेत, पद्धती यांची या लेखामार्फत माहिती देतात. त्याचप्रमाणे आत्मभान आल्यावर जीवनात चांगल्या घटनांपेक्षा वाईट घटना घडलेल्या जाणवल्यावर मनात निर्माण होणारी एक पोकळी जी जीवनात नैराश्य निर्माण करते ती लेखक येथे चित्रित करतात. त्याचप्रमाणे आस्तिक व नास्तिक यात हेलकावे घेणारे लेखकाचे मन, संन्यासांविषयीचे विवेचन याही लेखात आल्याचे जाणवते.

आपल्या छोट्याशा मुठीमध्ये अवघा संसार कसा काय सामावू शकतो किंवा त्या साधूच्या या सूचक बोलण्यामागे काही हेतू असावा का ? असे अनेक प्रश्न लेखक येथे उपस्थित करतात. एक प्रकारे जीवनातील आलेल्या अनुभवांचे ते एक समग्र चिंतन असल्याचे जाणवते.

अशोक कोतवालांच्या 'प्रार्थनेची घंटा' या पुस्तकातील ललित लेखांच्या समग्र लेखांचे स्वरूप पाहता लेखकाने त्यांच्या जीवनातील दैनंदिन घटकांचे चित्रण येथे केलेले जाणवते. बालवयात बालसुलभ मनाला पडणारे प्रश्न, बालवयातील साधू-बैराग्यांविषयी वाटणारे कुतूहल, त्यांच्याविषयीची ओढ, आकर्षकता लेखक येथे जवळपास सर्वच लेखांत चित्रित करीत असल्याचे दिसतात. त्याचप्रमाणे आपण वास्तव्य केलेल्या सातपुडा पर्वतातील भागाचे वर्णन, तेथील आदिवासी लोकांचे लोकजीवन, त्यांची संस्कृती, त्यांचे रीतिरिवाज, रूढी-परंपरा यांचे वर्णन लेखकाने येथे अत्यंत प्रत्ययकारकरीत्या केल्याचे जाणवते.

जळगाव पूर्व भागात चोपडा, अंमळनेर, चाळीसगाव, पारोळा, एरंडोल, म्हसावद, सकाना, साक्री, मालेगाव, धुळे या परिसरात बोलल्या जाणाऱ्या अहिराणी भाषेचा प्रभाव या लेखांत सर्वत्र जाणवतो. त्याहीपेक्षा अस्सल खानदेशी भाषेची प्रचिती आपल्याला या लेखाचे वाचन करताना पदोपदी येते.

खानदेशातील लोकजीवन, रूढी-परंपरा, त्यांचे सांस्कृतिक जीवन जे आजपर्यंत

मराठी साहित्यात यापूर्वी कधीही चित्रित केले गेले नाही. त्याचे चित्रण अशोक कोतवाल प्रथम येथे करीत असल्याचे जाणवते. त्या-त्या विषयानुरूप अभ्यासक त्या विषयाशी जवळीक साधत जातो. त्या संदर्भात 'तिन्हीसांज', 'सावल्या', 'पायवाटा', 'भटकंती' या लेखांचा येथे उल्लेख करता येईल. तर 'वेडा बाबू', 'अंबाबोयची ओसरी' यांसारखे व्यक्तिचित्रणात्मक लेख; शिवाय इतर लेखामध्ये आलेल्या विविध व्यक्तिरेखा यात वाचक अडकतच जातो हे लेखकाच्या लेखनशैलीचे यशच मानता येईल. यातील 'प्रार्थनेची घंटा'मधील 'फुला' ही माणसाला अस्वस्थ करते व पुन्हा देव आहे तर अन्याय का ? व जर तो नाही तर त्याचे सर्वत्र एवढे साम्राज्य का ? असे अनुत्तरित करणारे प्रश्न येथे निर्माण होतात.

यातील 'फुला'ची भाषा ही सातपुडा भागातील आदिवासी लोक जी भाषा 'पावरा' जमातीतील लोक बोलतात ती 'पावरी' बोलीभाषा असल्याचे जाणवते. त्या अस्सल आदिवासी पावरी भाषेतून फुला तिचे दुःख व्यक्त करते व ते वाचकांच्या काळजाचा ठाव घेते.

यातील 'बडबड-व्यर्थ आणि सार्थ' यातील साधूंचे वागणे त्याचप्रमाणे इतर लेखातील साधू-बैराग्यांचे येणारे चित्रण, घोगरीवाला गोसावी किंवा काही लेखातील साधूंचे सूचक बोलणे हे वाचकांनाही सतत सत्य-असत्यता वा आस्तिक-नास्तिक या दोन्हींवर हेलकावे घेताना जाणवते. जगातील शाश्वत सत्य काय ? याचा शोध लेखक येथे अत्यंत चिंतनशीलतेने घेत असल्याचे जाणवते.

तार्किक गोष्टी या विज्ञानालाही आव्हान देऊ शकतात, इतपत या गोष्टींची मजल जाते. त्याचप्रमाणे 'दर्ग्यातील उग्रगंध' या लेखातील दर्ग्याचे केलेले वर्णन त्या भागात असणाऱ्या दर्ग्याचे वास्तविक रूप आहे, ज्यात काही प्रमाणात काल्पनिकतेचा समावेश असल्याचेही जाणवते.

हे सर्व लेख एकूणच प्रार्थनेशी संबंधित आहेत. आस्तिक-नास्तिकतेच्या दोलनावर लेखकाचे मन अधांतरी असल्याचे जाणवते.

'प्रार्थना' या शब्दाशी संबंधित अर्थ लेखक येथे कुतूहल, प्रेम, जिव्हाळा, यातना हे भाव व्यक्त करत असल्याचे सांगतात. त्यामुळेच 'प्रार्थनेची घंटा' मग ती ईश्वराकडे जाण्याची घंटा की ईश्वरापासून दूर जाण्याची घंटा ? हा प्रश्न येथे निरुत्तरीत होतो.

कारण ही घंटा प्रत्येकाच्या अंतर्मनाची असल्याचे जाणवते. लेखकाला या प्रार्थनेत अभिप्रेत आहे ते प्रेम, जिव्हाळा, कुतूहल, यातना एवढेच म्हणता येईल. ∎

प्रार्थनेची घंटा - एक आकलन
प्रा. प्रतिभा शंकर घाग
९८८, कसबा पेठ, पुणे - ४११ ०११

प्रार्थनेची घंटा : एक दर्जेदार साहित्यकृती

■ प्रा. डॉ. कीर्ती मुळीक ■

कथा, कादंबरी, नाटक, कविता या साहित्यप्रकारांपेक्षा 'ललित गद्य' हा साहित्यप्रकार वेगळा ठरतो. कथा, कादंबरी, नाटक या गद्यप्रकारांमध्ये कथानक, पात्र रचना, वातावरणनिर्मिती, भाषाशैली असे घटक निश्चितपणे सांगता येतात. कवितेतही वृत्त, छंद, लय, प्रतिमासृष्टी इत्यादी घटक निश्चित करता येतात. या दृष्टीने या साहित्यप्रकारांना आकार असतो, पण असा निश्चित आकार ललित गद्याला नसतो. याच कारणाने इंग्रजीमध्ये ललित गद्याला 'Formless form' अशा शब्दप्रयोगाने ओळखले जाते.

ललित गद्यातील लेखन हे मोकळे ढाकळे व विस्तारशील स्वरूपाचे असते. त्यामध्ये लेखकाचे मुक्त चिंतन दिसून येते. या लेखनाला विषयाचे बंधन नसते. त्याचप्रमाणे एखाद्या विषयावरील निश्चित विचार यांत नसतात. विषयाच्या अनुषंगाने लेखकाचे होत असलेले चिंतन, त्याने अनुभवलेले घटना - प्रसंग, त्या विषयाच्या बाबतीत समाजात दिसून येणाऱ्या वृत्ती-प्रवृत्ती या विषयी लेखक मुक्तपणे लेखन करतो. या लेखनात क्रम किंवा नियमितपणा नसतो. यातून ललित गद्य निर्माण होते. विषयाच्या अनुषंगाने ललित गद्यात लघुनिबंध, प्रवासलेख, आठवणी, व्यक्तिचित्रे, ललित लेख हे उपप्रकार समाविष्ट होतात.

ललित गद्याचे लेखन हे सर्वसाधारणपणे लेखकाच्या प्रसन्न भाववृत्तीतून झालेले असते. हे लेखन करताना त्याच्या बालपणातील, भूतकाळातील अनेक संदर्भ, अनेक आठवणी, घटना, प्रसंग जागे झालेले असतात. या सर्वांचे लेखन करताना जुन्या आठवणी जाग्या होताना लेखकाच्या चिरवृत्ती प्रसन्न होतात. त्यामुळे ललित गद्यात वाचकाला एक प्रसन्नपणा अनुभवण्यास मिळतो.

लेखक हा कलावंत असतो. जीवनातील सामान्य घटनांकडेही तो वेगळ्या दृष्टीने पाहत असतो, चिंतन करीत असतो. त्या सामान्य घटनेतही त्याला सौंदर्य गवसत असते. ललित गद्याच्या वाचनातून वाचकाला हे वास्तव जीवनातील सौंदर्य

कळू शकते, समजून घेता येते. त्यामुळे एरवी सामान्य वाटणारे जीवनही वाचकाला सुसह्य, सुंदर आणि समृध्द वाटू लागते. ललित गद्याच्या वाचनातून वाचकाला मिळणारी ही दृष्टी अंतिम कल्याणाची व जीवनानंदास प्रेरक ठरणारी असते. विद्यार्थ्यांनी ललित गद्याचे अध्ययन करताना ललित गद्याचे हे वेगळेपण लक्षात घ्यावे. डॉ.आनंद यादव या बाबतीत लिहितात, 'ललित गद्याचे हे वेगळे महत्त्व ओळखूनच त्याचे अध्यापन करणे अत्यावश्यक ठरते. तरुण पिढीच्या विद्यार्थ्यांच्या दृष्टीने ते नितांत गरजेचे आहे. प्रत्यक्ष जीवनात घडणाऱ्या घटना, प्रसंग, अनुभव इत्यादींकडे कोणत्या दृष्टीने पाहावे, याचे संस्कार या पिढीच्या संस्कारक्षम वयातच त्यांच्यावर ललित गद्यामुळे होतील, असे वाटते.'

ललित गद्याची ही प्रकृती लक्षात घेऊन आपणांस अशोक कोतवाल यांच्या 'प्रार्थनेची घंटा' या ललित गद्याचा अभ्यास करावयाचा आहे. अशोक कोतवाल हे मूलत: कविप्रकृतीचे आहेत. 'मौनाची पडझड' हा त्यांचा कवितासंग्रह प्रकाशित झालेला आहे. या कवितासंग्रहास महाराष्ट्र शासन, यशवंतराव चव्हाण प्रतिष्ठान, ललित रंगभूमी आदींचे पुरस्कार प्राप्त झाले आहेत. अशोक कोतवाल हे जळगाव येथील महाराणा प्रताप उच्च माध्यमिक विद्यालयात अध्यापन करतात.

'प्रार्थनेची घंटा' या ललित गद्यात एकूण पंधरा ललित लेख समाविष्ट आहेत. 'सूर्यास्ताची वेळ', 'तिन्हीसांजा', 'पायवाट', 'खिडक्या', 'क्षितिज आणि मी', 'मन आणि आकाश', 'सावल्या' अशा ललित लेखांच्या शीर्षकावरूनच लक्षात येते की हा लेखक निसर्गात रमणारा, विविध भाववृत्तीतून निसर्गाचे निरीक्षण करणारा आहे. वयाच्या प्रौढावस्थेत ही निरीक्षणे ललित लेखाच्या माध्यमातून नोंदविताना लेखकाला त्याच्या बालवयातील अनेक आठवणी, घटनाप्रसंग, व्यक्ती आठवतात. बालवयातील भावविश्व आठवते. या भावविश्वाकडे लेखक आज अधिक प्रगल्भतेने व गांभीर्याने पाहू लागतो, त्यातील अनेक सौंदर्य स्थळे तो कविवृत्तीने हेरू लागतो आणि प्रतिमासृष्टीच्या माध्यमातून ती स्थळे स्पष्ट करू लागतो.

'प्रार्थनेची घंटा' या ललित गद्यातील विविध ललित लेखात लेखकाच्या बालवयातील अनेक आठवणी येतात. घडणारे प्रसंग, भेटणाऱ्या व्यक्ती यातून बालवयाला पडणारे प्रश्न येतात. या आठवणींकडे, प्रश्नांकडे प्रौढावस्थेतील लेखकांची पाहण्याची प्रगल्भ दृष्टी, सौंदर्यवृत्तीने त्यांचे केलेले मुक्त चिंतन येते. हे सर्व लक्षात घेऊन आपणास 'प्रार्थनेची घंटा' मधील प्रत्येक ललित लेखाचा अभ्यास करावा लागतो.

प्रत्येक ललित लेखाचा अभ्यास करताना बालवयातील आठवणी, भेटलेल्या व्यक्ती आणि त्यांचे केलेले चित्रण (व्यक्तिचित्र), बालमनाला पडणारे प्रश्न (बालकाचे भावविश्व), गावातील वातावरण व इतर सांस्कृतिक संदर्भ, लेखकाची प्रतिमा सृष्टी,

लेखांतून भावणारे सौंदर्य असे लेखातील घटक स्पष्ट करता येतील. हे घटक लक्षात घेऊन आता प्रत्येक ललितलेखाचा अभ्यास करू.

सूर्यास्ताची वेळ :-

सूर्यास्ताची वेळ ही लेखकाला नेहमीच अस्वस्थ करते. या वेळेला त्याला बालवयात अनुभवलेला कवडीचा डोह आणि संन्याशाचा डोंगर आजही आठवतो. त्याबाबतीत तो लिहितो, 'सूर्यास्ताच्या वेळी आजही कवडीचा डोह माझ्यातून पसरत जातो नि माझ्या आत्मभानाची कवडी शोधू लागतो मी डोहाच्या तळाशी ..... कवडीच्या डोहात ज्यांचे लांबच लांब प्रतिबिंब दिसते असा संन्याशाचा डोंगर माझे आत्मभान लुटून नेतो ऐन सूर्यास्ताच्या वेळी.'

कवडीच्या डोहाजवळील एका काळ्या खडकावर एक गोरीपान, निळ्या डोळ्यांची मुलगी बगळ्यांची वाट पाहत बसायची. बगळ्यांचा शुभ्र थवा तिच्या डोक्यावरून उडत जाताना ती त्यांच्याकडे कवडी मागायची. एकदा बगळ्यांचा थवा तिच्याभोवती गोळा झाला. ती आनंदाने बेहोष झाली, नाचू लागली, कवडी मागू लागली. नाचता नाचता, कवडी मागता मागता ती खडकावरून डोहात गेली, ती गेलीच. तेव्हापासून लोक त्या डोहाला कवडीचा डोह म्हणू लागले. या आठवणीनंतर लेखकाला डोहाजवळच असणारा संन्याशाचा डोंगर आठवतो. लेखकाचे डोंगराविषयीचे आकर्षण फार जुने आहे. त्याबद्दल लेखक लिहितो, 'डोंगराच्या उंच शिखरांवर माझ्यातील वृत्तीप्रवृत्तींची असंख्य सुवर्ण वलये झळकताना मी नेहमीच बघत आलोय. डोंगराच्या पायथ्याकडून माझ्या आत एका अनामिक धुंदीचा खळाळता प्रवाह शिरू लागतो नि मग मी कुठल्याशा उत्सुक नादाने भारावून अंतर्बाह्य मोहरून जातो.' दोन गावांच्यामध्ये उभा असलेला एक लहानसा डोंगर. या डोंगरावर सूर्यास्तासमयी एक संन्यासी गावाकडे तोंड करून उभा असायचा. तेव्हा सूर्याचे लालभडक चक्र त्याच्या मानेजवळच गरगरताना दिसे अन् थोड्याच वेळात लुप्त होई. सूर्योदयाच्या वेळेसही असेच घडे. हा संन्यासी तिसऱ्या प्रहरी डोंगर उतरून गावात यायचा आणि भजन गात गल्ली-गल्लीतून हिंडायचा. त्याचा मूड पाहून गावातील मंडळी त्याला अनेक प्रश्न करीत. रात्रीच्या वेळी संन्यासी डोंगरावर ज्योत लावत असे. गावकरी त्या ज्योतीला गावातूनच नमस्कार करीत. बालवयातील लेखकाला या ज्योतीचे सर्वाधिक आकर्षण होते. त्या भरात तो एक दिवस सकाळी डोंगर चढून संन्याशाच्या झोपडीजवळ जाऊन पोहोचला. झोपडीत त्याला संन्याशाचा एक अद्‌भुत अनुभव आला. 'तू पूर्वी येथे तनसे नही ... मनसे आया था' असे संन्याशी त्याला सांगतो. त्याच्याशी चमत्कारिक पद्धतीने वागतो. तेथून बाहेर पडताना बालवयातील लेखकाला अनेक प्रश्न पडू लागतात. हे प्रश्नांचे गाठोडे घेऊनच लेखक डोंगर उतरतो. त्याच दिवशी

दुपारी सोसाट्याचा वारा सुटतो आणि डोंगराच्या चहुबाजुला वणवा पेटतो. संन्यासी जळून खाक झाला असावा अशी लोकांना शंका येऊ लागते पण बाल लेखकाचे डोळे मात्र संन्याशाने दर्शविलेल्या डोंगरापलीकडच्या डोंगराचा वेध घेत राहिले. या लेखामधून लेखकाने त्याला गूढ वाटणारे संन्याशाचे व्यक्तिचित्र स्पष्ट केले आहे. बालवयात संन्याशाचा मिळालेला गूढ अनुभव नि त्या निमित्ताने आजही मनात उमटणारे प्रश्नांचे मोहोळ लेखक सहजरीतीने सांगत जातो. या लेखातून लेखकाची वर्णनात्मक नि काव्यमय भाषाशैली वाचकाला मोहोवून सोडते. संन्याशाची परोपकारी वृत्ती नि चमत्कारिक वागणे यामुळे त्याला गावात मिळणारे आदराचे वातावरण लेखकाने लहानसहान प्रसंगातून वर्णिले आहे.

सावल्या :

सावली ही लेखकाची सर्वात आवडीची बाब आहे. 'विसाव्यासाठी सावली' एवढाच अर्थ न घेता तो अनेक वेगवेगळ्या कोनातून सावलीकडे पाहत आलाय. त्यातूनच तो आपण सावलीमध्ये कसकसे गुरफटत गेलो याचा शोध घेऊ लागतो. यातून लेखकाला त्याची आजी आठवते.

आजी मानेखाली झाडू घेऊन, तोंडावर पदर घेऊन पडून राहायची आणि बालवयातील लेखकाला पडवीतील सावली कुठपर्यंत आली हे पाहून यायला सांगायची. दाराजवळ सावली आली की ती उठायची नि लच्छू काकाचा डबा करायची. डबा आला की, लच्छू काकाला म्हणायची, 'अरे, सावल्या खांबाजवळ आल्यात बघ ... तुला उशीर होईल मीलमध्ये जायला !' लेखकाला आजीच्या या सावलीच्या घडाळ्याचं नेहमी कुतुहल वाटत राही. रात्रीच्या वेळी चिमणीच्या मंद उजेडात आजीची मोठ्ठी सावली घरभर हलत राहायची. बालवयातील लेखक पडल्या पडल्या ती सावली निरखून पाहात असे नि आजी आता कोणते काम करतेय याचा अंदाज घेत असे. आज लेखकाला आजीच्या या सावलीच्या घडाळ्याचं हसू येतं नि त्याबरोबरच तिच्या सावलीशिवाय वावरत असल्याची जाणीव होऊन तो गलबलून जातो. या सावल्या पाहता पाहता लेखकाच्या मनात कवितेच्या ओळी जुळून येतात. एकेकाळी एका प्रचंड वाड्याची मालकीण असलेली पण आज भ्रमिष्टपणे पडक्या वाड्यात एकाकी जीवन जगणारी आणि भिंतीच्या सावलीला हातातल्या काठीनं मारत राहणारी माई त्याला आठवते. रात्रभराच्या पावसात वीज पडून माई जळून खाक झाली नि सकाळ होताच माईसाठी सावली पाडणारी भिंतही कोसळून पडली. या योगायोगाचं लेखकाला आश्चर्य वाटतं नि माईला त्या सावलीत काय दिसत असावं? मरणानंतरही सावलीनं माईचा पुन्हा पाठलाग का करावा? असे गूढ प्रश्न लेखकासमोर उभे राहतात. याशिवाय रेल्वे स्थानकावर भेटलेली वेडसर व्यक्ती आणि तिचे सावलीबाबतचे गूढ

तत्त्वज्ञान, बालवयात भेटलेले आणि भिंतीवरच्या सावलीत हाताच्या बोटांनी सावलीचा घोडा बनविणारे, आगगाडी बनविणारे आजोबा, प्रवासी बाबा, खानावळीत काम करणारा नि आजारपणात सावल्यांना भेदरून मरण पावलेला दत्तू अशा अनेक व्यक्ती लेखकाला आठवतात. या सर्वांचे सावल्यांशी असलेलं नातं पाहताना लेखक अंतर्मुख होतो.

या लेखातील लेखकाची काव्यमय प्रतिमासृष्टी वाचकाला मोह घालते. सावल्या गोळा करत येणारी संध्याकाळ, रात्रीच्या मंद उजेडात हलणाऱ्या सावल्या म्हणजे पाय मुडपल्या अवस्थेत सायकलला टांगून ठेवलेल्या कोंबड्यांच्या असह्य धडपडी, पाण्यातील जाळ्यात मासे जसे अडकतात तशा काही सावल्या बांधलेल्या घरात अडकून पडतात, वेडा म्हणजे शहाण्या माणसातून निघून गेलेली सावली या सर्व कल्पना लेखकाच्या कविमनाची साक्ष देतात. हा सावल्यांविषयीचा लेख आपल्याही बालवयातील, अंधाऱ्या उजेडातील अनेक आठवणी जाग्या करतो.

तिन्हीसांजा :

'तिन्हीसांजा' मध्ये लेखकाने सुरुवातीलाच आयुष्याची तिन्हीसांज होऊ लागल्याची आणि पदवीधर, पत्नीधर, नोकरीधर, पिशवीधर अशा धर-धरण्यातच आयुष्य संपून जात असल्याची खंत व्यक्त केली आहे. माणूस जन्मतो आणि मरतो म्हणजे नेमकं काय याचा विचार लेखक करीत नाही पण आपण आलो तसेच जाणार, यावर त्याचा ठाम विश्वास आहे. तरीही आपल्या येण्याचं मूळ शोधायला लेखकाला आवडते नि ते शोधताना त्याची बालपणीची आठवण जागी होते. त्याच्या अतिशय लहान वयात त्याच्या घरातील एक जबाबदार व्यक्ती म्हणाली. ''या मुलाला आपण 'तिन्हीसांजे'ला एका भाकरी मागणाऱ्या बाईकडून अर्ध्या भाकरीवर विकत घेतलाय. ती केव्हातरी पूर्ण भाकरी घेऊन येईल आणि त्याला पुन्हा परत घेऊन जाईल'' हे ऐकून लेखक भीतीने थरथरला आणि तिन्ही सांजेला अंधाऱ्या कोठडीत जाऊन हमसून हमसून रडला. आपला जन्म म्हणजे अर्धी भाकरी आणि मृत्यू म्हणजे पूर्ण भाकरी असं त्याला वाटू लागलं. लेखकाजवळ असलेली कवी वृत्ती येथे दिसून येते. बालवयात एका सांजवेळी भेटलेल्या बैराग्यालाही तो प्रश्न करतो, 'ये सूरज क्यों डूबता है बाबा?' त्याच्या या प्रश्नावर बैरागीही उत्तर देतो, 'यही तो खोजने निकला हूँ मैं'. या प्रसंगातील काव्य वाचकाला भुरळ घालतं. यानंतर लेखक 'तुकडाबोय' या स्त्री ची हकिकत सांगतो. ही तुकडाबोय गावभर तुकडे मागत पोट भरायची. म्हणून गाव तिला 'तुकडाबोय' म्हणून ओळखू लागले. गावातील आयाबायांना ती म्हणायची, 'तिन्हीसांजेला दार लावू नये, लक्ष्मी येते.... बघा तिन्हीसांजा झाल्या तरी अमक्याच्या घरात अजून दिवा नाही... काय बाया आळशी माय'. लहान मुलांना जवळ बोलावून

ती खानदेशी भाषेतील दिवा विझवतानाचं गाणं शिकवायची. 'दिवा दिवा जप जप, घर जाय झप् झप्'. या सर्वांतून लेखकाने पूर्वी खेडेगावात तिन्हीसांजेला असणारे एक चैतन्यमय वातावरण उभे केले आहे.

प्रार्थनेची घंटा :

प्रार्थनेची घंटा वाजली की लेखकाला मावळतीला प्रार्थनेसाठी निघालेली फुला आठवू लागते. ही फुला म्हणजे एक रानकन्या. सातपुड्याच्या डोंगरकपारीत डिंक गोळा करीत पक्ष्यासारखी भिरभिरायची. आपल्या सुरेख पहाडी आवाजात रानभर गुणगुणायची. तिच्या आवाजाचा प्रतिध्वनी आसमंत व्यापून राहायचा. अशी ही फुला मावळतीला लाल-पिवळी रानफुलं केसात माळून आपल्या पारंपरिक वेशात जंगलखात्याच्या कार्यालयाशेजारील देवळात ओंजळभर फुलं नेऊन टाकायची. देवळाच्या रस्त्यानं जाता-येता आणि गाभाऱ्यात ती आपल्या बोली भाषेत तल्लीन होऊन भजन गायची. सबंध आदिवासींच्या पाड्यात नि फॉरेस्ट कॉलनीतील लोकांचा 'फुला' हा कुतुहलाचा विषय होता. एका रात्री मात्र देवळात गेलेली फुला पाड्यावर परतली नाही. तिच्या म्हाताऱ्या बापाला देवळालगतच्या एका झाडाच्या बुंध्याला घट्ट पकडून विव्हळत पडलेली फुला सापडली. तिच्या अंगावर ना कपडे, ना केसांत फुलं. ओठांवरून रक्ताची धार आणि तिच्या तळहातावर तिच्या छाटलेल्या जिभेचा तुकडा ही फुला त्या रात्री बापाला आणि लोकांना न जुमानता देवळात रात्रभर घंटा बडवीत होती. लेखक लिहितो, 'कोणत्या जन्माची मुकी प्रार्थना म्हणत असावी फुला त्या रात्री?' आजही लेखकाला फुलाचा तो अखेरचा घंटानाद ईश्वरी करूणेचा अंत होत असल्याची जाणीव करून देतो. तेव्हापासून घंटानादाने लेखकाला स्वतःच्यातील अगतिकतेचा साक्षात्कार होतो, एक अनामिक भीती लेखकाच्या संवेदनशीलतेचा एक अविभाज्य घटक बनून जाते. आणखी एक बालवयातील बालसुलभ स्वभावाची आठवण लेखकाने स्पष्ट केली आहे. मावळतीच्या सुमारास गावात एक गोसावी यायचा. चालताना त्याच्या हातातील चिमटा आणि कमरेचा घोगर यांचा भयकंप ध्वनी गल्लीभर भरून राही. तो घोगर म्हणजे बालवयातील लेखकाला मंदिरातील घंटा वाटे. ही घंटा गोसाव्याच्या कमरेला कशी? असा त्याला प्रश्न पडे. या प्रश्नाचा छडा लावत लेखक गोसाव्याच्या मठात गेला आणि त्याने गोसाव्याला घंटीबाबत प्रश्न केला. त्यावर गोसावी किंचाळला, "कौनसी घंटा? ... ईश्वरको पाने की या ईश्वरसे छुटकारा कराने की ?" लेखक भेदरून तिथून पळाला पण त्याच्यापुढे प्रश्न मात्र कायम राहिला. घंटेचे दोन प्रकार कसे? ईश्वराकडे जाण्याची घंटा कोणती आणि ईश्वरापासून दूर जाण्याची घंटा कोणती ?

पायवाटा :

पायवाटेसंबंधी लेखकाने यात एक काव्यमय कल्पना मांडली आहे. अगदी लहान असताना लेखकाची अशी कल्पना होती की, दुष्काळ पडला म्हणजे डोंगरांना फार फार दुःख होतं. त्या दुःखात डोंगर रडतात. मग त्यांचे मोठमोठे अश्रू सापासारखे सरपटत गावाकडे येतात आणि त्यांच्या पायवाटा तयार होतात. त्यानंतर जेव्हा पुढे लेखक या वाटांवर चालणं शिकला तेव्हा अनेकांची पावलं एकाच ठिकाणी पडून, जमिनीवर जी वेडीवाकडी नक्षी तयार होते, ती म्हणजे पायवाट अशी त्याची कल्पना झाली. पायवाटेची सुरुवात आणि शेवट याविषयी लेखकाच्या मनात अद्भुतरम्य कुतूहल आहे. या पायवाटेवर भेटणारी विविध माणसं, गुरंढोरं, पक्ष्यांचे थवे अशा लेखकाच्या विविध आठवणी जाग्या झालेल्या दिसतात. ताजोद्दीन बाबांच्या दर्ग्याकडे जाणारी पायवाट लेखकाला अजूनही आठवते. 'भर पावसात निसरड्या पायवाटेवर चालताना ज्याची बाबांवर निस्सीम प्रांजळ श्रध्दा, फक्त तोच दर्ग्यापर्यंत पोहचू शकतो. अन्यथा बाबा त्याला कडेकपारीत, खोल दरीत ढकलून देतो' ही कुणीतरी सांगितलेली हकिकत त्याला आठवते आणि त्याला आपल्या श्रध्देविषयीच शंका येऊ लागते. दर्ग्याकडे जाणं हे एक स्वप्न होऊन राहतं. अशा प्रकारच्या विविध आठवणी लेखकाशी हितगुज करताना दिसतात.

लेखकाच्या बालवयातील आठवणी असणारे ललित लेख :

वरील पाच ललित लेखांचा आता एकत्रित विचार करू. 'लेखकाच्या बालवयातील आठवणी असणारे ललित लेख' असा यांचा एक गट तयार करता येतो. वरील सर्व ललित लेखांमध्ये लेखकाच्या गतकाळातील आठवणी येतात. त्यातही त्याच्या बालवयातील आठवणी ठळक आहेत.

ललित लेखांमधून दिसून येणारे बालकाचे भावविश्व :

बालकाचे भावविश्व हे कोवळे व निर्मळ असते. जीवन वास्तव माहीत नसल्याने हे विश्व अद्भुततेमध्ये व कल्पनांमध्ये रमलेले असते. या वयात कल्पनेच्या भराऱ्या जोमदारपणे होत असतात. या वयाला पडणारे प्रश्नही थोडेसे अद्भुत, गूढ व गंमतीशीर असतात. या प्रश्नांची उत्तरे शोधण्याचा ध्यासही या वयाला असतो. 'प्रार्थनेची घंटा' मधील बालवयातील लेखकाला 'गोसाव्याच्या कमरेला देवळातील घंटा कशी?' असा प्रश्न पडतो आणि या प्रश्नाचा छडा लावण्यासाठी तो गोसाव्याचा पाठलाग करीत त्याच्या मठात जाऊन पोहोचतो. या लेखांमध्ये अनेक ठिकाणी हा बाललेखक गावातील सामान्य माणसांहून वेगळे चमत्कारिक वाटणारे साधू संन्यासी यांच्या वागण्याचा शोध घेत त्यांच्या झोपडीत जाताना, त्यांच्याशी बोलताना, बालसुलभ

वयानुसार भीतीने थरथरताना दिसतो.

या वयाला बारीक-सारीक गोष्टींची नुसत्या कल्पनांनीही भीती वाटते असते. 'तिन्हीसांजा' मध्ये आपल्याला भाकरी मागणाऱ्या बाईकडून अर्ध्या भाकरीवर विकत घेतलयं असे बालवयातील लेखकाला समजल्यावर तो अंधाऱ्या कोठडीत स्वत:ला कोंडून घेऊन भरपूर रडतो. पुढेही त्याला 'ती भाकरी मागणारी बाई येईल का ? पूर्ण भाकरी देऊन आपल्याला घेऊन जाईल का?' अशी भीती वाटताना दिसते. त्यातूनच त्यांच्या मनात 'अर्धी भाकरी म्हणजे जन्म आणि पूर्ण भाकरी म्हणजे मृत्यू' अशी कल्पना आकाराला येताना दिसते.

बालकांची निरीक्षण शक्ती व कल्पनाशक्ती मोठी असते, याचेही प्रत्यंतर या गटातील लेखांमधून येते. 'सूर्यास्ताची वेळ' मध्ये सूर्यास्ताच्या वेळी डोंगरावर उभा असलेला संन्यासी व त्याच्या डोक्याभोवती दिसणारे सूर्याचे लालभडक चक्र हे बाल लेखकाचे निरीक्षण त्याच्याजवळील सौंदर्यसदृष्टी स्पष्ट करते. 'पायवाटा' मधील 'डोंगर दु:खाने रडतात आणि त्यांच्या अश्रूंतून पायवाटा तयार होतात' ही कल्पना बालांजवळ असलेल्या अद्‌भुत कल्पनाशक्तीची जाणीव करून देतात.

लेखकाने बालकांचे हे भावविश्व प्रभावी रीतीने मांडल्यामुळे या लेखांमध्ये चैतन्य आलेले आहे.

ललित लेखांमधून दिसून येणारे खेडे :

या गटातील लेखांमधून खेड्याचे सामाजिक व सांस्कृतिक अंगाने उत्तम चित्रण झालेले आहे. या सर्व लेखांमधून वाचकांसमोर एक खेडे त्याच्या विविध अंगोपांगांसह उभे राहते. हे खेडे लेखकाच्या बालपणातील आहे. डोंगरांच्या कुशीत वसलेले हे खेडे आहे. या डोंगरात होणारा सूर्योदय गावकऱ्यांना पाहता येतो. या डोंगरावर साधू-संन्यासी राहतात. ते डोंगरावरून खाली गावात येतात. आपल्या जडीबुटीने गावकऱ्यांचे आजार बरे करतात, त्यांच्या समस्यांवर तोडगा सुचवितात. त्यांचे वागणे परोपकारी असल्याने गावकऱ्यांची त्यांच्यावर श्रद्धा आहे. गावामध्ये इनामदार, पाटलांचे एकेकाळी सधन असणारे पण आता पडझड झालेले वाडे आहेत. या वाड्यांतील घरंदाज स्त्रिया दही, ताक, कढी गावकऱ्यांना देत असतात. त्यामुळे या वाड्यांचा गावकऱ्यांना निवारा, आधार वाटतो. या वाड्यातील मुलं व्यसनी निघाल्याने या स्त्रिया पुढे एकाकी आयुष्य जगताना दिसतात. या गावातील माणसं श्रद्धाळू आहेत. सांजवेळेला घरात लक्ष्मी येत असते म्हणून घराचं दार उघडं ठेवावं, रात्रीचा कचरा बाहेर टाकू नये. साधूबाबांची कृपा झाली की, आपले आजार बरे होतात. अशा पारंपरिक श्रद्धेने ही माणसे जगताना दिसतात. गावामध्ये अनेक पायवाटा आहेत. या पायवाटांवरून अनेक प्रवासी, माणसं, गुरंढोरं, पक्ष्यांचे थवे

गावात येतजाताना दिसतात. या सर्वांचे वैशिष्ट्यपूर्ण वेगळेपण गावातील लहान थोरांना जाणवत असते. त्यामुळेच अशोक कोतवालांच्या या ललित लेखांमध्ये अनेक व्यक्तिचित्रे आलेली दिसतात. गावाबाहेर एक मोठा डोह आहे, मोठं जंगल आहे, आदिवासी पाडा आहे. या जंगलात देऊळ आहे. गावातील, पाड्यातील स्त्रिया भक्तिभावाने या देवळात येऊन फुले वाहतात. गावातील स्त्रिया निरागस आहेत. त्यांच्याजवळ बोलीभाषेतील अनेक गीतांचा, लोकगीतांचा साठा आहे. हे गाव निसर्गाने समृध्द आहे. या लेखांमध्ये साधु-संन्यासी, गोसावी, आजी, माई, वेडा, आजोबा, दत्तू, तुकडाबोय, फुला अशी व्यक्तिचित्रे आलेली आहेत. लेखकाने आपल्या चैतन्यपूर्ण लेखणीतून ती जिवंत आणि रसरशीत केलेली आहेत. यातील प्रत्येक व्यक्ती आपल्या वैशिष्ट्यपूर्ण वागण्यामुळे वेगळेपणामुळे उठून दिसते.

या गटातील लेखांमधून समृध्द निसर्गाचेही सुरेख चित्रण झालेले दिसते. विद्यार्थ्यांनी या गटातील लेखांचा अभ्यास करताना वरील घटकांची जाणीव ठेवणे आवश्यक आहे.

मुक्तचिंतनात्मक लेख :

यानंतरचे 'मन आणि आकाश', 'खिडक्या', 'भटकंती', 'क्षितिज आणि मी', 'बडबड- व्यर्थ आणि सार्थ' या पाच लेखांचा 'मुक्तचिंतनात्मक लेख' असा गट तयार करता येतो. खरे पाहता मुक्तचिंतन हेच ललित गद्याचे मुख्य वेगळेपण आहे. पण हे वेगळेपण वरील पाच लेखात प्रभावीपणे जाणवते. या लेखांच्या शीर्षकावरूनच लक्षात येते की मन, आकाश, खिडकी, भटकंती, क्षितिज, बडबड या सर्व अमूर्त बाबी आहेत. लेखक यावर मुक्त चिंतन व्यक्त करताना दिसतो. त्याचे हे चिंतन प्रौढवयातील असल्याने प्रगल्भ, कल्पक आणि गांभीर्यपूर्ण असे आहे. या अमूर्त बाबीतील सौंदर्य त्याला आलेल्या अनुभवातून तो स्पष्ट करीत जातो. त्याचे हे अनुभव बहुतांशी प्रौढ वयातील आहेत. आपल्या या लेखांमधून तो या अमूर्त बाबींना मूर्त रूप देऊ पाहतो.

मन आणि आकाश :

या ललित लेखाच्या सुरूवातीलाच अशोक कोतवाल लिहितात. 'मन नसलेला माणूस, आकाश नसलेलं ठिकाण आणि मृत्यू नसलेली वस्ती कुणी पाहिली असावी, असं मला वाटत नाही !' यातून कोतवाल या तिन्ही गोष्टींचे मूर्त रूप समाजात शोधू पाहतो, त्यांचा एकमेकांशी असलेला संबंध शोधू पाहतो. म्हणूनच आकाश म्हणजे विस्तारलेलं मन आणि मन म्हणजे आकाशाचं रूप असा संबंध तो प्रस्थापित करतो. अम्मा आणि रम्मा या दोन पोक्त बायकांच्या मैत्रीची कहाणी तो सांगतो. रम्माला मृत्यू प्राप्त होतो तेव्हा अम्मा आकाशाकडे डोळे फाडफाडून पाहत आक्रोश करीत

राहिली. लेखकाने वेगवेगळ्या प्रकारे आकाश आणि मन यांना वास्तवरूपात शोधण्याचा, त्यांचे मूर्त रूप पाहण्याचा प्रयत्न केला. अनेक अयशस्वी प्रयत्नांनंतर त्याला या तिन्ही बाबींना एकत्रितरीत्या पाहिल्याचा साक्षात्कार झाला. तो ओढ्याकाठी खडकावर बसलेला असताना आकाशाचे प्रतिबिंब त्याला ओढ्यातील पाण्यात पाहावयास मिळाले. हे प्रतिबिंब डोकावून पाहत असताना त्याला त्या पाण्यात त्याचा चेहरा आकाशातून डोकावताना पाहावयास मिळाला. या चेहऱ्यातून त्याला त्याच्या मनाची जाणीव झाली. या दृश्यात मग्न झालेला असतानाच दोन-तीन माणसांनी सावध केल्याने तो ओढ्यापासून दूर झाला. त्याबरोबरच पाण्याचा प्रचंड मोठा लोंढा ओढ्यातून आवाज करीत पुढे निघून गेला. या लोंढ्याने लेखकाला त्याच्या मृत्यूची जाणीव करून दिली.

खिडक्या :

या ललित लेखामधून लेखकाने विविध प्रकारच्या खिडक्या आणि त्या खिडक्यांशी निगडित असे लेखकाचे अनुभव व्यक्त केले आहेत. या अनुभवांमध्ये कोणतीही सुसूत्रता नाही. केवळ खिडकी हा एकच त्यातील साम्य असणारा घटक आहे. मात्र अशा या खिडक्यांमुळे लेखक म्हणतो त्याप्रमाणे त्याचं अनुभवविश्व समृध्द झालं आहे. लेखाच्या शेवटी तो लिहितो, 'आजही मी जेव्हा कोलमडून पडतो तेव्हा तेव्हा या खिडक्या मला अलगद उचलून उभं करतात. माझ्या सर्वांगात चैतन्य पेरून मला जगण्याचं नवं बळ देतात, नवी दिशा देतात. म्हणूनच मला भावलेल्या एखाद्या खिडकीशी सलगी करण्याचा मोह मला अनावर होतो. तो तर आता माझा छंदच होऊन बसलाय !'

भटकंती :

लेखकाला भटकायला आवडते. त्याचं हे भटकणं कधी सहेतुक तर कधी अहेतुक असतं. कधी तो देहासह भटकतो तर कधी तो देहाशिवाय म्हणजेच मनानं भटकतो. त्याच्या या भटकण्याला काळ, वेळ कशाचंही बंधन नाही. त्याचं हे भटकणं कधी पायांनी चालत तर कधी सायकलवरून असतं. सायकलवरून भटकताना तो अडकवलेल्या पिशवीतील केळी, बोरं, शेंगा, डौलानं सायकल चालवीतच फस्त करतो. चालत जाताना तो कधी भाजी मंडईत जाऊन भाजीवाल्याबाईंशी हुज्जत घालतो तर कधी रस्त्याच्या कडेला चाललेला गारूड्याचा खेळ एकाग्रतेनं पाहतो. हे पाहतानाही त्याला तिथे जमलेल्या इतर भोळ्या भाबड्या जनतेच्या चेहऱ्यावरील कुतुहलाचे भाव न्याहाळायला आवडतात. त्याची काही भटकण्याची स्थळं ठरली आहेत. गावाबाहेरील नाथबाबाचा पडका मठ, हायवेच्या कडेला मोकळ्या मैदानात सायंकाळी बसलेला 'सात पेन्शनरांचा अड्डा', शहरातील टॉवरजवळ असलेली

वेगवेगळ्या जातीची झाडं ही त्याची काही ठरलेली ठिकाणं आहेत. या ठिकाणी येणारे अनुभव पुन:पुन्हा अनुभवणे, त्यातील सौंदर्याचा आस्वाद घेणे लेखकाला आवडते.

क्षितिज आणि मी :

माणसामध्ये एक अनावर होण्याची, झपाटून जाण्याची आदिम प्रेरणा आहे. असं झपाटून जाण्यामागील कारणमीमांसा कुणालाही स्पष्ट करता येत नाही, क्षितिजापलीकडच्या त्या गोष्टी असतात. सामान्य माणूस अशा झपाटण्याला आवर घालतो आणि क्षितिजाच्या आतल्या मर्यादेतील सर्वसामान्य आयुष्य जगत राहतो. पण साधु-संन्यासी, कलावंत मात्र अशा बाबतीत अनावरपणे जगू पाहतात. सर्व सामान्यांना तर्कातीत असणाऱ्या, अतर्क्य वाटणाऱ्या कृती, उक्ती ते करू लागतात. कवी असणाऱ्या अशोक कोतवालांची कलावंत प्रकृती या लेखातून अजमावता येते, तिचा थोडा फार अंदाज या लेखातून येतो.

बडबड - व्यर्थ आणि सार्थ :

बडबडण्याचे व्यर्थ आणि सार्थ असे दोन प्रकार लेखक स्पष्ट करतो आणि बडबडणाऱ्या व्यक्तींचे त्याला आलेले विविध अनुभवांचे निवेदन करतो. बडबड म्हणजे काय ? बडबडीचे तंत्र, बडबडीमागील संदर्भ याविषयीचे लेखकाचे मुक्त चिंतन या लेखात आलेले आहे.

लेखकाने एका विशिष्ट भावावस्थेत हे मुक्तचिंतनात्मक लेख लिहिलेले आहेत. लेखक 'मी' ला आलेले अनुभव आणि लेखक 'मी' चे विचार यांना यात मुक्तपणे स्थान मिळालेले आहे. आपल्याला आलेले अनेक लहानसहान अनुभव सांगण्यासाठी आणि या अनुभवांपाठीमागचे संदर्भ व्यक्त करण्यासाठी लेखकाला अशा प्रकारचे लेखन करावेसे वाटते. त्यामुळे अशा प्रकारचे लेखन अनेक वेळा विस्कळीत वाटले तरी त्यातील चिंतन, सौंदर्य वाचकांचे मन आकर्षून घेते.

हे ललित लेखन आत्मनिष्ठ स्वरूपाचे आहे. स्वत:ला स्वत:नेच रेखाटण्याचा प्रयत्न अशा लेखनातून होतो. कवी अशोक कोतवाल यांचे व्यक्तिमत्व, स्वभाववैशिष्ट्ये, कलावंत प्रकृती या लेखनातून लक्षात येते.

ललित लेखांमधून दिसून येणारे लेखकाचे व्यक्तिमत्त्व :

ललित गद्यलेखक अशोक कोतवाल हे मूलत: कवी प्रकृतीचे आहेत. त्यांची प्रवृत्ती आत्ममग्न राहण्याची आहे. ते आत्मनिष्ठ आहेत. स्वत:च्या मनात येणारे विचार, कल्पना यांच्याशी खेळण्यास, त्यांचे मुक्त चिंतन करण्यास त्यांना आवडते. मनुष्य जीवनातील गूढ गोष्टींचे त्यांना कुतुहल आहे. त्यामुळेच सामान्य माणसापेक्षा

वेगळे जीवन जगणारे, एकांतात डोंगर दऱ्यात राहणारे साधु, संन्यासी, गोसावी यांच्या जीवनाविषयी त्यांना प्रचंड उत्सुकता आहे. ही उत्सुकता शमविण्यासाठी ते साधु-संन्याशांना भेटण्याचे, त्यांच्या एकांतवासात असलेल्या निवासाला भेट देण्याचे, त्यांना प्रश्न विचारण्याचे धाडस करताना दिसतात. मनुष्याचा जन्म, मृत्यू, त्याचे मन आणि या सर्वांचे विश्वाशी असलेले नाते शोधण्याचा प्रयत्न अशोक कोतवाल सतत करताना दिसतात. मनुष्याच्या वागण्यामागील कारणमीमांसा ते शोधू पाहतात. ही कारणमीमांसा शोधतानाही आपले विचार ते त्या व्यक्तीवर, मनुष्यावर लादत नाहीत. त्या व्यक्तीच्या वागण्याबाबतची आपली निरीक्षणे ते नोंदवतात आणि त्या वर्तनाचा एक अर्थ केवळ सूचित करून ते पुढे जातात.

कोतवाल यांना निसर्गाचे प्रचंड आकर्षण दिसते. निसर्गातील विविध घडामोडींचे ते निरीक्षण करताना आणि त्यातील सौंदर्याचा आस्वाद घेताना दिसतात. ओढ्याकाठी बसून ओढ्याच्या पाण्यात पडलेल्या गवताचे, आकाशाचे प्रतिबिंब पाहताना ते भान विसरून जातात. सूर्योदय, सूर्यास्त पाहणे, डोंगर चढणे, क्षितिजाचे निरीक्षण करणे, आभाळ निरखून पाहणे, नव्या पायवाटा शोधणे, झाडं पाहणे यात ते रमून जातात. या निसर्गाचा आणि आपला संबंध काय आहे, हे गूढ समजून घेण्याची एक उत्सुकता त्यांच्याजवळ दिसते.

ललित गद्यातून लेखक स्वत:ला व्यक्त करीत असतो. स्वत:ला शोधण्याचा, स्वत:ला रेखाटण्याचा तो प्रयत्न करीत असतो. त्यामुळे ललित लेखाच्या पानापानांतून लेखकाच्या व्यक्तिमत्त्वाचे विविध पैलू, कंगोरे वाचकाला दिसत राहतात. अशोक कोतवाल यांची देखील विविध स्वभाव वैशिष्ट्ये आपणांस प्रत्येक ललित लेखातून अभ्यासता येतात.

'प्रार्थनेची घंटा' मधील व्यक्तिचित्रे :

या ललित लेखसंग'हात येणारे 'वेडा बाबू' आणि 'अंबाबोयची ओसरी' हे दोन्ही लेख म्हणजे व्यक्तिचित्रे आहेत. याशिवाय अशोक कोतवाल यांनी आपल्या बहुतांश ललित लेखांतून विविध प्रकारच्या व्यक्ती रेखाटल्या आहेत.

अशोक कोतवाल यांना माणसं आवडतात. सामान्यांपेक्षा थोडे वेगळेपण असणारी माणसं त्यांचे लक्ष वेधून घेतात. या माणसांबद्दल त्यांना आपुलकी वाटते, कुतूहल वाटतं. म्हणूनच अम्मा आणि रम्मा या दोन पोक्त स्त्रियांच्या जिवापाड मैत्रीची ते कहाणी सांगतात, रामूतात्या आणि दामूअण्णा यांची भन्नाट बडबड सार्थ की व्यर्थ याचा ते विचार करीत राहतात, जीभ छाटल्याने मुक्या झालेल्या आदिवासी फुलाचा मूक घंटानाद त्यांना अगतिक करीत राहतो, घोगरवाला गोसाव्याचे त्यांना आकर्षण वाटते, आजी आणि तिच्या सावलीच्या घड्याळ्याचे त्यांना हसू येते,

साधु-संन्यासी, गोसावी, वेडसर व्यक्ती यांच्या गूढ हकिकती ते सांगत राहतात.

'धोंडी धोंडी पाणी दे', 'दर्ग्यातील उग्रगंध' हे दोन्ही ललित लेख एक निश्चित विषय घेऊन लिहिले गेलेले आहेत. 'संदर्भाच्या शकुनवेळा' हा पुन्हा एक काव्यपातळीवरील मुक्तचिंतनात्मक लेख आहे. या रीतीने 'प्रार्थनेची घंटा' मध्ये आपणास ललित गद्याचे विविध प्रकार पाहण्यास मिळतात.

∎

'प्रार्थनेची घंटा' : एक दर्जेदार साहित्यकृती
- प्रा.डॉ.कीर्ती मुळीक

मराठी विभागप्रमुख, डॉ. अरविंद ब. तेलंग वरिष्ठ महाविद्यालय
निगडी, पुणे.

प्रवासवर्णन वाङ्मयप्रकार : प्रेरणा आणि वैशिष्ट्ये

■ डॉ. वर्षा सतीश तोडमल ■

वैविध्यपूर्ण निसर्ग, लोकजीवन, संस्कृतीनं संपन्न असलेल्या आपल्या देशाचे दर्शन घ्यायला कुणाला आवडणार नाही. नेहमीच्या चाकोरीबद्ध दिनक्रमात काही दिवस 'फिरून' येण्याच्या पर्यटनाचा विरंगुळा सर्वांना मोहवणारा. कविवर्य मोरोपंतांनी म्हटले आहे.

''केल्याने देशाटन पंडितमैत्री सभेत संचार!''
शास्त्रग्रंथविलोकन, मनुजा चातुर्य येतसे फार!!''

निरनिराळ्या देशांत प्रवास केल्याने, विद्वानांशी मैत्री ठेवल्याने, सभेत बोलण्याने, शास्त्रांचे व ग्रंथांचे अवलोकन केल्याने माणसाच्या अंगी फार चातुर्य येते.

प्रवासाने जीवनातील सत्य वा रहस्य ओळखण्याची शक्ती म्हणजे चातुर्य होय, असेच म्हणावे लागेल. 'चराति चरतो भग:।' म्हणजे जो चालतो त्याचे भाग्य चालते. माणसाचे जीवनही असेच विकसित होते. प्रवाही होते. सर्वसामान्यपणे वास करणे ही मानवी जीवनाची एक मूलभूत प्रेरणा आहे.

इंग्रजी भाषेत प्रवासाला Journey किंवा Travel असे म्हणतात. Travel हा शब्द Travil वरून आला आहे. 'प्रवासवर्णन' हा नपुसकलिंगी शब्द प्रवास + वर्णन या दोन शब्दांचा मिळून झालेला जोडशब्द आहे. प्रवास या शब्दाचा अर्थ खालीलप्रमाणे –

(१) परदेशसंचार
(२) स्वदेश सोडून अन्यत्र जाणे, देशाटन
(३) परदेशात केलेला तात्पुरता वास, परदेशात प्रवास करताना राहणे.

'प्र' म्हणजे दूर 'वस'हा धातू 'राहणे' असा अर्थ व्यक्त करतो. प्रवास या मूळ शब्दाचा अर्थ 'दूर राहणे' असा होतो. तर 'वर्णन' या शब्दाचे १) स्तुती, प्रशंसा, गौरव, गुणधर्म, माहिती, विशेष गोष्टी सांगणे, शब्दचित्र असे अनेक अर्थ महाराष्ट्र शब्दकोशात आढळतात. त्यावरून प्रवासवर्णनाच्या काही व्याख्या तयार होतात.

व्याख्या :

(१) ''परदेशसंचार करून किंवा परदेशात राहून किंवा स्वदेश सोडून अन्यत्र गेल्यावर, त्याचे वर्णन ज्यात येत असेल, ते खऱ्या अर्थाने 'प्रवासवर्णन' ठरू शकेल''

(२) ''परदेशात घडलेल्या आणि पाहिलेल्या गोष्टींचा वृत्तान्त''

(३) प्रवासवर्णन किंवा Travelogue याचा अर्थ A lecture or talk on travel, often illustrated pictorially" म्हणजे ''वारंवार उदाहरणे देऊन किंवा आकृती काढून स्पष्ट केलेले प्रवासपर भाषण किंवा 'प्रवासपर सचित्र भाषण अगर व्याख्यान' म्हणजे प्रवासवर्णन होय.

(४) 'प्रवासी, प्रवास व प्रदेश' या मलभूत घटकतत्त्वांनीच प्रवासवर्णन साकारते.

(५) "Travel literature may grow out of the traveller's tale, orally told irresponsibly transmitted, emerging eventually as literature **जे. टी. शिपले**

(६) "To march of assiling force, the procession of ideals passing away time' **श्री बेनजे**

(७) अनादी कालापासून भारतीय भाषा - भगिनीत, प्रवासाच्या संदर्भात तीन शब्द आढळून येतात. त्यांपैकी प्रत्येक शब्दाचा अर्थ वेगळा आहे.

(१) **'पर्यटन'** : हा एक शब्द असून, त्याचा अर्थ आपले राहण्याचे ठिकाण सोडून प्रवास करणे असा होतो.

(२) **'देशाटन'** : असा दुसरा शब्द असून, देशाटनाचा अर्थ, नोकरी व्यवसायासाठी आपले राहण्याचे ठिकाण सोडून जाणे असा होतो.

(३) **तीर्थाटन** : असा तिसरा शब्द असून धार्मिक कृत्ये करण्यासाठी पवित्र स्थळांचे दर्शन घेण्यासाठी यात्रा करणे, असा त्याचा अर्थ होतो.

'पर्यटन' हा शब्द' 'Tourism' या शब्दास समानार्थी शब्द म्हणून वापरला जातो. त्याचे भाषांतर पर्यटनवाद असे न करता 'पर्यटन - योग' असे केलेले दिसते.

शिवाय Tourno या शब्दावरून Tour हा शब्द आला असून त्याचा अर्थ, एखाद्या ठिकाणाहून प्रवासाकरिता आरंभ केल्यापासून, ईप्सित स्थळी जाऊन आरंभस्थानी परत येणे, असा आहे. 'वर्तुळाकार भ्रमण' असेही त्याचे वर्णन करता येईल.

तर ''जी व्यक्ती आपल्या देशाव्यतिरिक्त इतर देशांत २४ तासांपेक्षा जास्त काळ प्रवास करते ती व्यक्ती म्हणजेच 'प्रवासी' / 'पर्यटक' होय.'' अशी व्याख्या १९३७ मध्ये राष्ट्रसंघाच्या एका समितीने केली.

१९६३ मध्ये इटलीची राजधानी रोम येथे युनोच्या विदेशी संचार व पर्यटन

समितीची परिषद झाली, त्यात सुधारित व्याख्या करण्यात आली.

"जी व्यक्ती अर्थार्जन करीत असलेला देश सोडून, इतर देशात जाते ती प्रवासी / पर्यटक समजण्यात यावी"

या काही व्याख्यांव्यतिरिक्त "प्रवासवर्णन ही एक कवितेसारखीच स्वतंत्र निर्मिती आहे" असे पु. ल. देशपांडे यांनी म्हटले आहे, तर गंगाधर गाडगीळ यांनी, "ललित साहित्याचा एक वेगळा प्रकार म्हणून प्रवासवर्णनाला मानले पाहिजे" असे म्हटले आहे.

एकूणच प्रवासवर्णन हा वाङ्मयसृष्टीचा एक वैशिष्ट्यपूर्ण भाग आहे. प्रवासलेखनाची दृष्टी ही अर्वाचीन दृष्टी आहे. आज प्रवास सांगण्यापेक्षा लिहिला जातो. प्राचीन काळात तो ऐकला जायचा; आज वाचला जातो, असा हा फरक आहे. शिवाय प्रवासवर्णनात प्रवासी नसेल तर प्रवासवर्णनाला 'प्रवासवर्णन' म्हणून अस्तित्त्व असणे शक्य नाही.

प्रवासवर्णन वाङ्मयनिर्मिती मागील काही प्रेरणा :

(१) परकीयांचा संबंध आणि प्रवास विषयक सुलभता : प्रवासविषयक वाङ्मयाच्या वाढीमागील एक महत्त्वाचे कारण म्हणजे पाश्च्यात्त्य राज्यकर्त्यांचा आपल्याशी आलेला संबंध अनेक दृष्टींनी प्रेरक ठरला. त्यांच्या विज्ञाननिष्ठ व भैतिक विचारांनी समृद्ध असलेल्या संस्कृतीने भारतात रस्ते, लोहमार्ग, जलमार्ग, आकाशमार्ग, जहाजे, आगबोटी, आगगाड्या, विमाने त्याचबरोबर तारायंत्र, मुद्रणकला, शिक्षण यांसारख्या सोयी भारतासारख्या खंडप्राय देशावर राज्य करणे सोपे जावे म्हणून आणल्या. पण त्यातून त्यांचे व त्यांच्या संस्कृतीचे एक वेगळेच दर्शन भारतीयांना घडले. त्यामुळे मूळचा कष्टाचा वाटणारा प्रवास बराच सुलभ व सुखाचा झाला.

शिवाय १) राजकारण २) व्यापार ३) विद्यार्जन ४) रणयात्रा ५) आनंदाप्रीत्यर्थ ६) धनलाभ ७) मनोरंजन ८) नैसर्गिक आपत्ती ९) केवळ दैवयोगाने १०) जिज्ञासेमुळे ११) व्यवसायार्थ १२) दुष्काळ व रोगाच्या साथीमुळे १३) राजकुमारींचा शोध घेणे. अशा अनेक कारणांनी व उद्देशांनी प्रवास घडल्याचे निदर्शनास येते.

(२) अर्वाचीन कालातील बदललेली प्रवासविषयक भूमिका : अर्वाचीन कालात भारतीयांची प्रवासविषयक भूमिका अधिक व्यापक, सूक्ष्म आणि वस्तुनिष्ठ होत गेलेली दिसते. कारण नव्या आलेल्या राज्यकर्त्यांचे अनेकांगानी व जिज्ञासायुक्त मनाने भारतीयांनी निरीक्षक सुरू केले. पाश्च्यात्त्य संस्कृतीने निर्मिलेल्या प्रवासविषयक साधनातील सुलभता व सोयी पाहून, प्रवासाकडे पाहण्याचा दृष्टिकोन बदलून गेला. स्वातंत्र्योत्तर काळात तर प्रवास हा दैनंदिन जीवनाचा आवश्यक भाग झाला. त्याला सौंदर्यदृष्टिची व रसिकतेची जोड मिळाल्याने प्राचीनकाळापेक्षा अर्वाचीन कालात

'प्रवास' ही लेखनामागील प्रमुख प्रेरणा ठरली.

(३) ज्ञानदानाची व ज्ञानग्रहणाची प्रेरणा : इ. स. १८०० पासून इंग्रज या भूमीवर हळूहळू व्यापारनिमित्ताने आले. त्यांच्या कर्तृत्वाचा अभ्यास म्हणजे भारतीय मनाची ज्ञानलालसा होती. हे शिळाप्रेसमध्ये छापलेले श्री. नाना नारायण यांचे 'इंग्लड देशाचे वर्णन', मुंबई इ. स. १८३५ तसेच श्री करसनदास मुळजी यांचे 'इंग्लंडातील प्रवास' इ. स. १८६७ इ. ग्रंथांमधून प्रवासवृत्तान्ताचे हेतू पाहिल्यास या प्रवासलेखनामागे ज्ञानदानाची व ज्ञानग्रहणाचीच प्रेरणा दिसेल. प्राचीन मराठी साहित्यात 'ऋध्दिपूरवर्णन सारखे' लेखन धार्मिक किंवा आध्यात्मिक प्रेरणेतून निर्माण झालेले दिसते. तर नंतरचा कालखंड हा मुळी राष्ट्रीय उत्थानाचा प्रबोधनाचा कालखंड मानला जातो. म्हणूनच पर्यटनाद्वारे समाजप्रबोधन हा हेतू त्यात स्वच्छ दिसतो.

(४) भाषांतराची प्रेरणा : प्रवासवर्णनपर वाङ्मयनिर्मितीमागील भाषांतराची प्रेरणा ही पूर्वीपासून आजवर चालत आलेली एक महत्त्वाची प्रेरणा आहे. उदा. 'इंग्लंडातील प्रवास' हा प्रख्यात ग्रंथ, भा. ह. भागवतांनी मूळ गुजराथीवरून भाषांतरित केल्याने मराठीतील प्रवासलेखनात खूप मोलाची भर पडलेली दिसते. 'ते झुंजार प्रवासी', ले. फ्रान्सिस पार्कमन; अनु. मंगेश पाडगावकर इ. स. १९६४ भाषांतराच्या प्रेरणेतून, परकीय भाषातून उपलब्ध असलेली प्रवासवर्णने आपल्या भाषेत आणल्याची प्रतीती वरील ग्रंथावरून येते.

५) नियतकालिकांद्वारे मिळालेल्या प्रेरणा : वर्तमानपत्राच्या संपादकांनी किंवा मासिकांच्या संपदकांनी लिहायला प्रवृत्त केले म्हणूनही प्रवासलेखन घडलेले आहे. प्रवासलेखनाला खास जागा देऊन छापणे, छापलेल्या लेखांचे पुढे पुस्तक तयार होणे. या प्रकारच्या वाङ्मनिर्मितीत नियतकालिकांचा फार मोठा वाटा होता आणि आहे. उदा. 'किर्लोस्कर' मासिकाचे संपादक शंकरराव किर्लोस्कर, 'सत्यकथे' चे संपादक वि. पु. भागवत, 'केसरी' चे संपादक न. चिं. केळकर इ. महत्त्वाचे ठरतात.

(६) वर्तमानपत्रासाठी प्रवासलेखन : श्री. न. चिं. केळकरांच्या प्रेरणेने 'केसरी' सारख्या वर्तमानपत्रासाठी लेखरूपाने किंवा प्रवासपत्रांच्या रूपाने झालेले लेखन म्हणजे श्री. श्री. रा. टिकेकर यांचे होय. श्री. टिकेकरांची १) सिंहाला शह २) मुसलमानी मुलखातली मुशाफिरी ३) ब्रह्मी बंडाळीचे ब्रह्मपुराण या पुस्तकांची निर्मिती 'केसरी' च्या एका प्रवासी प्रतिनिधीची आहे. रा. भ. पावगींच्या 'विलायतचा प्रवास' भाग १ - २ ही पुस्तके व त्यातील हकिगत प्रथम तेव्हाच्या मातब्बर वर्तमानपत्रांतूनच छापून प्रसिद्ध झाल्या.

(७) मासिकांकडून मिळालेल्या प्रेरणा : पु. ल. देशपांडे यांची 'अपूर्वाई' व 'पूर्वरंग' ही प्रवासवर्णने व प्रा. अनंत काणेकरांचे 'धुक्यातून लाल ताऱ्याकडे' हे प्रख्यात प्रवासवर्णन प्रथमतः पत्ररूपाने 'किर्लोस्कर' मासिकात क्रमशः अवतरले.

'हिंदुस्थानचा किनारा सोडल्यावर रशियातून परत वाटेला लागेपर्यंत काणेकरांनी तिकडून पाठविलेली वर्णने 'किर्लोस्कर' मासिकातून त्या सालीच प्रसिद्ध झाली.

याचाच अर्थ नियतकालिके, मासिके, वर्तमानपत्रे निश्चित प्रमाणात प्रवासलेखन करण्यासाठी उद्युक्त करतात, प्रेरणा देतात.

(८) आपला प्रवासानुभव पुढील पिढीला कळावा : 'माझा प्रवास' या पुस्तकाचे लेखन, आपला प्रवासानुभव पुढील पिढीला कळावा या प्रेरणेतून घडल्याचा पुरावा मिळतो. या ग्रंथाचे कर्ते विष्णुभट गोडसे वरसईकर यांनी हे लिखाण आपल्या वंशजांना झाला प्रवास समजण्याचे साधन व्हावे, या दृष्टीने केले आहे. सुना, लेकी, मुले समजूतदार वयाची झाल्यावर त्यांना गोडसे भटजींनी लिहिलेला मजकूर वाचून दाखविण्याचा क्रम कित्येक महिने ठेवला होता.

(९) आत्माविष्कारांच्या प्रबळ प्रेरणा : प्रवासविषयक अनुभव हाही एक अनुभव आहे. हा अनुभव आपण घेतला, जे आपण पाहिले व अनुभवले ते दुसऱ्यास सांगावे, ही प्रेरणा मानवी मनाची एक मूलभूत प्रेरणा आहे. अशा आत्माविष्काराच्या प्रबळ प्रेरणेतून झालेले प्रवासलेखन अस्सल कलाकृतीचे गुण दर्शविणारे होते. आपल्या मराठी वाङ्मयात पंडिता रमाबाई; काकासाहेब कालेलकर प्रा. अनंत काणेकर, रा. भि. जोशी, पु. ल. देशपांडे आणि प्रभाकर पाध्ये इ. लेखकांचे प्रवासलेखन आत्माविष्कारांच्या प्रबळ प्रेरणेतूनच झाल्याचे स्पष्ट दिसते.

(१०) सौंदर्यगानाची प्रेरणा : एखादा देश, प्रांत, स्थळ, तिथला निसर्ग, प्रवासी मनाला आपल्या सौंदर्याने भुरळ पाडतो. तिथला निसर्गच प्रवासी लेखकाला प्रवास करण्यासाठी उद्युक्त करतो. उदा. 'तोकोनोमा' हे श्री. पाध्ये यांचे प्रवासवर्णन जपानच्या सौंदर्यगान करण्याच्या प्रेरणेतून निर्माण झाले. श्री. गंगाधर गाडगीळांचे 'सातासमुद्रापलीकडे, - यातील सौंदर्ययुक्त अनुभवच असे आकारबद्ध व उत्कट आहेत की ते लिहून काढणे अपरिहार्य ठरले.

प्रा. अनंत काणेकरांचे 'धुक्यातून लाल ताऱ्याकडे' हे प्रवासवर्णन एकाच वेळी (१) आत्माविष्काराची, (२) सौंदर्यगानाची (३) ज्ञानग्रहणाची (४) 'किर्लोस्कर' मासिकाद्वारे लेखनाला उद्युक्त झाल्याची प्रेरणा सांगू शकेल.

(११) राष्ट्रवादाच्या प्रेरणेतून प्रवासलेखन : या भारतभूमीच्या भक्तीतून वा राष्ट्रवादी वृत्तीतून प्रवासवर्णने लिहिल्याची प्रेरणा बहुतेक प्रवासलेखकांकडून मिळाल्याची अनेक उदाहरणे सापडतात. पंडिता रमाबाई, लोकमान्य टिळक, साहित्यसम्राट केळकर, काका कालेलकर, डॉ. वसंत अवसरे यांचे लेखन एका राष्ट्रवादी विचारसरणीतून व भारतभक्तीतून झाल्याचे स्पष्ट दिसते. पुरातन भारत देशातील स्थळांचे, पर्वतांचे, नद्यांचे दर्शन हे लेखक एका रसिक वैष्णवाच्या भूमिकेतून स्वत: घेतात व वाचकांना घडवितात.

वरील अत्यंत महत्त्वाच्या प्रेरणांव्यतिरिक्त वसंत सावंत यांनी ज्ञान व मनोरंजन आणि धार्मिक किंवा अध्यात्मिक प्रेरणेतूनही प्रवासवर्णन झाल्याचे सांगितले आहे. भारतीय मन मूलत: धार्मिक भावनेतूनसुद्धा प्रवासाला निघतांना दिसते. या मूळच्या अध्यात्मप्रवण मनाला तीर्थयात्रांची माहिती देण्याच्या हेतूने 'तीर्थयात्रा भाग १ ते ४' फडके शास्त्रींनी लिहिलेली दिसतात. या ग्रंथाचा 'चरित्रनायक' अध्यात्मप्रवण मनाचा वाटतो. तीर्थयात्रा त्यांच्या चरित्राशी पर्यायाने मनाशी निगडित असलेला एक अविभाज्य घटक आहे.

एकूणच वरील सर्व प्रेरणांचा विचार करता आपल्या लेखनाचा कुणीतरी वाचक आहे किंवा रसिक आहे. याची जाण लेखकांच्या मनातही निर्माण झालेली दिसते.

लेखक आणि वाचक यांचा हृदयसंवाद साधून लेखकाने लिहिलेले प्रवासवर्णन वाचकांपर्यंत किंवा रसिकांपर्यंत पोचविण्याचे काम प्रसारमाध्यमांनी, मुद्रण माध्यमांनीही केलेले दिसते.

एकूणच इ. स. १९५० ते १९६५ व इ. स. १९६६ ते १९८० या कालखंडात प्रवासवर्णन हा वाङ्‌मयप्रकार वरील प्रेरणांमुळे बहराला आला की, त्याच्या अस्मितादर्शक रूपाकडे पाहिल्यास 'तो वेगळा ललितवाङ्‌मयप्रकार आहे' याची रसिकाला कबुली देणेच भाग पडते. प्रवासवर्णन हा वाङ्‌मयप्रकार अर्वाचीन कालखंडातच बहरलेला दिसतो.

कोणत्याही वाङ्‌मयप्रकाराचा 'एक वाङ्‌मयप्रकार' म्हणून अभ्यास करतांना, विहंगमावलोकन अनेक दृष्टींनी आवश्यक ठरते. कोणत्याही वाङ्‌मयप्रकाराला 'वाङ्‌मयप्रकाराचा' दर्जा प्राप्त झाला आहे किंवा नाही, हे डोळसपणे पाहण्याची शक्यता विहंगमावलोकनामुळे शक्य होते. कोणतीही लेखनकृती आपल्या अंतर्बाह्य वैशिष्ट्यांनी आपले 'आपलेपण' किंवा 'स्वत्त्व' रसिकाच्या प्रत्ययाला आणून देत असते.

प्रवासवर्णनपर लेखन हा एक वेगळा वाङ्‌मयप्रकार म्हणून ओळखला जातो. परंतु या लेखनाचे वेगळेपण दर्शवणारी नेमकी लक्षणे किंवा वैशिष्ट्ये कोणती हे पाहणे उचित ठरेल.

(१) 'प्रवासी', 'प्रवास' व प्रदेश : 'प्रवासवर्णन' मूलत: ज्या अनेक घटकांनी साकारते त्यापैकी पहिला महत्त्वाचा घटक 'प्रवासी' आहे. प्रवासी म्हणजेच लेखक स्वत: बोलत असतो. प्रवासविषयक अनुभव 'मी' च्या भाषेत मांडत असतो. तो 'मी' प्रवासवर्णनाचा प्राणभूत घटक आहे. 'प्रवास' नसेल तर प्रवासवर्णन कशाचे करायचे? प्रवासवर्णनात व्यक्त होणारा 'प्रदेश' म्हणजे केवळ 'स्थळ' नव्हे, तर त्या त्या प्रदेशाला एक प्रकारचे स्वत:चे व्यक्तिमत्त्व असते. म्हणजे हा 'प्रदेश' 'प्रवासी लेखकाशी' त्याच्या अबोल भाषेत बोलतो, चालतो, भांडतोही. त्याला त्याची भाषा

असते. त्या प्रदेशाचा धर्म, इतिहास, भूगोल, कला, तिथले वातावरण इ. हे प्रवासी लेखकाच्या माध्यामातून अभिव्यक्त प्रवासवर्णनातील अनुभवविश्वाला एक निश्चित आगळेपणा व सामर्थ्य प्राप्त होते.

(२) प्रवासवर्णनातील लेखक : प्रवासवर्णनातील लेखक आत्मचरित्राप्रमाणे स्वत: अनेक तऱ्हांनी त्यात व्यक्त होत असतो. लेखकाचे व्यक्तिमत्त्व म्हणजेच प्रवासी लेखकाचे प्रवासवर्णनातून रसिकाच्या प्रत्ययाला येणारे व्यक्तिमत्त्व होय. प्रवासवर्णन हा वाङ्मयप्रकारच मुळी निर्मात्या प्रवासलेखकाच्या पारदर्शक व्यक्तिमत्त्वावर अवलंबून असलेला वाङ्मयप्रकार आहे.

(३) प्रवासवर्णनपर वाङ्मयाची लेखनशैली : 'लेखनशैली' म्हणजेच लिहिण्याची पद्धती कोणत्या प्रकाराची असते हे पाहणे (१) पद्यात्मक (२) पत्ररूप (३) गद्याचा आश्रय करणारी (४) रोजनिशीच्या स्वरूपाची (५) छोटी लेखरूप (६) निबंधात्मक स्वरूपाची (७) स्मृतिसंकलनात्मक (८) कथारूप धागा मिसळणारी (९) विनोदी स्वरूपाची इ. अशी विविध स्वरूपाची प्रवासवर्णनपर वाङ्मयाची लेखनशैली दिसून येते.

लेखक	**प्रवासवर्णनपर वाङ्मय**	**वाङ्मयाची लेखनशैली**
नारायण व्यास बहळिये	ऋद्धिपूरवर्णन	पद्यमयशैली
पंडिता रमाबाई	इंग्लंडचा प्रवास	पत्रात्मक गद्यशैली
प्रा. अनंत काणेकर	'धुक्यातून लाल ताऱ्याकडे'	रोजनिशी व स्मृतिसंकलनात्मक पद्धती
पु. ल. देशपांडे	'अपूर्वाई'	विनोदी शैलीचा वापर
गंगाधर गाडगीळ	'सातासमुद्रापलीकडे'	कथारूप धागा मिसळून प्रवासवर्णन लेखनाची पद्धती
काकासाहेब कालेलकर	'हिमालयातील प्रवास'	ललितलेखनात्मक शैली

(४) 'प्रवासवर्णन' या वाङ्मयप्रकाराचे अनुकरण करता येत नाही. कारण, प्रवासवर्णनात प्रवासी लेखकाचा प्रदेश पाहण्याचा क्रम, हा प्रत्येकाचा निराळा असतो. त्याला भेटणारी माणसे, प्रवासातील स्थळे, घटना प्रसंग प्रत्येकाच्या बाबतीत येणारा अनुभव निराळा असतो.

(५) प्रत्येक प्रवासी लेखकाची प्रवासविषयक प्रेरणा वेगळी असण्याची शक्यता असते. त्याचे व्यक्तिमत्त्वही वेगळे असते. प्रवासाचे हेतूही वेगळे असतात.

(६) प्रवासवर्णनातील अनुभवविश्व प्रामुख्याने वास्तव जगाशी निगडित असते.

(७) आचार्य अत्र्यांनी एक महत्त्वपूर्ण वैशिष्ट्य सांगितले आहे ते म्हणजे, ''प्रवासवर्णन हा एक अत्यंत प्रभावी वाङ्मयप्रकार आहे. त्यात तपशिलापेक्षा कलात्मक दृष्टीला अधिक महत्त्व आहे.''

(८) प्रवासवर्णनाची चित्रमयता त्यांच्या सौंदर्यात जशी भर टाकते, तशीच रसनिर्मिती साधण्यालाही कारणीभूत होत असते. प्रत्ययकारी वर्णनशैलीमुळे प्रवासपर वाङ्मयात रसनिष्पत्ती घडणे सहज शक्य होते.

कै. श्री. पु. ल. देशपांडे म्हणतात त्याप्रमाणे, ''प्रवासवर्णन हा नुसता त्या प्रदेशाचा फोटो किंवा निर्जीव मॅजिक लँटर्न अगर माहितीपट नव्हे. विविध संस्कारांनी नटलेले मन, तो देश हिंडतांना कसे फुलून आले, कुठे कोमेजले, कसे उफाळले याचे ते एक हृदय दर्शन असावे आणि म्हणूनच एका स्थळाची शेकडो प्रवासवर्णने होऊ शकतात. म्हणूनच प्रवासवर्णन ही कवितेसारखीच स्वतंत्र निर्मिती आहे.''

एकूणच वरील सर्व वैशिष्ट्यांवरून प्रवासवर्णन हा इतर ललितवाङ्मय प्रकारांप्रमाणेच एक वेगळा ललित वाङ्मयप्रकार ठरतो. निबंध, लघुनिबंध, आत्मचरित्र, स्थलवर्णन या वाङ्मयप्रकाराहून तो मुलत:च भिन्न असतो. कोणताही वाङ्मयप्रकार एखाद्या भाषेमध्ये जेव्हा रूढ होतो, तेव्हा त्याची निर्मिती तर वाढतेच; पण त्याची आपल्या अंतर्बाह्य वैशिष्ट्यांनी एक प्रकारची पृथगात्मता रसिकाला, वाचकाला सतत प्रत्ययाला येत राहते. प्राचीन काळी ज्या ज्या प्रेरणांमुळे, प्रवास घडायचे त्या त्या कारणास्तव आर्वाचीन काळात ते घडलेच, पण 'प्रवास' हा जीवनाचे एक आवश्यक अंग होऊन बसला आहे, त्याचे सहज दर्शन प्रवासवाङ्मयातून होत आहे.

संदर्भ ग्रंथ-

(१) Travel Literature - J.T.Shipale
(२) यात्रा साहित्य का उद्भव और विकास - डॉ. सुरेंद्र माथुर
(३) प्रवासवर्णन - वसंत सावंत

■

प्रवासवर्णन वाङ्मयप्रकार : प्रेरणा आणि वैशिष्ट्ये
- डॉ. वर्षा सतीश तोडमल

आबासाहेब गरवारे महाविद्यालय, कर्वे रोड, पुणे.
mail/todmal varsha @ yahgg.co.m

प्रवासवर्णन : स्वरूप व वाटचाल

■ प्रा. डॉ. द. के. गंधारे ■

प्रास्ताविक

ललित निबंधाचा एक घटक म्हणजे प्रवासवर्णन होय. प्रवासात आलेले अनुभव लेखक लेखनरूपाने मांडत असतो. प्रवासात व्यक्तीला विविध अनुभव येत असतात. त्याचबरोबर प्रत्यक्ष पाहिलेली स्थळे त्यांचे निरीक्षण करून त्यांचे कथन करावे लागते. प्रवासवर्णनात त्या त्या काळची परिस्थिती मांडलेली असते. प्राचीन काळात फालियान, ह्यूएनत्संग, मार्को पोलो यांसारख्या प्रवाशांनी प्रवासवृत्तान्त लिहून ठेवलेला आहे. तसेच वारकरी संप्रदाय, महानुभाव संप्रदाय यातही आपणाला तीर्थांचे व स्थळांचे वर्णन पाहावयास मिळते. पूर्वी पुण्यप्राप्तीसाठी यात्रा केल्या जात असत. परंतु तेथील सौंदर्य पाहावे, तेथील रीतिरिवाज माहीत करून घ्यावे हा हेतू पूर्वी नव्हता. पण पुढच्या काळात प्रवासवर्णनाला वाङ्मयीन सौंदर्य प्राप्त होत गेले. प्रवासवर्णनात लालित्य, काव्यात्मकता, सौंदर्यवादी वृत्ती असावी असे लेखकांना वाटू लागले. त्यातून प्रवासवर्णनात कलात्मकता रूढ झाली.

प्रवासवर्णन हा आत्मवृत्ताशी जवळीक साधणारा साहित्यप्रकार आहे. कथा, कादंबरी यासारखी कथनात्मक, सौंदर्यवादी वृत्ती असावी असे लेखकांना वाटू लागले. त्यातून प्रवासवर्णनात कलात्मकता रूढ झाली.

प्रवासवर्णन हा आत्मवृत्ताशी जवळीक साधणारा साहित्यप्रकार आहे. कथा, कादंबरी यासारख्या कथनात्मक साहित्यप्रकारासारखा नाही. आत्मकथन व प्रवासवर्णन यांच्यातही सूक्ष्म भेद आहे. आत्मकथनात 'मी'त्वाला महत्त्व असते. तर प्रवासवर्णनात 'मी' सांगत असलेला प्रवासाचा भाग असतो. प्रवासवर्णनात प्रथमपुरुषी निवेदनपद्धतीनुसार लेखक अनुभव मांडत असतो.

प्रवासवर्णन स्वरूप :

प्रवासवर्णन हा साहित्यप्रकार इंग्रजी वाङ्मयाच्या प्रभावाने मराठीत रूढ झाला. प्रारंभी प्रवासवर्णनातले लेखन परिचयवजा व गोषवारा मांडणारे होते. प्रवासातील हकिकत, तपशील हे प्रवासवर्णनाचे ध्येय होते. याविषयी काका कालेलकर आपल्या 'हिमालयातील प्रवास' या प्रवासवर्णनात लिहितात, "सर्वसामान्यपणे प्रवास करणे ही मानवी जीवनाची एक मूलभूत प्रेरणा आहे. मनुष्यप्राणी हा एक सेंद्रिय, सचेतन प्राणी आहे आणि एका जागी स्थिर असणे त्याला कदापि शक्य नाही. हात आणि पाय या इंद्रियांच्या संचलनाने प्रवासाची पहिली अवस्था व्यक्त होते, असे म्हणावयास प्रत्यवाय नसावा. माणसाचा माणूसपणा सिद्ध करणाऱ्या अनेक गोष्टींपैकी 'मन' ही एक प्रमुख गोष्ट. या मनाच्या पाठीमागे वावरणारी संचरणशीलता त्याला प्रवासाला उद्युक्त करते."[१] प्रवासामुळे माणसाचे मन उल्लसित होते. त्याच्याजवळ वेगळ्या अनुभवाची शिदोरी वाढते व तो प्रगल्भ होतो.

पौराणिक काळात देव-देवता प्रवास करत असत. नारद, व्यास, शंकर-पार्वती, दत्तात्रय, परशुराम, बलराम असे आदि देवदेवता भ्रमण करत. कालेलकर म्हणतात "भारतीय संस्कृतीच्या संघटनाचे व प्रचाराचे कार्य महर्षी व्यासांनी जितके केले तितके इतर कुणीही केले नसेल. कवी कलिदासाचे 'मेघदूत', बाणभट्टाचे 'हर्षचरित' या ग्रंथातही प्रवासाचा अनुभव मांडलेला आहे. 'साधू चलता भला पानी बहता भला' चालत साहित्याचा विकास होतो हे यातून म्हणावयाचे आहे.

प्रवास केल्याने माणूस जीवनात यशस्वी होतो. त्याचा जीवनप्रवास सुखकर होतो. जीवन एक प्रवासच आहे. याबाबत कालेलकर लिहितात.

"वृद्धश्रवा इंद्राने वैदिक संस्कृतीच्या प्रारंभकाळीच आदेश दिला की, जो बसून राहतो त्याचे नशीबही बसून राहते. जो चालू लागतो त्याचे भाग्य चालते. 'चराति चरतो भग:' ही प्रेरणा घेऊन मेंढपाळ चालले, खलाशी चालले, भक्त चालले, सैनिक चालले आणि परिव्राजकही चालले. या जगतात सर्वच काही चालते आहे आणि मनुष्य जेव्हा चालून चालून कंटाळतो, तेव्हा स्थावर होऊन राहण्याऐवजी या जगाला सोडून तो कायमचा चालताच होतो."[२] प्रवास केल्याने आपणाला देश-परदेशाचे दर्शन घडते. भारतीय लोक पूर्वी जलमार्ग व खुष्कीच्या मार्गाने प्रवास करत असत. पूर्वीचा प्रवास जिवावर बेतणारा होता. तरी लोक प्रवास करत. खेचर, गाढव, बैल, हत्ती, उंट, घोडे या प्राण्यांचा प्रवासासाठी वापर केला जात असे. परंतु

इंग्रजांची राजवट भारतात रूढ झाल्यानंतर दळणवळणाची साधने बदलली. यांत्रिकीकरण आले. अतिदूरचा प्रवास जवळचा वाटू लागला.

प्रवासवर्णन म्हणजे काय?

'प्रवासात जे प्रत्यक्ष पाहिले त्यातून आलेले अनुभव लेखनरूपाने मांडणे म्हणजे प्रवासवर्णन होय.' प्रवासवर्णन हा शब्द प्रवास वर्णन या दोन शब्दांपासून बनलेला आहे. प्र + वस् अशा मूळ संस्कृत धातूपासून बनलेला असून प्र म्हणजे दूर आणि वस् म्हणजे राहणे. म्हणजे दूर राहणे असा अर्थ प्रतीत होतो. प्रवास या शब्दाचे आणखी अर्थ पाहता परदेशसंचार, देशाटन, गमन, भटकंती असेही अर्थ निघतात. थोडक्यात सांगावयाचे झाल्यास "परदेश संचार करून किंवा परदेशात राहून किंवा स्वदेश सोडून अन्यत्र गेल्यावर त्याचे वर्णन ज्याला येत असेल, ते खऱ्या अर्थाने प्रवासवर्णन होय."[३] अशी व्याख्या वसंत सावंत नोंदवितात.

प्रवासवाङ्मयाची वाढ ही प्रवाशांनी लिहिलेल्या अनुभवातून होत असते. इंग्रजीत प्रवासाला Journey किंवा Travel असे म्हणतात. याचा मूळ अर्थ पाहता ""Bodily or Mental labour or especially toil of a painful or oppressive nature, extertion, trouble, hardship, suffering."[4] असा दिला आहे. प्रवासामध्ये असणारी व्यक्ती आपला अनुभव जेव्हा कथन करते तेव्हा त्यातून लेखन संभवत असते. प्रवास हा अनेक वैशिष्ट्यांनी साकारलेला असतो. म्हणूनच प्रवासवर्णन हे सचित्रपणे रेखाटता येते. प्रवासवर्णनाला प्रवासवृत्त, प्रवासचित्रणात्मक लेखन, प्रवासचित्रण, प्रवासवर्णन व प्रवास लेखन असे शब्दप्रयोग वापरले जातात. या सर्वांचा अर्थ 'प्रवासात पाहिलेला किंवा घडलेल्या गोष्टींचा वृत्तांन्त' असा होता.

प्रवासवर्णनात प्रवासी, प्रवास व स्थळ या तीन घटकांना विशेष महत्त्व असते. प्रवास प्रत्येक व्यक्ती करत असते. परंतु प्रवासवर्णन हे प्रत्येकालाच जमते असे नाही. प्रवासवर्णन करणे ही एक कला आहे. त्याला एक वाङ्मयीन सौंदर्य प्राप्त होत असते. प्रवासवर्णनात लेखकाचा स्वत:चा अनुभव असतो. म्हणून वा. ल. कुलकर्णी म्हणतात, "प्रवासचित्रणात्मक लेखन हे स्वभावत:च प्रथमपुरुषी असते."[५] ललित लेखनात 'मी' त्वाला महत्त्व असते तसे प्रवासवर्णनात प्रवासविषयक अनुभव 'मी, च्या शब्दात मांडत असतो. म्हणून 'मी' च्या भाषेत व्यक्त होणारा अनुभव प्रवासवर्णनाचा प्राणभूत घटक असतो.

प्रवासवर्णनाचे महत्त्व लेखकाच्या व्यक्तिमत्त्वाशी निगडित असते. याविषयी म. म. पांडुरंग काणे म्हणतात "देश तेच असले तरी प्रवाशांनी पाहिलेली शहरे व संस्था भिन्न असतात आणि प्रत्येक प्रवाशाचा दृष्टिकोन, अनुभव आणि विचार भिन्न

असण्याचा संभव असतो.''[६] व्यक्तिमत्त्व समृद्ध असेल तर प्रवासवर्णन तितकेच समृद्ध होत असते.

प्रवासवर्णनात लेखक व पाहिलेले देश या दोघांचेही कलात्मक दर्शन घडावयास हवे. कलात्मकता नसेल तर ते लेखन प्रदर्शनवजा होऊ शकते. म्हणून लेखक व प्रदेश या दोन्ही घटकांचे कलात्मक दर्शन घडविणे हा प्रवासवर्णनाचा आत्मा आहे, असे म्हणणे उचित ठरेल. पु. ल. देशपांडे (अपूर्वाई), गंगाधर गाडगीळ (गोपुरांच्या प्रदेशात); श्री. प्रभाकर पाध्ये, (तोकोनामा), रा. भि. गुंजीकर (वाटचाल), अनंत काणेकर (धुक्यातून लाल ताऱ्याकडे) यातून प्रदेशांचे कलात्मक वर्णन आलेले दिसते. प्रवासवर्णनातून प्रदेश, माणसे, निसर्ग, तेथील भूगोल, इतिहास, संस्कृती, धर्म, राजकारण इ. चे दर्शन घडत असते.

प्रवासवर्णन कवितेसारखीच एक स्वतंत्र निर्मिती आहे, असे पु. ल. देशपांडे नमूद करतात. प्रवासवर्णनासाठी प्रतिभा असावी लागते. त्यामुळे साहित्यकृती वाङ्मयीनदृष्ट्या श्रेष्ठ ठरते. प्रवासवर्णनात नवनिर्मिती असते. याविषयी वा. ल. कुलकर्णी म्हणतात. ''चांगल्या प्रवासचित्रणात्मक लेखनात नुसते वर्णन वा निवेदन कधीच नसते. तर त्यात एक प्रकारची नवनिर्मिती असते. ही निर्मिती अनुभवाची असते.''[७]

प्रवासवर्णन एक वाङ्मयीन घटना :

लेखक प्रवासाचा वृत्तांत मांडत असतो. प्रवासाच्या आधी त्या भागाचा अभ्यास तो करत असता. प्रवास करताना लेखक नोंदवही, रोजनिशी जवळ बाळगत असतो. त्यामुळे पाहिलेला अनुभव त्यावेळी नोंदवून ठेवल्यास त्याला एक कलात्मकता प्राप्त होते व त्यातून वाङ्मयीन सौंदर्य दिसते. प्रवासवर्णनात लेखकाचे संवेदनक्षम मन, त्याची निरीक्षण शक्तीमहत्त्वाची असते. प्रवासवर्णनाचे खास वैशिष्ट्य म्हणजे त्यातील भाष्यात्मकता होय. यामुळे प्रवासवर्णन सुरेख बनते.

मराठी प्रवासवर्णनाची वाटचाल :

प्राचीन काळापासून लोक प्रवास करून आपला प्रवासवृत्तांन्त मांडत आले आहेत. महानुभाव पंथातील ऋद्धिपूरवर्णन, नामदेवांनी लिहिलेले तीर्थावळी यातूनही स्थळांचे वर्णन आलेले दिसते. मराठी लेखक पूर्वी प्रवासवर्णनाचे मराठीत भाषांतर करत असत. इ. स. १८३५ मध्ये नाना नारायण यांनी 'इंग्लंड देशाचे वर्णन' याचे मराठीत भाषांतर केले. तद्नंतर शामराव मोराजी, गणपत पितळे, भास्कर भागवत, या लेखकांनी सुरुवातीला प्रवासवर्णने लिहिली.

शामराव मोरोजी यांचे इ. स. १८५२ मधील 'काशीप्रवास' हे स्वतंत्र रीतीने

लिहिलेले पहिले प्रवासवर्णन होय. म्हणून याला 'मराठी भाषेतील पहिले प्रवासवर्णन' असा मान मिळतो. प्रा. गं. बा. सरदार यांनी या प्रवासवर्णनाला मराठीतील पहिले प्रवासवर्णन म्हटले तरी त्यात वाङ्मयीन सौंदर्य दिसत नाही, असा अभिप्रायही प्रा. गं. बा. सरदार देतात. या ग्रंथात काशी, गया, अयोध्या यांसारख्या तीर्थांचा आढावा घेतला आहे.

मराठीतील वाङ्मयीनदृष्ट्या दर्जेदार प्रवासवर्णन म्हणून गोडसे भटजी यांच्या 'माझा प्रवास' याकडे पाहिले जाते. हे पुस्तक इ. स. १८८३ साली लिहिले असून १८५७ च्या बंडाची हकिकत यात दिली आहे. पूर्वी परदेशात प्रवास करणे म्हणजे पाप मानले जात होते. अशा काळात पंडिता रमाबाई इंग्लंडचा प्रवास करतात. या प्रवासानंतर त्यांनी इ. स. १८८३ मध्ये, 'इंग्लंडचा प्रवास' हे प्रवासवर्णन लिहिले. मराठीतील त्या पहिल्या प्रवास लेखिका ठरतात. याच काळात रा. भ. पावगी, गोविंद जोशी, बळवंत टिळक, रामराव कोठारे, यांनीही प्रवासवर्णने लिहिली.

एकोणिसाव्या शतकाच्या सुरुवातीला यादव वावीकर, साळूबाई कलभंडे, रामचंद्र माने यांची प्रवासवर्णने लोकप्रिय ठरली. यानंतरच्या काळात गो. चि. भाटे, न. चि. केळकर, चिं. के सुकर, श्री. रा. टिकेकर, अनंत काणेकर, रा. भि. जोशी, गंगाधर गाडगीळ, पु. ल. देशपांडे, प्रभाकर पाध्ये यांची प्रवासवर्णने वाचकांना वाङ्मयीनदृष्ट्या दर्जेदार वाटू लागली. अलीकडच्या काळात बाबा भांड, रमेश मंत्री, माधव गडकरी, लीला देशपांडे, रवींद्र पिंगे, दिलीप चित्रे हे लेखक प्रवासवर्णने लिहून मराठी साहित्य प्रांताला समृद्ध करत आहेत.

प्रवासवर्णनातील अडचणी :

प्रवासवर्णन ही एक कलाकृती आहे. परंतु ती कलाकृती बनण्यासाठी काही अडचणी येतात. याबाबत गंगाधर गाडगीळ लिहितात, ''प्रवासवर्णन ही संपूर्णतया एक कलाकृती होण्याच्या मार्गात काही अडचणी असतात. कलाकृतीला स्वतःचा असा एक घाट असतो. तिच्यातील घटनांच्या अनुक्रमात संगती व अपरिहार्यता असते. तीत कोणत्या अनुभवांचा समावेश करावयाचा या बाबतीत लेखकाला पूर्ण स्वातंत्र्य असते आणि या स्वातंत्र्याचा उपयोग कलात्मकता साधण्यासाठी तो करीत असतो. प्रवासवर्णनात तसे नसते. प्रवासात ज्या अनुक्रमाने घटना घडतात. त्यात कलात्मक संगती असेलच अशी शाश्वती नसते. खरे म्हणजे तशी संगती नसण्याचीच शक्यता अधिक असते त्याचप्रमाणे प्रवासात आलेला प्रत्येक अनुभव अर्थपूर्ण नसतो किंवा एखाद्या वेळी एखादी अर्थपूर्ण घटना प्रवासात घडतेही, पण तिच्यातील अर्थ प्रतीत व्हावा असे लेखकाचे व्यक्तिमत्त्व नसते. आणि तरी अशा अनुभवांची व

तपशीलांची नोंद प्रवासवर्णनात करावी लागते.''८

लेखक ज्या स्थळांना भेटी देतो त्यापेक्षा वेगळे वर्णन लेखक करत असतो. आपल्या मनाला जे हवे ते मांडत असतो.

समारोप :

प्राचीन काळी साहित्यनिर्मिती ही आध्यात्मिक दृष्टिकोनातून होत होती. अर्वाचीन कालखंडात लेखनाच्या प्रेरणा बदलल्या. आता प्रवासवर्णनाकडे ज्ञान, मनोरंजन व वाङ्मयीन अंगाने वाचक पाहू लागला. त्यामुळे या वाङ्मय प्रकाराचे लेखन अधिक होऊ लागले. आजपर्यंतचा विचार करता दोन हजार पर्यंत प्रवासवर्णने लिहिली गेली आहेत. मुद्रणकलेचा शोध लागल्यामुळे साहित्य निर्मिती अधिक होऊ लागली. इंग्रज राजवटीमुळे भारतात तारायंत्र, मुद्रणकला, रेल्वे, शिक्षण यांची सुविधा निर्माण झाली. लोहमार्ग, जलमार्ग, आकाशमार्ग यामुळे प्रवास सुखकर बनला. सर्व जग एकमेकांशी जोडले गेले. त्याचा परिणाम प्रवासवर्णन या वाङ्मयप्रकारावर झाला. या शोधनिबंधाची मांडणी प्रवासवर्णनाचे स्वरूप, प्रवासवर्णन म्हणजे काय? वाङ्मयीन दृष्टिकोन, वाटचाल, प्रेरणा या घटकाचा आधार घेऊन केलेली आहे. विद्यार्थी व अभ्यासकांना याचा उपयोग होईल अशी आशा आहे.

मराठीतील काही प्रवासवर्णने

(१) नाना नारायण, 'इंग्लंड देशाचे वर्णन (भाषांतर) इ. स. १८३५
(२) शामराव मोराजी, 'काशीप्रवास' इ. स. १८५२
(३) भास्कर हरि भागवत, 'इंग्लंडातील प्रवास, (भाषांतर) १८६७
(४) हरी गणेश पटवर्धन, 'काशीयात्रा' इ. स. १८७२
(५) रमाबाई पंडिता, 'इंग्लंडच प्रवास' इ. स. १८८३
(६) विष्णुभट गोडसे वसईकर, 'माझा प्रवास' इ. स. १८८३
(७) पार्वतीबाई चिटनवीस, 'आमचा जगाचा प्रवास' इ. स. १९१५
(८) पांडुरंग गुणे, 'माझा युरोपातील प्रवास' इ. स. १९१५
(९) अनंत काणेकर, 'धुक्यातून लाल ताऱ्याकडे', इं. स. १९४०
(१०) काका कालेकर, 'लोकमाता' इ. स. १९३८
(११) रा. भि. जोशी, 'वाटचाल' इ. स. १९५३
(१२) गंगाधर गाडगीळ, 'गोपुरांच्या प्रदेशात'
(१३) पु. ल. देशपांडे, 'अपूर्वाई' इ. स. १९६०
(१४) प्रभाकर पाध्ये, लोकोन्तेमा इ. स. १९६१

(१५) ग. प्र. प्रधान, 'हाजीपीर' इ. स. १९६६

(१६) वसंत बापट, 'बारा गावचं पाणी' इ. स. १९६६

(१७) इंदुमती शेवडे, 'इथे साहेबाचिये नगरी' इ. स. १९६६

(१८) दिलीप चित्रे, 'शीबा राणीच्या शोधात' इ. स. १९७१

(१९) रविंद्र केळेकर, 'जपान जसा दिसला' इ. स. १९७०

(२०) प्रभाकर तामणे, 'हिमफुलांच्या देशात' इ. स. १९७२

(२१) रवींद्र पिंगे, 'आनंदाच्या दाहीदिशा, इ. स. १९७४

(२२) ग. दि. माडगुळकर, 'कलावंताचे आनंदपर्यटन' इ. स. १९७७

(२३) व्यंकटेश माडगुळकर, 'पांढरी मेंढरे हिरवी कुरणे' इ. स. १९७९

(२४) दि. बा. मोकाशी, 'पालखी' इ. स. १९६४

(२५) व्यंकटेश माडगुळकर, 'नागझिरा' इ. स. १९७९

(२६) गो. नि. दांडेकर, 'नर्मदेच्या तटाकी'

(२७) चारूशीला गुप्ते, 'बर्फाच्या दुनियेत'

(२८) अण्णाभाऊ साठे, 'माझा रशियाचा प्रवास'

(२९) मधुकर केचे, 'भटकंती'

(३०) बाबा भांड, 'लागेबांधे'

(३१) मीना देशपांडे, 'पश्चिमगंधा'

(३२) रमेश मंत्री, 'सुखाचे दिवस'

(३३) माधव गडकरी, 'असा हा गोमंतक'

(३४) लीला देशपांडे, 'हिमालयाचा स्पर्श'

(३५) निवृत्ती वडगावकर, 'फेरफटका'

(३६) आनंद पाटील, 'पाटलाची लंडनवारी'

(३७) लक्ष्मण गायकवाड, 'चिनी मातीतील दिवस'

संदर्भ व टीपा :

(१) कालेलकर काका, 'हिमालयातील प्रवास अनु. भाऊ धर्माधिकारी, पुणे - २ पृष्ठ २४२

(२) तत्रैव, पृष्ठ २३८

(३) सावंत वसंत, 'प्रवासवर्णन एक वाङ्मयप्रकार' महा. राज्य साहित्य व संस्कृती मंडळ, मुंबई, पृष्ठ १५

(४) The shorter Oxford English Dictionary Volume II N to Z 1959 Page - 2235 & 2236

(५) कुलकर्णी वा. ल., 'वाटचाल', प्रस्तावना मुंबई १९५६ पृष्ठ - १

(६) काणे पां. वा., 'युरोपचा प्रवास' भारत गौरव ग्रंथमाला मुंबई - १९३८ पृष्ठ ४

(७) कुलकर्णी वा. ल., 'वाटचाल' पृष्ठ - २

(८) गाडगीळ गंगाधर, 'साहित्याचे मानदंड, पॉप्युलर प्रकाशन, मुंबई १९६२ पृष्ठ १७५

■

प्रवासवर्णन : स्वरूप व वाटचाल

- प्रा. डॉ. द. के. गंधारे

मराठी विभाग प्रमुख

ॲड : एम. एन. देशमुख

महाविद्यालय राजूर ता. अकोले, जि. अहमदनगर

प्रवासवर्णन : आगळावेगळा साहित्यप्रकार

■ प्रा. डॉ. पौर्णिमा बोडके ■

प्रस्तावना :

प्रवासवर्णन हा साहित्यप्रकार निबंधवाङ्मयात मोडणारा एक साहित्यप्रकार आहे. मानवी मनाच्या एका स्वाभाविक प्रवृत्तीतून प्रवासवर्णनपर वाङ्मय जन्माला येत असते. आपण पाहिलेला नवा मुलूख, तेथील लोकाचार, तेथील निसर्ग, जाता-येता अनुभवलेले सुखाचे व संकटांचे प्रसंग यांची माहिती दुसऱ्याला सांगण्याची जी स्वभावसहज उत्कट इच्छा मनुष्याच्या ठिकाणी असते तीच मुख्यत: प्रवासवर्णनपर वाङ्मयाच्या निर्मितीला प्रेरणा देते. आधुनिक मराठीतील प्रवासविषयक वाङ्मयाच्या निर्मितीला हीच प्रेरणा प्राधान्याने कारणीभूत झालेली आहे. प्रारंभीच्या काळात प्रवासवर्णनांचे स्वरूप माहितीवजा टिपणांचे होते. लेखकाचे व्यक्तिमत्त्व आणि प्रवासस्थळाचे वैशिष्ट्य ह्यांच्या परस्परांवर होणाऱ्या क्रिया-प्रतिक्रियांमधून वस्तुनिष्ठेकडून आत्मनिष्ठेकडे या वाङ्मयप्रकाराचा प्रवास होत राहिला. आत्मचरित्रांप्रमाणेच प्रवासवर्णन ही देखील नवनिर्मिती मानली जाऊ लागली आणि प्रवासवर्णनाला ललितलेखनातील महत्त्वाचा वाङ्यप्रकार म्हणून मान्यता प्राप्त झाली.

संकल्पना व घटक :

प्रवासवर्णनाची निरनिराळ्या कोशगत अर्थातून साकारणारी संकल्पना पाहिली तर, 'प्रवासवर्णन म्हणजे प्रवासपर सचित्र भाषण अगर व्याख्या' अशी पाहता येते. ही संकल्पनाच प्रवासवर्णनाचे मूलभूत घटक सुचविणारी आहे. ते घटक म्हणजे 'प्रवासी', 'प्रदेश' व 'प्रवास' हे होत. या घटकांनी साकार होणारे लेखन म्हणजे प्रवासवर्णन असते.

प्रवासवर्णन आणि प्रवासी हे अविभाज्य घटक आहेत. प्रवासवर्णनात 'प्रवासी' नसेल तर प्रवासवर्णनाला 'प्रवासवर्णन' म्हणून अस्तित्व असू शकत नाही. कारण

प्रवासी असल्याशिवाय प्रवास घडणे अशक्य आणि प्रवासाबद्दल जर त्या प्रवाशाने काही लिहिले अगर बोलले नाही तर 'प्रवासवर्णन' साकारणे अशक्य. तेव्हा हा जो प्रवास आहे तो त्या लेखकाचा स्वतःचा प्रवास आहे. त्यामध्ये जे काही बरे-वाईट अनुभव आले असतील, ते त्याचे स्वतःचे अनुभव असतात. हे अनुभव व्यक्तिपरत्वे भिन्न भिन्न असतात. 'मी' च्या भाषेत असतात.

ज्या प्रदेशात लेखक प्रवास करतो, तो प्रदेश हाही प्रवासवर्णनाचा एक महत्त्वाचा घटक आहे. प्रवासलेखनाचा व्यापारच मुळात लेखक आणि प्रदेश किंवा त्या प्रदेशाशी निगडित असलेली स्थळे यांच्याशी संलग्न असतो. 'प्रदेश' याचा अर्थ 'स्वदेशातील प्रदेश', 'परदेशातील प्रदेश' किंवा 'अंतराळातील प्रदेश' असाही होऊ शकतो. प्रवासवर्णनात व्यक्त होणारा प्रदेश म्हणजे केवळ 'स्थल' नव्हे. प्रवासवर्णनात व्यक्त होणारे स्थळ हे प्रदेशाच्या अनुषंगाने व्यक्त होत असते. ते स्थळ त्या व्यक्त प्रदेशांचा एक घटक असते. हा प्रदेश एक चालता-बोलता भूप्रदेश असतो. म्हणजे त्या विशिष्ट प्रदेशाची आंतरिक-बाह्य वैशिष्ट्यांनी युक्त अशी प्रतीती, वातावरणनिर्मितीने लेखकाने सजीव केलेली असते. जणू काही हा प्रदेश प्रवासी लेखकाशी त्याच्या अबोल भाषेतून लेखत असतो. त्याला भाषा असते, स्वतःचे व्यक्तिमत्त्व असते. एक ठराविक प्रदेश, त्याचा इतिहास, त्याची संस्कृती, धर्म, राजकारण, अर्थशास्त्र, व्यापार, तेथील माणसे घरे-दारे, तेथील निसर्ग, विशिष्ट रचना या विविध पैलूंतून त्या प्रदेशाचे व्यक्तिमत्त्व साकार होत असते. आणि हे त्या लेखकाला जाणवत असते. प्रवासवर्णनात साकार होणारा हा प्रदेश चैतन्यमय प्रदेश असतो. आणि तो एखाद्या माणसासारखा त्या प्रवासी लेखकाला भेटत असतो.

'प्रवास' हा घटक प्रवासवर्णनाचा केंद्रिभूत घटक मानावा लागेल. कारण प्रवासी आणि प्रदेश या दोन घटकांना जोडणारा तो दुवा आहे. 'प्रवास' या घटकामुळेच स्थळवर्णन व इतर वाङ्‌यप्रकाराहून प्रवासवर्णन वेगळे ठरते. गतिशील प्रवासविषयक अनुभूतीचे प्रदेशासहित चित्र प्रवासवर्णनात येत असल्यामुळे ती अनुभूती नेमकी शब्दात पडारा लेखक अव्वल दर्जाच्या गतिशील लेखनशैलीचा प्रत्यय देतो. प्रवासवर्णनाचा वेगळेपणा त्यामुळे सतत लक्षात येतो. प्रवासी लेखक आणि त्याचा प्रवास ह घटक प्रदेशाशी एकरूप होऊन येतात. असे फक्त प्रवासवर्णनातच घडते.

'प्रवासवर्णन' रूपसिद्धी :

कोणत्याही वाङ्मयप्रकाराचा विचार म्हणजे त्याच्या रूपसिद्धीचा विचार हे ओघाने आलेच. या रूपसिद्धीवर प्रकाश पाडण्यासाठी मूळ शब्दांचे अर्थ समजून घेणेही आवश्यक आहे.

'प्रवासवर्णन' हा नपुसकलिंगी शब्द, प्रवास + वर्णन या दोन शब्दांचा मिळून

झालेला जोडशब्द आहे. त्यापैकी 'प्रवास' हा शब्द पुल्लिंगी सामान्यनाम असून तो प्र + वस् अशा मूळ संस्कृत धातूवरून साधित झालेला आहे. 'प्र' म्हणजे दूर, 'वस्' हा धातू 'राहणे' असा अर्थ व्यक्त करतो. 'वस्' या संस्कृत धातूवरून 'वास' हे नाम सिद्ध झाले आहे. म्हणजे 'प्रवास' या मूळ शब्दाचा अर्थ 'दूर राहणे' असा होतो. 'प्रवास' या शब्दाचे महाराष्ट्र शब्दकोशात पुढीलप्रमाणे अर्थ दिले आहेत. (१) स्वदेश सोडून अन्यत्र जाणे, देशाटन, परदेश संचार (२) परदेशात केलेला तात्पुरता प्रवास, परदेशात प्रवास करताना राहणे (३) परदेश

'प्रवास' या शब्दावरून 'प्रवासी' असा शब्दप्रयोग तयार होतो. आणि त्या शब्दाचा अर्थ 'प्रवास करणारा', 'मुशाफर', 'पांथस्थ', 'उतारू' असे दिलेले आढळतात.

'वर्णन' या शब्दाचे (१) स्तुती, प्रशंसा, गौरव (२) गुणधर्म, माहिती, विशेष गोष्ट सांगणे, शब्दचित्र असे अनेक अर्थ महाराष्ट्र शब्दकोशात आढळतात.

थोडक्यात परदेशसंचार करून किंवा परदेशात राहून किंवा स्वदेश सोडून अन्यत्र गेल्यावर त्याचे वर्णन ज्यात येत असेल, ते खऱ्या अर्थाने 'प्रवासवर्णन' ठरू शकेल. असाच 'प्रवासवर्णन' या शब्दाचा 'कोशगत अर्थ' व्यक्त होताना दिसतो.

मराठीमध्ये आजवर प्रवासवर्णनासंबंधी जे वैचारिक व समीक्षणात्मक लेखन झाले आहे, त्यात प्रवासवृत्त प्रवासचित्रणात्मक लेखन, प्रवास-चित्रण, प्रवासवर्णन, प्रवासलेखन असे निरनिराळे शब्दप्रसंग वापरण्यात आलेले आहेत.

प्रवासवर्णनाची ठळक वैशिष्ट्ये :

(१) प्रवासवर्णनपर वाङ्मयनिर्मिती ही वास्तवाशी अधिक निगडित असते. हा प्रवासी लेखक साक्षात प्रवास करून आपले अनुभव लिहीत असतो. काही लेखक प्रवासात रोजनिशीचा, माहितीच्या टिपणांचा उपयोग करतात. त्यामुळे प्रत्यक्ष लिखाण करताना त्या त्या वेळेच्या लेखकाच्या मनाचे आणि मनावर झालेल्या प्रवासाचे ताजे संस्कार वाचकालाही अनुभवायला मिळतात. त्यामुळे वाचकाला त्यात एक प्रकारचा गोडवा मिळतो.

(२) प्रवासवर्णनकाराच्या लेखननिर्मितीत, त्याचे संवेदनाक्षम मन, त्याची निरीक्षणशक्ती, तीव्र स्मरणशक्ती आणि उत्कटता यांना मोठे आव्हान असते. कारण एकाच वेळी भावलेले, धावत्याक्षणी प्रवासात पाहिलेले आठवणे अतिशय महत्त्वाचे असते. तसेच ते आठवून जाणिवेच्या स्तरावर जाऊन उत्कटपणे व्यक्त करणे हे एक कौशल्यच असते. कारण प्रवासानंतर आलेला सगळा शीण घालवण्यानंतर लेखकाची लेखन समाधी लागणे महत्त्वाचे असते.

(३) प्रवासवर्णनातून लेखकाचे व्यक्तिमत्त्वही वाचकाला जवळून अनुभवता येते, हे एक प्रवासवर्णनाचे विशेष म्हणता येईल. कारण प्रवासवर्णनकर्त्याच्या

व्यक्तिमत्त्वाचे अनेक पदर त्याच्याही नकळत उलगडले जात असतात. प्रवासीलेखक त्याच्या आवडी-निवडी, त्याच्या सवयी, त्याचे दोष, त्याचा भलेबुरेपणा प्रवासवर्णनामुळे वाचकाला कळतो आणि समाजातील इतर माणसांसारखाच एक माणूस म्हणून त्याचे दर्शन वाचकाला घडते आणि माणसाबद्दलची माणसाची जिज्ञासा तृप्त होण्यास मदत होते.

(४) प्रवासी लेखकाला प्रवासात एखादा प्रवासी, वाटाड्या, सोबती किंवा इतरही अनेक स्वभावविशेषांची माणसे भेटतात. त्यामुळे त्यांच्या स्वभावाचे दर्शन येथे सहजरित्या होत असते. प्रा. वा. ल. कुलकर्णी म्हणतात, 'प्रवासचित्रणात्मक लेखनात जर विशेष जिवंतपणा कशाने येत असेल, तर तो त्यातून अगदी सहजगत्या घडणाऱ्या मनुष्यस्वभावाच्या विविध दर्शनाने...'

लेखक जर जीवनाचे विविधरंगी नाट्य समरसून आस्वादणारा कलावंत असेल तर त्याच्याकडून स्थलदर्शनातून सहजगत्या घडणाऱ्या व्यक्तिदर्शनाला एग वेगळीच खुमारी येते. प्रवासवर्णनात लेखकाला भेटलेली माणसे ही सहज भेटलेली असतात. ज्या प्रदेशातून लेखक प्रवास करतो त्या प्रदेशाच्या आणि प्रवासाच्या अनुषंगाने त्यांचे चित्रण साकार होत असते. यावेळी प्रवास, प्रदेश आणि प्रवासात भेटलेल्या व्यक्ती हे सर्व एकजीव झालेले असतात. प्रवासात या भेटलेल्या व्यक्तींनी लेखकाच्या अनुभवाला अर्थपूर्णता येते. लेखकाने केलेल्या त्याच्या व्यक्तिचित्रणाने तर वाचकांनाही त्या प्रवासातील व्यक्तीला भेटल्याची अनुभूती येते. उदा. उर्मिला पवारांच्या 'मॉरिशस... एक प्रवास' या प्रवासवर्णनात तिथे भेटलेल्या व्यक्तीचे जे वर्णन केले आहे, त्यात एक ताजेपणा आहे. त्या अगदी हुबेहुब वर्णन करताना दिसतात. नरेश मंत्रीच त्यांनी केलेलं वर्णन उदाहरणदाखल घेता येईल. 'मंत्री साठीच्या घरातले. शिडशिडीत बांधा, डोक्याला टक्कल, चेहराही तुळतुळीत. फक्त दोन्ही कानांपासून हनुवटीखाली एक इंच लांबीची पांढऱ्या शुभ्र केसांची फणीसारखी दाढी. खास चिनी किंवा जॅपनीस ढंगाची त्या दाढीमुळे ते वेगळे दिसतात. बाकी माणूस चारचौघांसारखाच.

(५) प्रवासवर्णनात मानवी जीवनाचे जे चित्र येते, ते जरी धावते असते तरी त्यातून त्या प्रदेशाचे, तेथील समाजजीवनाचे विशेष घेऊन अवतरते आणि मानवी स्वभावाचे दर्शन घडवण्याचे काम इतर वाङ्मयप्रकाराप्रमाणेच घडत असते. खरे म्हणजे माणूस हेच जगातले सर्वात मोठे आश्चर्य आहे. या आश्चर्याचा शोध प्रवासवर्णनातही लागू शकतो आणि त्याबद्दलचे वाचकांचे कुतूहल प्रवासवर्णने पुरी करू शकतात.

प्रवासवर्णनात वाङ्मयीन सौंदर्य अंगचेच असावे, अशीही प्रांजळ अपेक्षा असते. कारण प्रवास करणारा आणि आपले प्रवासवृत्त लिहिणारा हा रसिक असणारच. अंगी व्यापक रसिकता असल्याशिवाय लोक जीवनाचे आणि निसर्गदृष्याचे नवे ज्ञान

मिळविण्याची जिवंत ओढ असल्याशिवाय कोणी प्रवासाची दगदग, कष्ट आणि धावपळ करणार? लोकजीवनाचे आणि निसर्गजीवनाचे नवे ज्ञान हे पुन्हा स्वतंत्ररीतीने आनंददायक आहेच. या रसिकतेला जेव्हा प्रतिभाशक्तीची जोड मिळते तेव्हा ते प्रवासवर्णन खऱ्या अर्थाने कलारूप धारण करते आणि प्रवासवर्णने ही स्वतंत्र निर्मिती ठरते.

प्रवासलेखकाची प्रतिभा :

प्रवासवर्णनात होणारा प्रतिभावान मनाचा प्रवास हा निराळा प्रवास असतो. आणि प्रावासातील सामान्य माणसाच्या मनाचा प्रवास निराळा असतो. कारण प्रवासात वावरणारे प्रतिभावान प्रवाशाचे मन हे नवनिर्मितीक्षम मन असते. ज्या ज्या प्रदेशात लेखक फिरेल त्या त्या प्रदेशाच्या व्यक्तिमत्त्वाचे संस्कार त्याच्या जाणिवेवर होत असतात. हे संस्कार लौकिकदृष्ट्या बरे-वाईट, श्लील-अश्लील असे असू शकतात. हे मन सामान्यमाणसाच्या मनासारखे नसून ते रसरशीत व जिवंत असते. ते एका कलावंताचे साक्षात्कारी मन असते. ही संस्कारक्षमता जन्माबरोबरच त्याला निसर्गाने प्राप्त करून दिलेली असते.

एखादा प्रदेश, तेथील स्थळ किंवा घटना प्रतिभावंत प्रवासी लेखकाने पाहणे निराळे असते आणि सर्वसामान्य प्रवासी याने पाहणे निराळे. कारण या दोघांच्या पाहण्याच्या दृष्टिकोनात फरक असतो. प्रतिभावान मनाची संवेदनशीलता, तादात्म्य व तरलता या पैलूंमुळे प्रवासवर्णनात काव्यात्मकता व लालित्य अवतरते असे म्हणता येईल. एखाद्या स्थळाशी, घटनेशी किंवा प्रसंगाशी प्रतिभावान प्रवासी लेखकाचे तरल व हळवे मन उत्कट होऊन एकरूप होते. त्यामुळे प्रवासवर्णनात काव्यात्मकता निर्माण होते. प्रवासातील एखादे स्थळ, घटना-प्रसंग किंवा दृश्य इतके विलक्षण असते की, लेखक त्या ठिकाणी अंतर्मुख होतो. चिंतनशील बनातो. हुरहुरतो आणि त्या प्रसंगाची, स्थळाची किंवा दृश्याची आपली भावगर्भ जाणीव व्यक्त करतो. त्यामुळेच प्रवासवर्णन हे उत्कट, काव्यात्म बनते.

प्रवासवर्णनात जे लालित्य अवतरते ते प्रतिभाशक्तीच्या विलासामुळेच म्हणूनच 'माझी प्रतिभा लाल सैन्याबरोबर बर्लिनपर्यंत गेली होती.' असे 'माझा रशियाचा प्रवास' मध्ये अण्णाभाऊंनी स्वत:विषयी लिहिले आहे.

लेखकाच्या या प्रतिभावान मनामुळेच प्रवासवर्णन म्हणजे प्रवासविषयक आणि प्रदेशविषयक अनुभवांची नोंद किंवा माहिती न राहता ती नवनिर्मिती ठरते.

प्रा. वा. ल. कुलकर्णी म्हणतात, 'चांगल्या प्रवासचित्रणात्मक लेखनात नुसते वर्णन वा निवेदन कधीच नसते, तर त्यात एक प्रकारची नवानिर्मिती असते.' प्रवासी

लेखक जेव्हा प्रवासाला निघतो तेव्हा त्याला प्रवासात येणारा प्रत्येक अनुभव अर्थपूर्ण व कलात्मक पातळीवरचा असतोच असे नाही. तर तो लौकिक व वस्तुनिष्ठ पातळीवरचाही असू शकतो. पण प्रतिभेचा व संवेदनाक्षम मनाचा लेखक त्या अनुभवांचे कलात्मक अनुभूतीत रुपांतर करीत असतो. हे कार्य नवनिर्मितीक्षम प्रतिभाशक्तीमुळे घडत असते.

प्रवासलेखकाचे व्यक्तिमत्त्व :

सर्व समीक्षकांनी लेखकाच्या व्यक्तिमत्त्वावर भर दिला आहे. लेखकाचे व्यक्तिमत्त्व कलासंपन्न, अनुभवसमृद्ध, सौंदर्यदर्शी, व्यासंगाला रसिकतेची जोड देणारे असेल आणि वस्तूतील सौंदर्य नव्याने जाणण्याची आणि नव्याने व्यक्त करण्याची क्षमता त्याच्याजवळ असेल तर प्रवासवर्णन कलाकृतीची उंची गाठू शकते. म्हणूनच लेखकाच्या व्यक्तिमत्त्वासंबंधी म. वि. फाटक व ज. के. रानडे म्हणतात, "प्रवासवर्णन हे विशेष अवघड आहे. याचे कारण लेखकाला आपला तोल सतत सांभाळता आला पाहिजे. ती एक प्रकारची तारेवरची कसरत आहे. वर्णनावर जास्त भर देऊ लागला तर प्रवासवर्णन इतिहास वा भूगोल बनवण्याची शक्यता असते. आणि ती माहिती लेखकाला जर नसेल व स्वत:च्याच विचारतंद्रीत तो राहील, तर प्रवासवर्णन हे लघुनिबंधाचे रूप धारण करील म्हणून शास्त्र व ललित्य या दोन्ही क्षेत्रात लीलया संचार करणाऱ्या प्रभावी लेखकालाच नितांत सुंदर प्रवासवर्णन लिहिण्याचे जमेल इतरांना नाही!"

प्रवासवर्णनाची लेखनशैली :

प्रवासवर्णन या वाङ्मयप्रकारात लेखनशैलीलाही विशेष महत्त्व आहे. प्राचीन मराठी वाङ्मयामध्ये जी प्रवासवर्णने आहेत ती प्रामुख्याने पद्यमय शैलीचा आधार घेऊन लिहिली गेली आहेत. अर्वाचीन प्रवासवर्णनांकडे वळताना मात्र लेखनपद्धतीत आमूलाग्र बदल झाल्याचे दिसते. ही लेखनशैली गद्याचा आश्रय घेते. गद्य निवेदनाला सोयीचे तसेच आत्माविष्काराला जवळचे. प्रत्येक प्रवासवर्णनकाराची स्वत:ची अशी शैली असल्याने प्रवासवर्णनातील प्रत्येक प्रसंग, घटना, व्यक्ती, प्रदेश किंवा स्थळ यांची शब्दचित्रे वेगवेगळी वाटतात उदा. उर्मिला पवार यांच्या 'मॉरिशस... एक प्रवास' मधील लेखनशैली वेधक आणि वाचनीय अशी आहे. त्यांच्या लेखनात अनेक ठिकाणी काव्याची उधळण झालेली दिसते. त्यांनी आपल्या लेखनात वापरलेल्या प्रतिमा, प्रतिके आणि उपमा ह्या अगदी चपखल आणि वाचकाला भावणाऱ्या अशा आहेत. त्यामुळे त्याचे प्रवासवर्णन ललित गद्याचं रूप घेताना दिसते. त्यामुळे वाचकाला एका प्रवासवर्णनाबरोबरच चांगल्या ललितकला कृतीचा आनंद मिळतो.

प्रवासवर्णनकारांची लेखनशैली एकाच वेळी निबंधकाराची, कथाकारांची, कवीची, व्यक्तिचित्रण करण्याची, आत्मचरित्रकाराची, निसर्ग चित्रकाराची, भाष्यकाराची असते.

आत्मचरित्राशी जवळीक साधणारा वाङ्मयप्रकार :

प्रवासवर्णन हा वाङ्मयप्रकार आत्मचरित्र या वाङ्मयप्रकाराच्या जवळचा वाटतो. लेखकाच्या व्यक्तिमत्त्वाच्या आविष्कारामुळे हे दोन्ही वाङ्मयप्रकार एकमेकांच्या जवळ येतात. पु. लं. नी 'अपूर्वाईंच्या' पहिल्या आवृत्तीच्या प्रस्तावनेतच म्हटले आहे की, 'पुढच्या दोन-अडीचशे पानात मी केलेल्या प्रवासाचे वर्णन नसून प्रवासात असलेल्या माझेच वर्णन अधिक आहे.'

प्रवासवर्णनात लेखकाच्या व्यक्तिमत्त्वाचे अनेक कंगारे व्यक्त व्हायला बराचसा वाव आहे. लेखकाच्या खाजगी आवडी-निवडी, निसर्गाकडे बघण्याची दृष्टी, माणसांशी वागतानाचे माणूसपण, समाजाकडे बघण्याची दृष्टी, सौंदर्यासक्त मन, यातूनच एकंदर जीवनाकडे बघण्याची त्याची दृष्टी इ. त्याच्या व्यक्तिमत्त्वातील पैलू प्रवासवर्णनातही नकळतपणे व्यक्त होताना दिसतात की, जे आत्मचरित्रातही आत्मचरित्रकाराचे होत असतात. उदा. 'चिनी मातीतील दिवस' हे लक्ष्मण गायकवाड यांचे प्रवासवर्णन वाचताना आत्मचरित्र वाचल्याचे समाधानही मिळते.

प्रवासवर्णनाचे वेगळेपण :

प्रवासवर्णन हा वाङ्मयप्रकार आत्मचरित्राला जवळचा वाटणारा असला तरीही प्रवासवर्णनातील लेखकाचे व्यक्तिमत्त्व आणि त्या व्यक्तिमत्त्वाचा विविध तऱ्हांनी होणारा आविष्कार, प्रवासवर्णनाला 'वाङ्मयप्रकार' म्हणून खास आकार प्राप्त करून देतो. लेखकाचे व्यक्तिमत्त्व हा या प्रवासवर्णनाचा प्राणभूत घटक आहे. प्रवासवर्णनातील अनुभवविश्व हे प्रामुख्याने प्रवासीलेखक, प्रवास व प्रदेश या त्यांच्या मूळ घटकांशी निगडित असल्याने आणि ते प्रवासामुळेच निर्माण होत असल्याने ते वेगळे ठरते. असा अनुभवांचा वेगळेपणा इतर कोणत्याही वाङ्मयप्रकारात आढळत नसल्याने 'प्रवासवर्णन' हा एक वेगळा वाङ्मयप्रकार ठरतो.

समारोप :

अण्णाभाऊंनी 'माझा रशियाचा प्रवास' या आपल्या प्रवासवर्णनात, 'रशियात मी नवी सृष्टी पाहिली. एक नवा समाज पाहिला. समाजवादाच्या सावलीत वाढलेली मुलं नि फुलं पाहिली. जर मी सोविएत देश पाहिला नसता तर माझ्या जीवनात एक फार मोठी पोकळी राहून गेली असती.' असे रशियाच्या प्रवासाविषयी लिहून ठेवले

आहे. ह्यावरून प्रवासवर्णनाचं महत्त्व आपल्या लक्षात येतं. माणूस प्रवासानं समृद्ध होतो. त्याच्या जाणीवा विकसित होतात. नवं जग आणि नवं जीवन पाहून त्याच्यातील कूपमंडुकवृत्ती नष्ट होते. त्याच्या ज्ञानाला नवी झळाळी मिळते. त्याच्या आकलनाचं वर्तुळ विस्तारतं. माणूस आणि निसर्गाचं अथांग दर्शन केवळ प्रवासामुळेच शक्य होते. प्रवासातील माणसाचं जगणं आणि वागणं समजून घेण्यासाठी प्रवासवर्णनासारखा दुसरा पर्याय नाही.

∎

प्रवासवर्णन : आगळावेगळा साहित्यप्रकार
- प्रा. श्रीमती पौर्णिमा बोडके

मराठी विभाग प्रमुख
व्ही. एन. नाईक महाविद्यालय, नाशिक

'चिनी मातीतील दिवस' : आस्वाद आणि आकलन

■ डॉ. संदीप सांगळे, सदस्य, मराठी अभ्यास मंडळ, पुणे विद्यापीठ, पुणे ■

रूपरेषा

- प्रवासवर्णने
- चिनी मातीतील दिवस
- 'चिनी मातीतील दिवस' मधील घटनाक्रम - १) मुंबईतील आगमन, २) चीन भेटीचे पत्र, ३) चीनला रवाना, ४) बीजिंगमधील इंटरनॅशनल हॉटेल, ५) चीनमधील राजवाडे, ६) चीनमधील आहार, ७) चीनमधील नाटक- सिनेमा, ८) विद्यापीठाला भेट, ९) ऐतिहासिक भिंतीला भेट, १०) झिनानला भेट
- प्रवासवर्णनातील व्यक्तिदर्शन - १) सुशीलकुमार शिंदे, २) इंद्रनाथ चौधरी, ३) अनंतमूर्ती, ४) गणेश देवी, ५) रमाकांत रथ, ६) नागराज, ७) गगनगिल, ८) चीनचे पोलिस
- 'चिनी मातीतील दिवस' मधील समाजदर्शन - १) शिस्त, स्वच्छता व वक्तशीरपणा, २) सरकारचे कायदे / नियम, ३) सायकलचा वापर, ४) शेतकरी जीवन, ५) महिलांना प्राधान्य -
- भारत-चीन महोत्सवातील भाषण
- प्रवासवर्णनातील निवेदन
- प्रवासवर्णनातील भाषा
- प्रवासवर्णनाचे विशेष
- प्रवासवर्णनातील मर्यादा

प्रवासवर्णने :

प्रवासवर्णन हा मूलत: निबंधाच्या जातकुळीचा वाङ्मयप्रकार होय. केलेल्या प्रवासात आलेल्या अनुभवांची निबंधात्मक पद्धतीने घेतलेली काहीशी चिंतनशील

नोंद तसेच पाहिलेल्या महत्त्वाच्या स्थळांची वर्णने व विश्लेषण, घटनाप्रसंगांची विशेषत्वाने घेतलेली नोंद म्हणजे प्रवासवर्णन. आजघडीला या प्रवासवर्णनांचे स्वरूप फारच पालटले आहे. प्रगल्भ झाले आहे. अलीकडे प्रवासवर्णन हा वाङ्मयप्रकारदेखील त्या अर्थाने ललित गद्य या वाङ्मय प्रकारात समाविष्ट होतो.

विष्णूभट गोडसे यांचा 'माझा प्रवास' अथवा '१८५७ च्या बंडाची हकिकत' हे १८५७ च्या बंडानंतर लिहिलेले मराठीतील पहिले प्रवासवर्णन. १९२० नंतरच्या कालखंडात काकासाहेब कालेलकर यांची 'हिमालयाचा प्रवास', 'लोकमाता', 'आमच्या देशाचे दर्शन', 'लाटांचे तांडव', 'भक्तिकुसुमे' इ. प्रवासवर्णनात्मक पुस्तके होत. १९४३ साली अनंत काणेकर यांचे 'धुक्यातून लाल ताऱ्याकडे' हे प्रवासवर्णन प्रसिद्ध झाले आणि प्रवासवर्णनाला आशय व अभिव्यक्ती अशा दोन्ही अंगांनी एक नवी कलाटणी मिळाली. अनुभवांची कलात्मक मांडणी, अभिजात विनोदी वृत्ती, रेखीव शब्दचित्रे आणि लेखकाच्या रसिल्या समृद्ध व्यक्तिमत्त्वाचे घडणारे प्रसन्न खेळकर दर्शन ही या प्रवासवर्णनाची वैशिष्ट्ये. याशिवाय 'आमची माती आमचे आकाश', 'निळे डोंगर तांबडी माती' ही त्यांची आणखी दोन प्रवासवर्णने होत. काणेकरांच्या 'खडक कोरतात आकाश' (१९६४) या शेवटच्या प्रवासवर्णनाने प्रवासवर्णनांना अधिक ललितरमणीय रूप दिले.

श्री. रा. टिकेकर - 'मुसलमानी मुलखाची मुशाफरी', गो. नी. दांडेकर 'नर्मदेच्या तटाकी', रा. भि. जोशी - 'वाटचाल', 'मजल दरमजल', गंगाधर गाडगीळ - 'गोपुरांच्या प्रदेशात', 'साता समुद्रापलीकडे', प्रभाकर पाध्ये - 'अगस्तीच्या अंगणात', 'तोकोनोमा', बाळ गाडगीळ - 'सिगरेट आणि वसंत ऋतू', सौ. कमला फडके - 'ऊटकमंडची यात्रा', डॉ. वसंत अवसरे - 'लाल नदी निळे डोंगर', दि. बा. मोकाशी - 'पालखी', प्र. के अत्रे - 'भ्रमंती', पु. ल. देशपांडे - 'अपूर्वाई', 'पूर्वरंग', 'वंगचित्रे' इत्यादी प्रवासवर्णने उल्लेखनीय स्वरूपाची आहेत.

१९८० नंतरच्या कालखंडात बालशंकर देशपांडे - 'कल्पद्रुमांच्या प्रदेशात', कमला वाघ - 'सुभग सुभग तो दक्षिण देश', मधुकर केचे - 'भटकंती', मीना देशपांडे - 'पश्चिम गंधा' बाबा भांड - 'लागेबांधे', माधव गडकरी - 'असा हा गोमांतक', मीना प्रभू - 'माझे लंडन' इ. प्रवासवर्णने महत्त्वपूर्ण अशी आहेत. ज्यांची नोंद करता येणार नाही, अशा विपुल प्रमाणात व मोठ्या संख्येने मराठीत प्रवासवर्णने लिहिली जात आहेत. त्यामुळे मराठीतील 'प्रवासवर्णन' हे ललित गद्यवाङ्मयप्रकाराचे दालन अधिकाधिक समृद्ध होत जाणारे आहे व या वाङ्मयप्रकाराचे भवितव्य उज्ज्वल आहे. प्रवासवर्णनांचे दालन अधिक समृद्ध करणारे व प्रवासवर्णनांच्या कक्षा रुंद करणारे प्रवासवर्णन म्हणून लक्ष्मण गायकवाड यांच्या 'चिनी मातीतील दिवस' याचा उल्लेख करावा लागेल.

चिनी मातीतील दिवस :

हे लक्ष्मण गायकवाड यांचे प्रवासवर्णन सर्वप्रथम डिसेंबर २००५ मध्ये प्रकाशित झाले व त्याने जाणकारांचे लक्ष वेधून घेतले. आशय आणि अभिव्यक्ती या दोन्ही अंगांनी 'चिनी मातीतील दिवस' हे प्रवासवर्णन आगळेवेगळे असे आहे.

चोर-गुन्हेगार समजल्या जाणाऱ्या भटक्या - विमुक्तांच्या-संपूर्ण कल्याणासाठी आपल्या लेखणीतून आणि प्रत्यक्ष कामातून भारतात पहिली लढाई सुरू करणाऱ्या, या जमातींना माणूसपण आणि हक्क मिळवून देण्यासाठी रात्रंदिवस धडपडणाऱ्या, माझ्या मानलेल्या आई महाश्वेता देवी, यांच्या चरणी वाहिलेली या पुस्तकाची अपर्णपत्रिका 'चिनी मातीतील दिवस' चे वेगळेपण प्रथमदर्शनी दाखवून देते. भटक्या जमातीमध्ये जन्माला आलेल्या लक्ष्मण गायकवाड यांच्या चीन प्रवासाची हकिकत म्हणजे हे प्रवासवर्णन होय. कोणत्याही प्रवासवर्णनामध्ये 'घटना' या महत्त्वपूर्ण असतात. म्हणून आपणास 'चिनी मातीतील दिवस' चा घटनाक्रम समजून घ्यावा लागतो.

'चिनी मातीतील दिवस' मधील घटनाक्रम :

'उचल्या' या आत्मकथनाच्या माध्यमातून साहित्यक्षेत्रात प्रकाशझोतात आलेले साहित्यिक म्हणजे लक्ष्मण गायकवाड. 'उचल्या' या पुस्तकाने त्यांना अमाप प्रसिद्धी मिळवून दिली. या पुस्तकाची अनेक भाषांमधून भाषांतरे झाली. लक्ष्मण गायकवाड यांच्या 'उचल्या' या आत्मकथनाची दखल साहित्य अकादमीकडून घेतली गेली व त्यांची भारत-चीन सांस्कृतिक देवाण-घेवाणी अंतर्गत चीनला भेट देण्यासाठी सांस्कृतिक खात्याकडून निवड करण्यात आली. ही या प्रवासवर्णनातील पहिली घटना. निवडीनंतर लेखकाला झालेला आनंद, चीनला जाण्यासाठी पासपोर्ट काढण्यासाठी करावी लागलेली धावपळ, पैशाची जमवाजमव, दिल्लीतील साहित्य अकादमीचे कार्यालय, पहिल्या विमान-प्रवासातील नवखेपण, विमानातील व विमानतळावरील वेगळे जग, स्वदेश व परदेशातील चलनातील तफावत, चीनमधील स्वागत, शाही निवासव्यवस्था, सहकाऱ्यांसोबत गंमती-जमती, चीनमधील शिस्त, स्वच्छता, चीनमधील स्वतंत्र व्यक्तिमत्त्व असलेली स्त्री, वेळेचे काटेकोरपणे पालन करणारी चिनी जनता, सायकलचा सर्रास वापर करणारे लोक, चीनमधील राजे-राजवाडे, चित्रपट, विद्यापीठ, रेल्वे, साहित्यिक, राज्यकर्ते, चीनमधील शेती-शेतकरी, बीजिंग, झिनान, शांघाय येथील वातावरण, कनफ्युशिअसची समाधी, चीनमधील बुद्धमूर्ती, शिदुंग प्रांतातील लेखक, कवीची भेट, चीनमधील पंधरा दिवसांची भेट, पूर्ण परतीचा प्रवास असा या प्रवासवर्णनाचा घटनाक्रम होय. यातील महत्त्वाच्या घटना पुढीलप्रमाणे नोंदविता येतील.

१) मुंबईतील आगमन :

लेखक लक्ष्मण गायकवाड आपल्या मूळ लातूर या शहरातून मुंबईमध्ये कायमस्वरूपी राहण्यासाठी येतात. अर्थात मुंबईमध्ये आल्यानंतर त्यांना अनेक अडचणी, समस्या यांना सामोरे जावे लागते. याबाबत ते म्हणतात, "मुंबईमधील सुरुवातीचा काळ भयानक त्रासदायक गेला. परत-परत गावाकडील त्याच त्या आठवणी येत राहिल्या. मित्र-मंडळींच्या आठवणी, गावाकडील मातीशी समरस झालेली ती संस्कृती, ती भाषा. मुंबईला आल्यानंतर राहणीमान, बोलीभाषा, सांस्कृतिक जीवन यांच्याशी जुळते घेताना बरीच धडपड करावी लागत होती." लेखकाप्रमाणेच त्यांच्या पत्नी व मुलांनाही मुंबईमध्ये रुळण्यास बराच त्रास झाला. एखाद्या जंगलातील स्वैर रानपक्षी पाळीव पक्ष्यांमध्ये सोडावा तशी लेखकाच्या मुलांची अवस्था झाली. त्यांच्या बायकोची अवस्था त्यापेक्षा वाईट होती. तिला लातूरमध्ये असताना घराच्या शेजारी-पाजारी असलेल्या चार-चौघींसोबत बसल्या-बोलल्याखेरीज दोन घास गोड वाटत नसत. परंतु मुंबईमध्ये या सर्व गोष्टींना पायबंद बसला.

लेखकाने गावाकडून खाण्या-पिण्यासाठी आणलेले होते ते संपण्याच्या मार्गावर असल्याने काहीतरी कामधंदा पाहिजे म्हणून मित्रांच्या मदतीने प्रयत्न सुरू झाले. गोरेगाव ते चर्चगेट कामाच्या निमित्ताने त्यांच्या चकरा वाढू लागल्या. हा प्रवास करताना चरकात रस काढण्यासाठी ऊस कोंबतात तशी अवस्था लेखकाची व्हायची. असा हा जीव घेणारा प्रवास दररोज सहन केल्याशिवाय मुंबईमधील माणूस जगूच शकत नाही, याची कल्पना त्यांना येऊ लागली. म्हणून मुंबईबद्दल ते म्हणतात, "जो इथे जास्त पळतो त्याला मुंबई आपल्या कुशीत घेते. जो पळू इच्छित नाही त्याला मुंबई बाहेर घालवते" अशा या मुंबईमध्ये स्थायिक होण्याची धडपड करत असतानाच लक्ष्मण गायकवाड यांना चीनला जाण्यासाठीचे पत्र दिल्लीच्या सांस्कृतिक खात्याकडून येते.

२) चीन-भेटीचे पत्र :

एके दिवशी लेखक चार वाजण्याच्या सुमारास घरी येतात. तेव्हा त्यांची मुलगी त्यांचे अभिनंदन करून तुम्हाला चीनमध्ये जाण्यासाठी दिल्लीच्या सांस्कृतिक खात्याकडून पत्र आले आहे असे सांगते. हे ऐकल्यानंतर लेखकाच्या आनंदाला पारावार उटत नाही. ते आनंदून जातात. लहान मुलाला माहिती नसलेली एखादी वस्तू आणून दिली की, तो प्रत्येकाला सांगत सुटतो किंवा दाखवत फिरतो, तशीच लेखकाची अवस्था झाली होती. आपल्या प्रत्येक मित्राला ते सांगत असतात की, "भारत सरकारने चीनला जाण्यासाठी माझी निवड केली आहे. मी आता चीनमध्ये जाणार आहे." त्यांचे मित्र अभिनंदन करून 'तुमचे भाग्य आहे. म्हणून तुम्हाला

चीनमध्ये जाण्याची संधी मिळत आहे.' असे सांगतात. या आनंदामध्ये मग्न असतानाच लेखक चीनला जाण्यासाठी पैशाची जुळवाजुळव करू लागतात.

३) चीनला रवाना :

चीनला जाण्यासाठी निवडीचे पत्र आल्यानंतर पुन्हा साहित्य अकादमीकडून लक्ष्मण गायकवाड यांना दुसरे पत्र येते, व "ताबडतोब पासपोर्ट दिल्लीला पंधरा दिवसांच्या आत पाठवून द्या." असा त्या पत्राचा आशय असतो. पत्र मिळाल्यानंतर लेखक पासपोर्ट काढण्यासाठी लगबग करू लागतात व त्यासाठी वरळीच्या ऑफिसला जातात. आवश्यक त्या कागदपत्रांची जुळवाजुळव करून पासपोर्ट ऑफिसरला सादर करतात. पासपोर्ट ऑफिसमध्ये लेखक किमान दहा ते पंधरा दिवस बारा वाजल्यापासून चार वाजेपर्यंत वेळ घालवितात. या ऑफिसच्या रांगेचा व गर्दीचा एवढा कंटाळा लेखकाला येऊ लागतो की, चीनमध्ये जाण्याचा जो आनंद होता तो हळूहळू विरून जातो. पासपोर्ट वेळेवर मिळाला नाही तर चीनला जाणेच रद्द होईल अशी भीती लेखकाला वाटू लागते. याच दरम्यान चीनमध्ये सध्या हवामान ठीक नसल्याने जाण्याची तारीख पुढे ढकलल्याचे लेखकाला समजते. यामुळे लेखकाला बरे वाटते. अखेर कठीण परिश्रमानंतर लेखकाच्या हातात पासपोर्ट पडतो. लगेच तो पासपोर्ट आणि फोटो ते दिल्लीला पाठवून देतात.

चीनला जाण्याच्या प्रवासाची तारीख निश्चित केली जाते. तेव्हा लेखक चीनला जाण्याची तयारी करू लागतात. तयारी पूर्ण झाल्यानंतर मुंबई ते दिल्ली हा प्रवास प्रथमच विमानाने करतात. एअर इंडियाच्या विमानाने लेखक दिल्लीला पोहचतात. दिल्लीमध्ये साहित्य अकादमी, महाराष्ट्र सदन यांना भेट देतात. महाराष्ट्र भवनाची दुरवस्था पाहून त्यांचे मन खिन्न होते. फावला वेळ असल्याकारणाने लेखक लाल किल्ल्याला भेट देतात. त्याचप्रमाणे शिवराज पाटील चाकूरकर, सुशीलकुमार शिंदे, इंदिरा गांधींचे निवासस्थान यांना भेट देतात. या सर्व पूर्वतयारीनंतर अखेर २०-०६-१९९४ रोजी लेखकासोबत त्यांचे सहा सदस्यांचे शिष्टमंडळ चीनला रवाना होते.

४) बिजिंगमधील इंटरनॅशनल हॉटेल :

भारतीय शिष्टमंडळाची निवासव्यवस्था ज्या इंटरनॅशनल हॉटेलमध्ये केली होती, ते हॉटेल चीनच्या राजधानीतील सर्वात मोठे हॉटेल गणले जात होते. शिष्टमंडळातील प्रत्येकाला वेगवेगळी रुम देण्यात आली होती. या रुमची कार्डपास हीच चावी होती. रूमच्या दारावरती एक छोटीसी खाच होती. त्या खाचेत हे कार्ड थोडे आत टाकले की हिरवा लाईट लागून दार आपोआप कॉम्प्युटर पद्धतीने उघडले जाई. हॉटेलच्या छत्तिसाव्या मजल्यावर भारतीय शिष्टमंडळाची राहण्याची व्यवस्था केली होती. ही रुम म्हणजे एखादा राजमहाल आहे, असेच लेखकाला वाटू लागले.

रुमच्या एका बाजूला एक फ्रीज ठेवलेला होता. त्याच्या बाजूलाच रंगीत टेलिव्हिजन, एका बाजूला टेबल आणि खुर्ची, एका बाजूला कपडे व सामान ठेवण्यासाठी सुंदर कपाट, कपाटाच्या बाजूला लागून दारूच्या छोट्या छोट्या बाटल्या बिअरबारमधील हॉटेलसारख्या लावून ठेवल्या होत्या.

रुममध्ये दोन प्रकारचे पलंग सजवलेले होते. रुमपासून ते हॉटेलच्या बाहेर पडेपर्यंत सुंदर गालिचा टाकलेला दिसत होता. एका टेबलावरती थर्मासच्या एका मोठ्या बाटलीमध्ये गरम चहा आणि कॉफी कायम भरलेली असायची. कुठलीही वस्तू मागितली तरी मिळेल अशी व्यवस्था असणारे हे हॉटेल होते. टॉयलेट आणि बाथरूममध्ये तर जणू अत्तरांचे फवारेच चालू आहेत की काय इतका चांगला सुवास दरवळत होता. या रुममध्ये प्रत्येक दिवशी दोन वेळा स्वच्छता करण्यात येत होती. वेगवेगळ्या ठिकाणी वापरण्यासाठी म्हणून दर दिवशी दोन वेळचे मिळून जवळपास वीस वेगवेगळ्या प्रकारचे टॉवेल ठेवण्यात आले होते. अत्यंत स्वच्छ असे ते पांढरे शुभ्र टॉवेल बाथरुममध्ये वेगळे, बेसिनमध्ये वेगळे, टॉयलेटच्या ठिकाणी वेगळे,एका वेळेला टॉवेल वापरला की, तो पुन्हा वापरता येत नव्हता. टबमध्ये गरम पाण्याने आणि थंड पाण्याने आंघोळ केल्यानंतर कुठले टॉवेल वापरायचे याची माहिती देणारे पत्रकही तेथे होते.

आंघोळ झाल्यानंतर फक्त पायाचे तळवेच पुसण्यासाठी, एक पांढरा शुभ्र टॉवेल टबाच्या बाजूला अंथरलेला असायचा. अंग आणि तोंड पुसण्यासाठी वेगवेगळे टॉवेल होते, तर आंघोळ झाल्यानंतर बेडपर्यंत यायचे झाले, तर चपलांचे दोन नवीन जोड या रुममध्ये ठेवले होते. एकदा वापरलेले सामान पुन्हा त्या रुममध्ये दिसायचे नाही. परंतु नवीन आणून ठेवलेले असायचे. एकदा फोडलेली शाम्पूची बाटली, साबण, अत्तराच्या बाटल्या पुन्हा वापरण्यासाठी ठेवल्या जात नसत. दुसऱ्या दिवशी सर्व वस्तू नवीन ठेवल्या जात. त्या हॉटेलचा थाटमाट आणि राजेशाही जगण्याची व्यवस्था बघून चीनमध्ये आता कुठेही न फिरता इथेच राहून मौजमज्जा करावी असे लेखकाला वाटू लागते.

५) चीनमधील राजवाडे :

चीनच्या अकादमीचे ऑफिस म्हणजे तीनशे वर्षांपूर्वीचा एक भव्य राजवाडाच होता. या जागेत तीनशे वर्षांपूर्वी एका प्रिन्सची संपूर्ण फॅमिली राहत होती. प्रिन्सच्या या राजवाड्यामध्ये वेगवेगळे नक्षीकाम केलेले शिल्प पहायला मिळत होतेच. या वाड्याला जी रंगरंगोटी केलेली होती, ती तीनशे वर्षांपूर्वी केलेली होती. पण त्याचा रंग आजही चांगल्या स्थितीत होता. या प्रिन्सच्या अवाढव्य बंगल्याच्या भिंतींची लांबी १६० मीटर होती. प्रिन्सच्या वाड्याचा काही भाग वाहून गेलेला आहे आणि या

प्रिन्स घराण्याविषयी एका लेखकाने खूप मोठा इतिहास लिहून ठेवला आहे. चीनच्या अकादमीचे ऑफिस जसा राजवाडा होता, तसे अनेक राजवाडे चीनमध्ये लेखकाला दिसून आले.

बिजिंगच्या एका प्रिन्सचा जुना राजवाडा म्हणजे पन्नास एकरमध्ये बांधलेला विस्तीर्ण किल्लाच होता. एका बाजूला राणीचा महाल. दुसऱ्या बाजूला प्रिन्ससाठी तसेच थांबव्यासाठी वेगवेगळ्या रूम्स, तर दरबारात बसून न्याय-निवाडा करण्यासाठी दिवाणखाना, एका बाजूला राणीच्या आंघोळीचा तलाव, राजाला फिरण्यासाठी गार्डन, नोकर लोकांना राहण्यासाठी छोट्या-छोट्या पडव्या. या राजाच्या आणि राणीच्या स्मृतीदाखल त्यांची या वाड्याच्या एका हॉलमध्ये शेकडो वर्षांपूर्वीची जुनी भांडी, सोन्याची झालर लावलेले कपडे, अंगावरचे दागिने सर्व काही व्यवस्थितपणे मांडून ठेवण्यात आले होते.

चीनमधील पंधरा दिवसांच्या वास्तव्यामध्ये चौथ्या दिवशी लेखकाला वेगवेगळे राजमहाल पहायला मिळाले. तेव्हा लेखकाच्या लक्षात आले की, येथे भांडवलशाहीच्या विरोधात रक्तरंजित क्रांती झाली. राजेमहाराजे जमीनदारांच्या कत्तली करण्यात आल्या. पण हे मारले गेलेले राजे सर्वसामान्य लोकांचे शोषण करून विलासी जीवन जगत होते. हे सर्वांना कळावे म्हणून त्या राजांच्या वस्तू, दागिने, राजमहाल टेम्पलच्या रूपात जपून ठेवले जात आहेत.

तेआननमेन चौकाच्या एका बाजूला संसदभवन होते. तर दुसऱ्या बाजूला 'माओ त्सें तुंग' या चिनी क्रांतिकारकांचा भला मोठा फोटो लावलेला आणि त्याचे म्युझिअम म्हणून जतन केलेला राजवाडा होता. माओच्या या राजवाड्यामध्ये मात्र आत जाण्यास बंदी होती. त्यामुळे लेखकाला तो पाहता आला नाही.

चिंग डायना सिटी राजवाडा हा लेखकाला चीनमध्ये भावलेला आणखी एक राजवाडा होय. या राजवाड्यात ३०० वर्षापूर्वी चिंग नावाची प्रिन्स फॅमिली राहत होती. या राजवाड्याविषयी ताऊ शिया या लेखकाने खूप काही लिहून ठेवलेले आहे. हा राजवाडा खूपच भव्य आणि मोठा होता. या राजवाड्यामध्ये प्रथमदर्शनी राणीच्या महालाने लेखकाचे लक्ष वेधून घेतले. या राणीच्या महालासाठी सुबक आणि देखणे नक्षीकाम केलेले उत्तम प्रतीचे लाकूड वापरलेले होते. राणीच्या पोहण्याचा सुंदर तलाव नितळ आणि संथ पाण्याने भरलेला दिसत होता. तलावाच्या बाजूला रस्त्याच्या कडेने पाण्याचे कारंजे होते. तलावात सुंदर कमळांची फुले होती. आजही या राजवाड्यामध्ये कुणीतरी राहत असावे, इतक्या चांगल्या स्थितीत हा राजवाडा होता. प्रिन्सच्या महालातही प्रिन्सची व राणीची प्रत्येक वस्तू सांभाळून ठेवलेली दिसत होती. हा राजवाडा पाहण्यासाठी शिष्टमंडळाला जवळपास तीन तास लागले. एवढा भव्य दिव्य असा हा राजवाडा होता.

६) चीनमधील आहार :

चीनच्या भेटीमध्ये असताना लेखकाने तेथील राजवाडे, हॉटेल, म्युझिअम यांची जशी नोंद आपल्या प्रवासवर्णनात घेतली आहे. तशीच चीनमधील आहाराचीही नोंद घेतलेली आहे. हॉटेलमध्ये एका मंत्र्यासोबत घेतलेल्या जेवणाची नोंद लेखकांच्या सूक्ष्म निरीक्षणशक्तीचा प्रत्यय आणून देणारी आहे. ते म्हणतात,

'डायनिंग हॉलमध्ये स्वर्गातील इंद्राच्या दरबारामध्ये गेल्याचा भास व्हावा, इतकी सुंदर व्यवस्था होती. हाताचे बोट जरी वर केले तरी सुंदर युवती त्या मोराच्या पिसाऱ्यासारखा तो आपला पोषाख पिंजारून लगबगीने आमच्या सेवेला हजर असत. प्रत्येक खुर्चीवर नाव लिहून ठेवले होते. त्याप्रमाणे बसविण्यात आले. समोरचे टेबल बसलेल्या लोकांमधून मुंगीच्या वेगाने हळूहळू फिरत होते. एक-एक डिश हळूहळू त्या सुंदर चिनी मुली टेबलावर आणून ठेवत होत्या. यात कमळाच्या फुलापासून तयार केलेली एक गोड डिश होती. साखरेच्या पाकात उकडलेले कमळाचे खास पदार्थ टेबलावर मांडले होते. प्रत्येकाच्या जवळ या शाही भोजनासाठी चांदीचे काटे, चमचे होते. जेवणास सुरुवात करण्याअगोदर चार ते पाच छोटे चमचे बसतील अशा एका छोट्या ग्लासमधून वाइन देण्यात आली... त्यानंतर हळूहळू वाइन पिणे सुरू झाले. परत टेबलचे रेड बटन दाबल्याबरोबर सर्वांच्या मध्यभागी असलेले टेबल हळूहळू फिरू लागले. आम्ही त्या चांदीच्या काट्यांनी, वेगवेगळ्या डिशमधील, पदार्थांची चव घेऊ लागलो. २५-३० प्रकारच्या डिशेस आल्या होत्या. एक नॉनव्हेज डिश तर सापाच्या मांसापासून तयार केलेली असावी, मी चाखतमाखत खात होतो. पण बाकीचे पदार्थ मात्र रुचकर होते. हवी ती वाइन, व्हिस्की पीत पीत जेवणाच्या शेवटच्या टप्प्यात आलो, तेव्हा जेवणाला सुरुवात करून अडीच तास झाले असावेत.''

७) चीनमधील नाटक-सिनेमा :

लक्ष्मण गायकवाड यांनी जे नाटक चीनमध्ये पाहिले त्यामध्ये आठ-नऊ पात्रे होती. पांढरे शुभ्र कपडे परिधान करून आकाशातून परी उतरावी अशी नायिका आली आणि आपला मोरासारखा चायना सिल्कचा गाऊन पसरवून मोराच्या चालीने चालत आणि चिनी भाषेतून कोकिळेसारखा चिरकन आवाज काढीत सिंहासनावर बसली. तिने सुंदर गाणी म्हटली, अधूनमधून आपल्याकडील हलगी आणि पिपाणीसारखी वाद्ये अत्यंत हळुवारपणे त्या राणीच्या गाण्याला साथ देत होती... नाटकातील वेगवेगळी पात्रे आपापली कला दाखवत होती. आपल्याकडील नाटकात आणि तेथील नाटकात विशेष फरक जाणवत नाही. पण एवढे मात्र खरे की अशा सामुदायिक कार्यक्रमातून चीनचे राजा-राणी कसे, किती विलासी जीवन जगत होते आणि गोर-गरीब सामान्य माणसांची पिळवणूक करून कसे मजेत राहत होते, याचे

चित्र दाखविण्यास विसरत नव्हते. या नाटकाचाही रोख तसाच होता.

नाटकाप्रमाणेच सिनेमात अशीच पात्रे होती. सिनेमा वास्तवाला धरून तयार केलेला होता. या सिनेमात राजा आणि राणी होते. राणीला दोन मुले झाल्यावर आणि वयाची पस्तिशी ओलांडल्यावर त्या राजाचे राणीवरचे प्रेम कमी होऊन तो नव्या राण्या आणायचा, हे दाखवले होते. एक तरुण त्या महालातील दिवे संध्याकाळी लावायचा आणि रोज सकाळी परत जाऊन दिवे विझवायचा. असे करत करत तो म्हातारा होऊन मरून पडतो. एकंदर या सिनेमाचा सारांश असा होता. रोज दिवे बदलल्याप्रमाणे राजा आपल्या राण्या बदलायचा आणि समाजातील उपेक्षित घटकांकडे दुर्लक्ष करायचा.

८) शिष्टमंडळाची विद्यापीठाला भेट :

चीन सरकारने जतन करून ठेवलेला ऐतिहासिक व सांस्कृतिक ठेवा भारतीय शिष्टमंडळाला दाखविण्यात येत होता. याच कार्यक्रमाचा एक भाग म्हणून बिजिंग शहराबाहेर असलेल्या विद्यापीठाला ते भेट देतात. विद्यापीठाच्या एका मोठ्या कमानीखालून ते आत प्रवेश करतात. हिरवीगार झाडे, उंच घनदाट वृक्ष, येणाऱ्या प्रत्येक माणसाचे स्वागत करण्यासाठी उभे आहेत, असेच वाटत होते. विद्यापीठात प्रवेश केल्यापासून मुख्य प्रवेशद्वारापाशी पोहोचण्यासाठी गाडीने दीड तास वेळ लागला. शेकडो नव्हे तर हजारो एकरांमध्ये हे विद्यापीठ वसलेले होते. अत्यंत टापटीप रस्ता, सुंदर, कुठेही पालापाचोळ्याचे ढीग नव्हते. प्रवेशद्वारात दोन-तीन प्राध्यापकांनी सर्वांचे हसून स्वागत केले. यात ए. पी. सिंहल नावाचे भारतीय प्रोफेसरही होते. ते हिंदीतून बोलू लागले... प्राध्यापक सिंहलने आणि त्यांच्या सोबतीच्या प्राध्यापकांनी शिष्टमंडळाला एका हॉलमध्ये नेले. विद्यापीठाच्या प्रमुख कुलगुरूंना बोलविण्यास कोणीतरी गेले. चीनविषयी माहिती देणाऱ्या माणसाला लेखक शोधत होते. त्यांनी सिंहलशी मैत्री केली.

चीनमधील नामवंत विद्यापीठाचे कुलगुरू सायकलवर बसून येतात. सोबत कोणीही अधिकारी नव्हता. आल्याबरोबर त्यांनी चिनी रिवाजाप्रमाणे वाकून नमस्कार केला. शिष्टमंडळातील सर्वांची ओळख करून घेत. त्यांनी स्वत:ची ओळख करून दिली. या विद्यापीठात शिकणारे विद्यार्थी कुठेना कुठेतरी दिवसापाळी किंवा रात्रपाळीत काम करतात आणि विद्यापीठाचे शिक्षण पूर्ण करतात. विद्यापीठातील प्राध्यापकांना फक्त १२०० युतान पगार मिळतो. तर ड्रायव्हरना १५०० पगार मिळतो. त्यामुळे इथला एकही प्राध्यापक आपल्या घरामध्ये टेलिव्हिजन किंवा फ्रीज विकत घेऊ शकत नाही. या विद्यापीठातील कोणत्याही प्राध्यापकांच्या घरी टी.व्ही नसतो. कुलगुरुंसाठी स्वतंत्र शिपाई नसतो. एवढेच नव्हे तर चीन देशामध्ये शिपाई नावाची नोकरी नसते.

विद्यापीठामध्ये जगातील सर्व भाषांचे ज्ञान व शिक्षण चालू असते. पदवीधर होईपर्यंत संपूर्ण शिक्षण सरकार फुकट करते. पण एखादा विद्यार्थी डॉक्टर, इंजिनिअर झाला, तर त्याला त्याच्या इच्छेप्रमाणे परदेशात जायचे असेल तर सरकारने त्याच्या शिक्षणासाठी केलेला खर्च पहिल्यांदा सरकारला परत द्यावा लागतो. त्याची देण्याची ऐपत नसेल तर त्याने सरकारी शेतीवर काम करून सरकारने केलेल्या खर्चाची परतफेड करावी लागते. असा त्या विद्यापीठातील नियम असतो.

९) अवाढव्य भिंतीला भेट :

चीनची ऐतिहासिक भिंत पाहण्यासाठी देश-विदेशातून पर्यटक येत असतात. त्यामुळे भारतीय शिष्टमंडळही त्या भिंतीला भेट देण्यासाठी जाते. इलेक्ट्रॉनिक पाळण्याच्या साहाय्याने शिष्टमंडळ त्या ऐतिहासिक ग्रेटवॉलवर उतरले. किमान वीस हजार फूट उंचीवर पाळण्यात बसून हा प्रवास त्यांना केला. या भिंतीवरून सलग चार-पाच किलोमीटर चालत जावे लागले. शिष्टमंडळामध्ये गणेश देवी व लेखक लक्ष्मण गायकवाड हे दोघे तरुण असल्याने कितीतरी उंचावर त्या भिंतीवर दम लागेपर्यंत चालत जातात.

त्या भिंतीवर गाइड, व्यापारी, दुकानदार होते. भिंतीवरचे फोटो काढण्यातच भारतीय शिष्टमंडळ कॅमेऱ्याचा रोल संपला. तरीही फोटो काढण्याची त्यांची हौस संपत नाही. चीनच्या ग्रेटवॉलवरून दिसणारा देखावा स्वर्गसुखापेक्षा कमी नव्हता अशी नोंद लेखकांनी केली आहे. जिकडे पाहावे तिथे घनदाट जंगल दिसत होते. समुद्र, डोंगर असो किंवा खूप मोठी खोल दरी असो, त्यातूनही हजारो किलोमीटर बांधलेली भिंत कल्पनेच्या बाहेरची वाटते. ही फक्त नावाला भिंत असते. कारण या भिंतीची दरी पंधरा ते वीस फुटापेक्षा जास्त असते. एकाच वेळी हातात हात घालून किमान दहा माणसे चालावी इतकी रुंद ती भिंत होती. भिंतीवर चढण्यासाठी पायऱ्या होत्या. बाहेरून कोणी आक्रमण करण्यासाठी येत आहे का हे पाहण्यासाठी मनोरा टाइप चौकी बांधलेली होती. या चौकीत उभे राहिल्यावर नजर जाईल तिथपर्यंतच्या भागात कोण येत आहे आणि कोण जात आहे ते दिसत होते. या ऐतिहासिक भिंतीचा काही भाग इसवी सनापूर्वी बांधलेला आहे. तर नंतरचा इसवी सन पंधराशेच्या सुमारास बांधलेला आहे. ही भिंत चार हजार वर्षांपासून आहे, त्या स्थितीत व्यवस्थित टिकून आहे. ही भिंत पाहण्याचे भाग्य लेखकाला लाभते म्हणून लेखक आनंदून गेला होता.

१०) झिनानला भेट :

भारतीय शिष्टमंडळ आपल्या पंधरा दिवसांच्या दौऱ्यामध्ये झिनान प्रांताला भेट देतात. झिनानला जाण्याचा संपूर्ण प्रवास रेल्वेने जवळपास तेरा तास या

शिष्टमंडळला करावा लागतो. या भेटीदरम्यान भारतीयांना झिनानच्या मेंगराज घराण्याच्या संग्रहलयाची भेट घेण्याची संधी मिळते. हे घराणे चीनमधील सर्वात जुने व चांगले राजघराणे म्हणून ओळखले जाते. हे राजघराणे पाच हजार वर्षापूर्वीचे होते. या राजघराण्यातील पाच हजार वर्षांपूर्वीपासूनच्या वस्तू-देखील सांभाळून ठेवलेल्या दिसत होत्या. एवढेच काय पण मेंगराज घराण्यातील पाच हजार वर्षांपूर्वीचे नाणे व्यवस्थितपणे सांभाळून ठेवलेले आहे. या संग्रहालयामध्ये लढण्यासाठी वापरण्यात आलेली शस्त्रे, मेंगराजाचा अकराशे वर्षांपूर्वीचा ग्रंथ, पुराणवस्तू ठेवलेल्या असतात, तसेच चाळीस फूट लांबीच्या ड्रॅगनसदृश प्राण्यांचे सापळे, इतर प्राण्यांचे सापळे जतन करून ठेवलेले असतात.

या झिनान प्रांताच्या भेटीमध्येच चीनच्या इतिहासात सर्वात तत्त्वज्ञ बुद्धिवान समजल्या जाणाऱ्या 'कनफ्युशिअस'च्या समाधीचे दर्शन भारतीय शिष्टमंडळाला घडते. कनफ्युशिअसची ही समाधी हजारो एकर जमिनीमध्ये जतन करून ठेवण्यात आली आहे. त्याच्या किमान साडेतीनशे वर्षापूर्वीच्या वंशजांच्या समाध्याही तेथे होत्या. कनफ्युशिअसची बुद्धिमत्ता तीक्ष्ण होती. कनफ्युशिअस हा विचारवंत संपूर्ण जगाला माहीत आहे. त्याला चीनची जनता देवासमान मानते. त्याची या म्युझिअममध्ये पुष्कळ उंच प्रतिमा उभी करण्यात आलेली आहे.

कनफ्युशिअसच्या समाधीनंतर भारतीय शिष्टमंडळाला 'बाजूस सब्रीन पार्क' येथे घेऊन जाण्यात येते. हे शहर ऐतिहासिकदृष्ट्या खूपच प्राचीन आहे. हजारो वर्षापासूनचा इतिहास इथे त्यांना पाहण्यास मिळतो. या पार्कपासून वाहणाऱ्या नदीला चिंग या सुप्रसिद्ध कवीचे नाव देण्यात आलेले आहे.

झिनान प्रांताच्या या भेटीदरम्यान अनेक स्मारके, म्युझिअम, पुतळे, शिल्पे, बुद्धाची मूर्ती इ. पाहण्याचे भाग्य लेखकाला मिळते. म्हणून ते कृतार्थ भावनेने म्हणतात, ''झिनान शहर नटून-थटून हजारो वर्षांपासूनची संस्कृती आपल्या गर्भामध्ये सांभाळत आहे.''

प्रवासवर्णनातील व्यक्तिदर्शन :

प्रवासवर्णनामध्ये प्रदेश, भाषा, वेशभूषा इ. घटकांना व घटनांना जसे महत्त्व असते तसेच ते व्यक्तींनाही असते. लेखक आपल्या शैलीने लेखणीने व्यक्तींचे दर्शन घडवून आणतो. रूप, रंग, गंधासह, व्यक्तीचे व्यक्तिमत्त्व साकार करणे हे खूप मोठे कठीण काम लेखक लक्ष्मण गायकवाड यांनी 'चिनी मातीतील दिवस' या आपल्या प्रवासवर्णनामध्ये केलेले आहे. लेखकाला भारतामध्ये व चीनमध्ये प्रवासदरम्यान ज्या व्यक्ती भेटल्या त्यांचे अल्पसे दर्शन या प्रवासवर्णनात आपल्याला घडते. अर्थात भारतीय व्यक्तींचे चित्रण लेखक प्रभावीपणे करतात. परंतु चीनमधील व्यक्तींचे चित्रण

करण्यास लेखकाला मर्यादा पडतात. अर्थात भाषा किंवा कमी सहवास हे त्याच्या पाठीमागचे कारण असू शकते. काही उल्लेखनीय व्यक्तिदर्शने पुढीलप्रमाणे नोंदवता येतील.

(१) सुशीलकुमार शिंदे :

सुशीलकुमार शिंदे यांचे व्यक्तिमत्त्वच आगळेवेगळे आहे. ते राजकारणाबरोबरच साहित्य, कला, संस्कृती यांत रमणारे आणि कलावंताबद्दल आपुलकी ठेवणारे रसिक आहेत. सुशीलकुमार शिंदे म्हणजे गोरे गोमटे, मध्यम बांध्याचे, सतत हसरे रुबाबदार व्यक्तिमत्त्व, डोक्यावरती थोडे टक्कल, घारे डोळे, प्रत्येक येणाऱ्या माणसाला आपलंसं करून घेण्यात पटाईत, त्यामुळे जो तो त्यांचा मित्र बनतो.

लेखक एका संघटनेचा कार्यकर्ता असल्यामुळे सुशीलकुमार शिंदे महाराष्ट्रातील संघटनेविषयी चौकशी करतात, ते काँग्रेस पक्षाचे जनरल सेक्रेटरी असतात.

(२) इंद्रनाथ चौधरी :

हे साहित्य अकादमीचे सेक्रेटरी असतात. साहित्य अकादमीचे हे सेक्रेटरी बंगालचे खरे जादूगारच आहेत. ते आपल्या मृदुभाषेने जादुगारासारखे येणाऱ्या प्रत्येक साहित्यिकाला मंत्रमुग्ध करून आकर्षित करून घेतात. सर्वांची मने प्रेमाने जिंकतात. त्यांची 'बंगालीमिश्रित हिंदी' ऐकण्यास खूपच चांगली वाटते. अंगापिडाने मजबूत, एरंडीसारखी त्यांची उंची, त्यांच्यासोबत कोणी बोलत उभा राहिला तर तो बटुकासारखा दिसतो. त्यांचा हसतमुख चेहरा आणि काम करण्याची शैली वाखाणण्याजोगी आहे. पान खाण्याची हौस असलेले इंद्रनाथ चौधरी कामामध्ये नेहमी मग्न असतात.

(३) अनंतमूर्ती :

कन्नड लेखक अनंतमूर्ती हे साहित्य अकादमीचे अध्यक्ष होत. त्यांच्या चेहऱ्यावरूनच त्यांच्या विद्वत्तेची आणि बुद्धिमत्तेची लय दिसत होती. पांढऱ्या-काळ्या दाढीचे खुरटे केस त्यांच्या गोल चेहऱ्यावर झोकून दिसत होते. कोणीही एकदा हा चेहरा पाहिला तर तो कायम स्मरणात राहील, असा प्रांजळ दिसत होता.

(४) प्राध्यापक गणेश देवी :

गोरागोमटा, भरपूर उंची असलेला माणूस म्हणजे गणेश देवी होय. त्याचे नाक त्याच्या लांबट चेहऱ्यावरती सुंदर दिसत होते. डोक्यावरती थोडेसे टक्कल असलेला चाळीस ते पंचेचाळीस वयातला प्राध्यापक गणेश देवी हा एखाद्या जर्मन माणसासारखा दिसत असतो. देवीने कोल्हापूरच्या शिवाजी विद्यापीठामध्ये काही वर्षे काम केलेले असते. देवीच्या सरळ, साध्या, सोप्या बोलण्यामुळे आणि गोड स्वभावामुळे

लेखकाची व त्यांची चांगली मैत्री जमते. गणेश देवी भारतीय शिष्टमंडळाचे सदस्य असतात.

(५) रमाकांत रथ :

हे ओरिसाचे सुप्रसिद्ध कवी आणि साहित्य अकादमीचे उपाध्यक्ष होय. ते एकेकाळी आय. ए. एस. ऑफिसर म्हणून गाजलेले व्यक्तिमत्त्व, रिटायर झाल्यानंतर ते साहित्य अकादमीचे उपाध्यक्ष होतात. चीन भेट देण्यासाठी जाणाऱ्या भारतीय शिष्टमंडळाचे ते लीडर असतात. सर्वांपेक्षा वयस्कर असल्याने ते सर्वांचे पितामह वाटतात.

(६) प्राध्यापक नागराज :

हे कर्नाटकातील प्राध्यापक व भारतीय शिष्टमंडळाचे सदस्य होत. नागराज यांची काळीभोर दाढी त्यांच्या काळ्या रंगाला शोभून दिसत होती. पँट, टी शर्ट घातलेले नागराज कन्नड भाषेच्या प्रभावाखाली हिंदीमधून संवाद साधत असतात.

(७) गगन गिल :

हिंदीतील सुप्रसिद्ध लेखक निर्मल वर्मा यांची पत्नी गगन गिल ही हिंदीतील कवयित्री व भारतीय शिष्टमंडळाची एक सदस्य होय. गगन गिल ही पस्तिशीच्या जवळपासची पोरगी बिनधास्त आणि मोकळ्या मनाची, अत्यंत चांगली आणि गुणी बाई. तिला प्रचंड जनरल नॉलेज होते. चांगली उत्तम कवयित्री तर होतीच पण दिसायलासुद्धा खूपच सुंदर होती. लक्ष्मीच्या मुखवट्यासारखा तिचा चेहरा शोभून दिसत होता. ती कधी असे कपडे परिधान करायची की एखाद्या फॉरेनर मुलीसारखी शोभून दिसायची, तर कधी उत्तम साडी परिधान करून भारतीय संस्कृतीचे उत्तम मॉडेल म्हणून उभी रहायची. अधूनमधून अशी काही बहकल्यासारखी वागायची की तिला सावरता सावरता आणि समजावता समजावता शिष्टमंडळाच्या नाकी नऊ यायचे.

(८) चीनचे पोलिस :

चीनचे पोलिस दिसायला बुटके, गोऱ्या वर्णाचे परंतु नाकाचे चपटे, चेहऱ्यावरती तरतरी आणि तजेलपणा, डोळे पिंगळ्यासारखे टोकरलेले. बघताक्षणी आदरयुक्त भीती वाटावी असे चीनचे पोलिस होते.

'चिनी मातीतील दिवस' मधील समाजदर्शन :

लक्ष्मण गायकवाड यांनी आपल्या प्रवासवर्णनामध्ये जसे व्यक्तींचे दर्शन वाचकांना घडवले आहे. तसेच समाजाचे दर्शनही घडवले आहे. चीन भेटीदरम्यान

लेखकाला भेटलेली माणसे, त्यांचे वागणे, बोलणे, चालणे, आहार, शिस्त, स्वच्छता याबरोबरच चीन सरकारचे कायदे, नियम, लोकसंख्येबाबत सरकारचे धोरण, कष्टकरी व बुद्धिवंतामध्ये असलेला फरक, सर्वसामान्य सेल्समनचा पुतळा उभा करण्यातील वेगळेपणा, वक्तशीरपणा, समाजामध्ये महिलांना मिळणारे प्राधान्य, सायकलचा नियमित वापर करणारे सर्वच नागरिक या घटकांची नोंदही लेखक अचूकपणे घेतात. यामधूनच चीनच्या समाजाचे दर्शनही घडते.

(१) शिस्त, स्वच्छता व वक्तशीरपणा :

चीन सरकारचे कायदे खूपच कडक आहेत हे जरी खरे असते तरी या कायद्याच्या धाकामुळे तेथील प्रत्येक नागरिकाच्या अंगी वक्तशीरपणा व शिस्त बिंबवली गेलेली आहे हे खूप महत्त्वपूर्ण आहे. लेखक प्रथम चीनमध्ये गेल्यानंतर त्यांना भारतीय सवयीप्रमाणे पाच-सहा मिनिटांचा उशीर होतो. तेव्हा चीनच्या सांस्कृतिक अकादमीचे वांगलू हे गृहस्थ नाराज होतात. त्यांचा राग अनावर होऊन त्यांच्या कपाळावर आठ्या चढतात. तेव्हा या प्रकाराबद्दल लेखकाला माफी मागावी लागते. या प्रसंगातून चीनच्या लोकांमधील वक्तशीरपणा व शिस्त दिसून येते.

चीनमध्ये सार्वजनिक ठिकाणी असलेली स्वच्छता ही सुद्धा कौतुकास्पद आहे. प्रचंड रुंदच रुंद आणि अत्यंत सुंदर चकचकीत रस्ते, कुठेही रस्त्यावर किंवा आजूबाजूला घाण किंवा कचरा अजिबात दिसत नव्हता. रस्त्याच्या दोन्ही बाजूला पाहावे तिथपर्यंत हिरवीगार झाडे डोळ्यांना सुखद आनंद देतात. रस्त्याच्या मधोमध रंगीबेरंगी फुलांचे ताटवेच्या ताटवे दिसत होते. कुठल्याही चौकात बटबटीतपणा नव्हता. कुठेही कुत्रे, मांजरे हागलेली किंवा उभी राहिलेली दिसत नव्हती. रस्त्यावरती उगीच कुणी पान खात किंवा सिगारेट फुंकत बसलेली रिकामटेकडी माणसे लेखकाला भेटत नाहीत.

चीनची जगप्रसिद्ध भिंत पाहण्यासाठी जात असताना लेखक पाणी पिऊन बॉटल रिकामी झाल्याने आपल्या भारतीय सवयीप्रमाणे गाडीची काच बाजूला करून ती खाली टाकतात. तेव्हा आजूबाजूने जाणाऱ्या वाहनातील लोक शिष्टमंडळाच्या गाडीकडे पाहतात. गाडीचा ड्रायव्हर तीक्ष्ण नजरेने त्या बाटलीकडे पाहतो व गाडी थांबवून रोडवर कुणी बॉटल टाकली अशी विचारणा करतो. तेव्हा आपली चूक लक्षात येऊन लेखक लक्ष्मण गायकवाड खाली उतरतात व तिला बाजूच्या शेतात मातीमध्ये प्रेत पुरावे तशी बाटली पुरतात. एवढ्या काटेकोरपणे स्वच्छतेची अंमलबजावणी करणारी चीनची जनता दिसते. जेव्हा या शिष्टमंडळाच्या गाडीमध्ये एक माशी दिसते, तेव्हा ड्रायव्हर अगोदर त्या माशीचा बंदोबस्त करतो व नंतर गाडीपुढे घेऊन जातो.

समाजजीवनामध्ये चीनमध्ये असलेली ही शिस्त व स्वच्छता उल्लेखनीय अशी आहे. रेल्वेचीसुद्धा तेवढीच कडक शिस्त असलेली लेखकाला दिसते. स्टेशनवरती कुठेही गलिच्छपणा नाही, अस्ताव्यस्त पडलेले सामान किंवा भीक मागणारी माणसे दिसत नाहीत. चीनमधल्या कडक शिस्तीने या सर्व गोष्टींना पायबंद घातलेला होता. त्यामुळे लेखकाला संपूर्ण चीन म्हणजे जणू मिलिटरीचे कॅम्पच आहे असे वाटू लागते.

(२) सरकारचे कायदे / नियम :

चीनमध्ये हमाल, चपरासी किंवा शिपाई हे पदच नाही. त्यामुळे प्रत्येकाने स्वत:चे काम स्वत: केले पाहिजे. पदाने व्यक्ती कितीही मोठी असली तरी त्याला स्वत:चे काम स्वत: करावे लागते.

चीनच्या चौकामध्ये मोठ्या-मोठ्या नेते मंडळींचे पुतळे उभे केले जात नाहीत तर कर्तव्यदक्ष असणाऱ्या सर्वसामान्य व्यक्तींचे पुतळे उभे केलेले जातात. आपल्या पूर्ण नोकरीच्या कारकिर्दीमध्ये केव्हाही दोन मिनिटेसुद्धा उशीर केला नाही, एक दिवसही रजा घेतली नाही, अत्यंत काटेकोरपणे आणि प्रामाणिकपणे काम करणाऱ्या सेल्समनचा पुतळा मार्केटमध्ये उभारला जातो. त्याचप्रमाणे अंगमेहनत करून भरपूर शेती पिकवणाऱ्या शेतकऱ्याचा आदर्श म्हणून शेतकऱ्याचा पुतळा उभारला जातो. हॉटेलमध्ये उत्तम स्वयंपाक करून सर्वांना चांगले जेवण देणाऱ्या आणि काटेकोर ड्युटी करणाऱ्या हॉटेल कारागिराचासुद्धा पुतळा उभारला जातो. इतरांनीसुद्धा आपापल्या क्षेत्रात उत्तम काम करावे, असा त्यामागील उद्देश आहे.

भारतातील शिष्टमंडळासोबत प्रा. सिंहल मैत्रीच्या नात्याने हॉटेलमध्ये प्रवेश करतात. जेव्हा जेवणाची वेळ येते तेव्हा चीनच्या सांस्कृतिक विभागाचे अधिकारी जर सिंहल तुमच्यासोबत जेवणास बसले तर त्यांचे बील आम्ही देणार नाही असे सांगतात. कारण सरकारचा नियम असतो की, फक्त भारतीय शिष्टमंडळावर खर्च करा. जर त्यांच्यासोबत कोणी असेल तर त्यांनी त्यांचा खर्च स्वत: करावा. ग्रंथालयामध्येसुद्धा ठरलेल्या वेळेत पुस्तक वाचून आहे त्या परिस्थितीत परत करणे हा नियम असलेला दिसतो.

(३) सायकलचा वापर :

सायकलचा वापर सर्वांनी सर्रास करणे हे चीनचे आदर्शवत असे धोरण आहे. त्यामुळे उत्तम आरोग्य तर साधतेच परंतु त्याचबरोबर प्रदूषणाला आळाही बसतो. चीनच्या नामांकित विद्यापीठाचे कुलगुरूसुद्धा लाल दिव्याची गाडी न वापरता लाल रंगाच्या सायकलीवरून विद्यापीठात येतात. विद्यापीठाच्या बाहेरच्या बाजूला सर्वांच्या

सायकली असतात. विद्यापीठामध्ये एकाही प्राध्यापकाकडे स्कूटर नसते. सर्वांकडे सायकली असतात. सर्वसामान्य शेतकऱ्यापासून ते कुलगुरूपर्यंत सर्वजण सायकलींचा वापर करतात हे विशेष आहे.

(४) शेतकरी जीवन :

चीनमधील शेतकऱ्यांना खूप चांगल्या सुविधा सरकारने दिल्या आहेत. एखाद्या कुटुंबात किती लोक राहतात व ते किती जमीन कसू शकतात ते पाहून त्यांना तीन-चार एकर जमीन सरकार कसण्यासाठी देते. तेथील स्थानिक सरकारचा नियम असतो की, हवी तेवढी तुम्ही कसण्यासाठी जमीन घेऊ शकता. पण कसण्यासाठी घेतलेल्या जमिनीपैकी छोटासा तुकडासुद्धा पडीक ठेवता कामा नये. शेतकऱ्यांनी एकूण उत्पादनापैकी स्थानिक सरकारला वीस टक्के देऊन उर्वरित ऐंशी टक्के उत्पादनाचा त्यांना हवा तसा उपभोग घेता येतो. सरकार संपूर्ण गावासाठी स्वच्छता, आरोग्य, पिण्याचे पाणी व शिक्षण इत्यादी सोयी पुरविते. शेतकऱ्यांसाठी गावात स्वतंत्र हॉस्पिटल असते. शेतकऱ्यांना फक्त आठ हजार रुपयात ट्रॅक्टर मिळतो. तो ट्रॅक्टर घेऊन चार-पाच शेतकरी मिळून एकत्र शेती करतात. प्रत्येकाला राहण्यासाठी घर असते. घरे लहान असतात. पण प्रत्येकाला घर देणे हा तेथील सरकारचा नियम आहे.

चीनमध्ये शेतकऱ्यांच्या बायका ह्याच खऱ्या शेतकरी आहेत. शेतीचे संपूर्ण तंत्रज्ञान त्यांना अवगत आहे. शेतातील पालेभाज्या मार्केटमध्ये जाऊन विकण्याचे कामही महिलाच करते. खेड्यातील शेतकऱ्याच्या बाईच्या अंगावर कसलेही दागदागिने नसतात. गळ्यात मंगळसूत्र किंवा काळ्या मण्याची पोत नसते. अंगावर कुठेही गोंदलेले नसते. केसांचा कट मारलेला दिसतो. चायना सिल्कचे चांगले कपडे अंगावर परिधान केलेले असतात. पायामध्ये पायमोजे, पायात बूट आणि फिरण्यासाठी सायकल अशी शेतकरी स्त्री असते.

(५) महिलांना प्राधान्य :

चीनमध्ये महिला सर्वच क्षेत्रात आघाडीवर असलेल्या दिसून येतात. शेती करण्यापासून ते विमान चालवण्यापर्यंत या स्त्रियांची झेप असते. बसेस, टॅक्सीचे ड्रायव्हर इ. ठिकाणीही भारतासारखे पुरुष नसतात. तर त्यांची जागा महिलांनी घेतलेली असते. आणि त्या पुरुषांपेक्षाही कर्तबगार दिसून येतात. चीनमध्ये मुलामुलींमध्ये कसलाच फरक केला जात नाही. उलट चीनमध्ये लोक मुलगी जन्माला यावी यासाठी प्रार्थना करतात.

भारतातल्या महिला चूल आणि मूल करत घरामध्ये बसतात. त्यापेक्षा कितीतरी वेगळा प्रकार चिनी महिलांमध्ये दिसून येतो. खरेतर भारताच्या स्वातंत्र्यानंतर चीनला

स्वातंत्र्य मिळाले. त्या देशाने महिलांनासुद्धा पुरुषांबरोबरीचा हक्क दिल्याने चीनमधल्या महिलांनी सर्व क्षेत्रामध्ये सहभागी होऊन क्रांती घडवून आणली.

भारत-चीन महोत्सवातील भाषण :

चीन आणि भारत यांच्यात सांस्कृतिक देवाणघेवाण होण्याच्या दृष्टीने चीनमध्ये सेमिनारचे आयोजन केलेले असते. 'सेमिनार ऑन लिटरेचर : ट्रेडिशन ऑफ इंडिया अँड चायना' या सेमिनारमध्ये लेखक लक्ष्मण गायकवाड यांचे उल्लेखनीय असे भाषण होते. यामध्ये ते म्हणतात, "आज एकविसाव्या शतकाच्या उंबरठ्याजवळ उभे असताना माझी संस्कृती कुठली? माझा धर्म, पंथ कुठला? माझे साहित्य, भाषा आणि परंपरा कुठली? असे अनेक प्रश्न मला भेडसावतात. जग झपाट्याने जवळ येत आहे. ज्ञानविज्ञानाने आज देशाच्या सीमा ओलांडून माणूस संपूर्ण विश्वाला करकचून बांधला जात आहे. अशा जागतिक पर्यावरणात चीनमध्ये 'भारत महोत्सव' भरवला जात आहे"... "भारत सरकार आणि चीन सरकार यांच्या सौजन्याने हा 'भारत महोत्सव' होत आहे. भारतीय परंपरा आणि संस्कृती विविधतेने नटलेली आहे. चीनसारख्या महान देशात हा महोत्सव भरत आहे. सर्वसामान्य माणसाच्या स्वातंत्र्याचे शिल्पकार महात्मा गांधीजी आणि माओ-त्से तुंग यांच्या विचारांचा आज अपूर्व संगम होत आहे... देशादेशातील मैत्री हीच आजची खरी संस्कृती आहे. आज सर्वांनाच विश्व समाजाची खरी गरज आहे. हा महोत्सव अशा विश्वसमाजाची नांदी आहे."

"भारतीय आणि चिनी संस्कृती खूपच जवळची आहे. सध्याचे जग हे विज्ञानाच्या माध्यमातून खूपच जवळ आलेले आहे. जगामध्ये मार्क्स, लेनिन, माओत्से तुंग असे अनेक समाजसुधारक जसे आहेत त्याचप्रमाणे आमच्याही देशात म. फुले, आंबेडकर, म. गांधी यांच्यासारखे जागतिक पातळीवरील समाजसुधारक होऊन गेले. त्यांनी मानवी मूल्यांचा, विचारांचा ठेवा समाजासमोर ठेवला आहे. एकमेकांच्या देशातील साहित्य संस्कृतीचा वारसा जतन करून शांतीचा संदेश देण्याचे कार्य या विज्ञानयुगात झाले तर हे जग खूपच पुढे जाईल."

लक्ष्मण गायकवाडांचे हे विचार त्यांचे बहुजन समाजविषयक विचार देश पातळीच्या सीमा ओलांडून विश्वसमाजाची अपेक्षा व्यक्त करणारे आहेत.

'चिनी मातीतील दिवस' मधील निवेदन :

लक्ष्मण गायकवाड यांचे 'चिनी मातीतील दिवस' हे पहिलेच प्रवासवर्णन होय. या पहिल्या प्रवासवर्णनामध्ये लेखकाचा जसा नवखेपणा दिसून येतो. तसा

भाषेचा नवा डौल दिसून येतो. निवेदनासाठी लेखक लक्ष्मण गायकवाड यांनी मराठी प्रमाणभाषेचा उपयोग केलेला असला तरी प्रसंगानुरूप त्यामध्ये ग्रामीण ढंगाचाही प्रयोग केलेला दिसतो.

या प्रवासवर्णनातील निवेदन हे प्रांजळपणाने आले आहे. त्यामध्ये तर्कशुद्ध काटेकोर नसला तरी भावनेचा ओलावा आहे. नवीन प्रदेशाची ओळख अगदी साधेपणाने व भाबडेपणाने करून देण्याचे लेखकाचे कौशल्य वाखाणण्याजोगे आहे.

प्रवासवर्णनाची भाषा :

'चिनी मातीतील दिवस' या प्रवासवर्णनामध्ये लेखकाने प्रमाण मराठी भाषेचा वापर केलेला असला तरी, त्यांच्या भाषेचा खरा डौल ग्रामीण ढंगामध्ये दडलेला दिसतो. प्रतिमांचा वापर करताना लेखकाच्या शैलीला बहर आलेला दिसतो. शैलीचा उत्तम नमुना म्हणून काही उदाहरणे नोंदवता येतील.

(१) "मुंबईतील प्रत्येक माणूस हा मशिनच्या किंवा इंजिनाच्या चक्राप्रमाणे यांत्रिक जीवन जगत असतो. जुंपलेल्या बैलाप्रमाणे तो असतो''....

(२) "गोरेगाव ते चर्चगेट लोकलने प्रवास करताना चरकात रस काढण्यासाठी ऊस कोंबतात तशी अवस्था व्हायची.''

(३) "जो इथे जास्त पळतो त्याला मुंबई आपल्या कुशीत घेते. जो पळू इच्छित नाही त्याला मुंबई बाहेर घालवते.''

(४) "हळूहळू ते विमान पाण्यात बसलेल्या म्हशीप्रमाणे हलू लागले.''

(५) "एखादी कडब्याची पेंढी वाऱ्याने उडून जाऊ नये म्हणून मध्यभागी आवळून बांधतात, तशाच प्रकारे तिने मला विमानामध्ये बेल्टने घट्ट बांधले होते.''

(६) "प्रत्येकजण आपआपले चंबूगबाळ घेऊन बाहेर पडण्याच्या तयारीत होता.''

(७) "उन्हाचं म्हैस आपले शिंग वर करून आणि तोंड पाण्यात खुपसून बसते. त्या म्हशीसारखे हे विमान तळावर बसलेले दिसत होते.''

(८) "पानाला चुना लावेपर्यंत विमान आकाशात धावू लागले.''

(९) "आता आपण झक मारली. यापुढे आपण चीनमध्ये आहोत तोपर्यंत असे होऊ देणार नाही.''

प्रवासवर्णनाचे विशेष :

मराठी साहित्य परंपरेमध्ये प्रवासवर्णनांची मोठी परंपरा असलेली दिसून येते. अभिजन व बहुजन लेखकांना प्रवास करण्याची संधी ज्यावेळेस मिळाली त्यावेळेस त्यांनी लिहिलेली प्रवासवर्णने मैलाचा दगड बनलेली दिसून येतात. अण्णाभाऊ साठे यांचे 'माझा रशियाचा प्रवास' या प्रवासवर्णनाची आठवण करून देणारे 'चिनी

मातीतील दिवस' हे एक महत्त्वाचे प्रवासवर्णन होय. याचे विशेष पुढीलप्रमाणे नोंदवता येतील.

(१) 'चिनी मातीतील दिवस' या प्रवासवर्णनामध्ये लेखक लक्ष्मण गायकवाड यांच्या आतमध्ये असलेला बहुजन कार्यकर्ता सदैव जागरूक असलेला दिसतो. त्यामुळे लष्करी, श्रमिकांची दखल ते चीनमध्येही घेताना दिसतात.

(२) चित्रमय शैली हा या प्रवासवर्णनाचा महत्त्वपूर्ण विशेष म्हणून नोंदविता येतो. लेखकाचा विमानातील प्रवास, चीनचे इंटरनॅशनल हॉटेल याचे चित्र, करताना लेखक प्रत्यक्षात तो प्रसंग वाचकांपुढे जिवंतपणे उभा करतात.

(३) प्रांजलपणा हा 'चिनी मातीतील दिवस' या प्रवासवर्णनाचा महत्त्वाचा विशेष होय. चीनमधील वास्तव्यामध्ये असताना लेखकाला झालेला उशीर, त्यामुळे त्याला व्यक्त करावी लागलेली दिलगिरी, तसेच प्रवासामध्ये गाडीतून बाहेर फेकलेली रिकामी बॉटल व त्यामुळे आपण आपल्या देशाची लाज, अब्रू घालवली असे मानणारा लेखक. हे सर्व प्रसंग प्रांजळपणे या प्रवासवर्णनात येताना दिसतात.

(४) सोपी, सुटसुटीत भाषा हाही एक महत्त्वाचा विशेष म्हणून नोंदवावा लागतो. सर्वसामान्य व्यक्तीला समजेल अशा प्रकारचे विमानाचे व परदेशाचे लेखकाने केलेले चित्रण उल्लेखनीय स्वरूपाचे आहे.

'चिनी मातीतील दिवस'च्या मर्यादा :

(अ) सरधोपटपणाही या प्रवसवर्णनाची सर्वात मोठी मर्यादा म्हणून नोंदवावी लागते त्यामुळे या प्रवासवर्णनाचे मूल्य घसरते.

(ब) माहितीचा अभाव लेखकाकडे असल्यामुळे या प्रवासवर्णनात ऐतिहासिक मूल्य प्राप्त होताना अडचणी निर्माण होतात.

(क) काटेकोरपणाचा अभाव प्रवासवर्णनात जागोजागी आढळतो.

उदा :

(१) ताशी हजारो कि.मी. वेगाने जाणाऱ्या या विमानातील प्रवास अत्यंत सुखद होता.

(२) आम्हाला, एका इंटरनॅशनल हॉटेलमध्ये नेले.

(३) प्रिन्स घराण्याविषयी एका लेखकाने खूप मोठा इतिहास लिहून ठेवला आहे.

(४) या जागेत तीनशे वर्षापूर्वी एका प्रिन्सची संपूर्ण फॅमिली राहत होती.

(५) काही वेळानंतर आम्हाला एका हॉटेलमध्ये नेण्यात आले.

(६) चिनी लेखक, कवीच्या भेटीसाठी एका हॉटेलमध्ये नेण्यात आले.

(७) आज रात्री एका हॉटेलमध्ये सांस्कृतिक मिनिस्टर आणि सांस्कृतिक खात्याचे चेअरमन यांच्याबरोबर जेवण घ्यायचे आहे.

(८) एवढ्यात एका मार्केटजवळ येऊन पोहचलो.

(९) वांगलूने आम्हाला एका खास हॉटेलमध्ये जेवणासाठी नेले.

(१०) नंतर आम्हाला एक नाटक पाहण्यासाठी नेण्यात आले.

(११) यानंतर आम्ही असाच एक सिनेमा पाहिला.

(१२) आम्ही सर्वजण एका ग्रंथालयामध्ये गेलो.

(ड) हे प्रवासवर्णन चीनी मातीतील असले तरी तेथील व्यक्तींचे दर्शन घडवण्यामध्ये लेखक कमी पडलेले दिसून येतात.

या सर्व मर्यादा मान्य केल्या तरी मराठीतील बहुजन लेखकांनी जी काही प्रवासवर्णने लिहिली आहेत त्यामध्ये नोंद घ्यावे असे हे प्रवासवर्णन आहे. लेखक फक्त चीनमधील प्रदेश, माणसे, झाडे, माती यांचेच चित्रण करत नाही तर उलट तेथील संस्कृती व त्या देशाची प्रगती या पाठीमागील यशाची रहस्य शोधण्याचा प्रयत्न करतो. प्रसंगानुरूप भारत आणि चीन या दोन देशांची तुलनाही तो करतो. या विषयाला अनुसरून आलेले चिंतन खूपच महत्त्वाचे आहे. चीनच्या प्रगतीचे सारे श्रेय लेखक तेथील कडक शिस्त, कायदे यांना देतोच त्याचबरोबर चीनच्या प्रगतीमध्ये तेथील महिलांचा असलेला प्रतिसादही महत्त्वपूर्ण असल्याचे तो नोंदवतो. 'स्त्री-पुरुष' समानतेचा बोध अप्रत्यक्षपणे या प्रवास वर्णनातून मिळतो. त्याचबरोबर शिस्त, स्वच्छता, नियम, वक्तशीरपणा याचा आदर्श भारतीयांना घ्यावा असा सूचक बोधही हे प्रवासवर्णन वाचल्यानंतर वाचकांना मिळतो.

■

चिनी मातीतील दिवस : आस्वाद आणि आकलन

प्रा. डॉ. संदीप विठ्ठलराव सांगळे
सदस्य - मराठी अभ्यास मंडळ, पुणे विद्यापीठ, पुणे
मराठी विभाग प्रमुख
शिक्षण प्रसारक मंडळाचे
एस. एस. ढमढेरे महाविद्यालय,
तळेगाव ढमढेरे, ता. शिरुर, जि. पुणे.

‘चिनी मातीतील दिवस’ : वेधक प्रवासवर्णन

■ प्रा. सुनील ज. निगडे ■

प्रवासवर्णन एक वाङ्मय प्रकार-

१) प्रास्ताविक -

प्रवासवर्णनाचा समावेश ललित गद्य वाङ्मय प्रकारात समावेश होतो. इंग्रजी साहित्यातून हा साहित्यप्रकार मराठीत आला आहे. हा वाङ्मयप्रकार जसा आत्मनिष्ठ तसा वस्तुनिष्ठ आहे. यामध्ये प्रवासातील अनुभवाइतकेच लेखकालाही महत्त्व आहे. कारण प्रवासवर्णन लिहिताना प्रवासवर्णनकार पुन्हा कल्पनेने प्रवास अनुभवतो.त्या प्रवासाचा पुनर्शोध घेतो आणि मग त्याची लालित्यपूर्ण मांडणी तो प्रथमपुरुषी निवेदनात करतो. पत्रे, दैनंदिनी, बातमीपत्रे अशा रूपांचा तो वापर करतो. प्रवासवर्णन हे त्या त्या काळाच्या परिस्थितीवर प्रकाश टाकते म्हणून ते अभ्यासाचे साधन होऊ शकते. प्रवासवर्णनात प्रवासी नसेल तर प्रवासवर्णनाला ‘प्रवासवर्णन’ म्हणून अस्तित्व राहतच नाही. म्हणजेच प्रवासवर्णन व प्रवासी हे अविभाज्य घटक असतात. अनुभव एकाचा व कथन दुसऱ्याचे असे घडून चालत नाही. प्रवासवर्णनात प्रवास विषयक अनुभव लेखक ‘मी’च्या भाषेत मांडत असतो. प्रवासवर्णनाचा लेखक हा नुसता लेखक नसतो तर तो ‘प्रवासी लेखक’ असतो.

व्याख्या -

१) स्वदेश सोडून अन्यत्र गेल्यावर किंवा परदेश संचार करून किंवा परदेशात राहून त्याचे वर्णन ज्यात येत असेल ते खऱ्या अर्थाने ‘प्रवासवर्णन’ ठरू शकेल. असा प्रवासवर्णनाचा कोशगत अर्थ.

२) प्रवासवर्णन म्हणजे प्रवासात पाहिलेल्या किंवा घडलेल्या गोष्टींचा वृतांत.

३) स्थळ प्रदेशाचे व्यक्तित्व आणि ते पाहणाऱ्या, अनुभवणाऱ्या लेखकाचे व्यक्तिमत्त्व यांच्यातील एकरूपता साधणारी अनुभव विशिष्टता म्हणजे प्रवासवर्णन.

४) स्थळाचे व्यक्तित्व आणि लेखकाचे व्यक्तिमत्त्व यांमध्ये एक अदृश्य संवाद निर्माण होतो. त्या संवादाचे मूर्त-दृश्यरूप म्हणजे प्रवासवर्णन.

प्रवासवर्णनाची वैशिष्ट्ये -

१) सचित्रता हे प्रवासवर्णनाचे अंग.
२) ललित गद्याचा आश्रय घेऊन अवतरणारा वाङ्मयप्रकार.
३) प्रवासवर्णन म्हणजे नवनिर्मिती.
४) प्रतिभावान मनाचा प्रवास म्हणजे प्रवासवर्णन.
५) वास्तवाशी निगडित असलेला एक वाडमयप्रकार.
६) भाष्यात्मकता हे प्रवासवर्णनाचे अंग.

निवडक प्रवासवर्णनांचा परामर्श -

विविध प्रदेशांचा, देशांचा, तीर्थक्षेत्रांचा प्रवास करून त्यातील आलेल्या अनुभवांचा सार लिहून ठेवावा याकडे सुरुवातीला जसे कमी लक्ष होते तसे निसर्ग सौंदर्य पहावे, लोकांचे रितिरिवाज, संस्कृती, चालीरिती, उत्सव, इतिहास, समजून घेण्याची वृत्तीही कमीच होती. मराठी वाङ्मयात सुरुवातीला शामराव मोरोजी यांचे 'काशी प्रवास' हे प्रवासवर्णन प्रकाशित झाले ते १८५२ मध्ये. त्यानंतर गोडसे भटजी यांचे 'माझा प्रवास' (१८५७ च्या बंडाची हकिगत) हे मानवी स्वभावाचे विविध प्रकारचे नमुने आणि चित्तथरारक प्रसंग वर्णन करणारे प्रवासवर्णन साकार झाले. त्यानंतर यशवंतराव उदास यांचे 'मुंबई वर्णन'(१८६९), 'पुणे वर्णन'(१८६८) ही प्रवासवर्णने प्रकाशित झाली. तर गो. चि. भाटे यांचे 'माझा मैसूरचा प्रवास' हे प्रवासवर्णन १९२८ मध्ये प्रकाशित झाले.

अलीकडे मराठीतील प्रवासवर्णनात्मक लेखन हे अधिकाधिक लालित्यपूर्ण होत आहे. लेखकाच्या व्यक्तिमत्वाचा आविष्कार त्या प्रवासवर्णनातून होत आहे. त्यामध्ये अनंत काणेकरांनी १९४३ मध्ये लिहिलेले 'धुक्यातून लाल ताऱ्याकडे' हे प्रवासवर्णन महत्त्वाचे वाटते. काणेकरांनी आपल्या अनुभवांची कलात्मक, सूचक मांडणी दैनंदिनीच्या पद्धतीने केल्याने ते प्रवास वर्णन नितांत सुंदर गद्यकाव्य बनले आहे. त्यानंतर काणेकरांनीच चित्रकार दलालाबरोबर भारताचा केलेला प्रवास त्यांनी 'आमची माती आमचे आकाश', व 'निळे डोंगर तांबडी माती' या प्रवास वर्णनात वर्णिला आहे. अलीकडे त्यांचेच 'खडक फोडतात आकाश' (१९६४) हे प्रवासवर्णन गुणवत्ता दर्शविणारे आहे.त्यानंतर 'मुसलमान मुलुखातील मुशाफिरी'(श्री.रा.टिकेकर), 'नर्मदेच्या तटाकी'(गो.नी.दांडेकर), 'वाटचाल', 'मजल-दरमजल' (रा.भि.जोशी) 'गोपुरांच्या प्रदेशात', 'सातासमुद्रापलीकडे'(गंगाधर गाडगीळ), 'अगस्तीच्या अंगणात'

व 'तोकोनामा'(प्रभाकर पाध्ये) अशी काही दर्जेदार प्रवासवर्णने आढळतात. स्वदेशाचा दौरा करूनही काही प्रवासवर्णनकारांनी प्रवासवृत्ते लिहिली. त्यामध्ये 'उडकमंडची यात्रा' (कमल फडके),'लाल नदी निळे डोंगर'(वसंत अवसरे), 'हसरे खोरे'(काशिनाथ पोतदार), 'पालखी'(दि.बा.मोकाशी) अशा काही निवडक परंतु दर्जेदार प्रवासवर्णनाचा उल्लेख करता येईल. पु.ल.देशपांडे यांची 'अपूर्वाई' व 'पूर्वरंग' ही प्रवासवर्णने लोकप्रिय ठरली.

लेखकाचा परिचय -

लक्ष्मण मारूती गायकवाड (जन्म १९५६) प्रसिद्ध दलित गद्यलेखक 'उचल्या' हे प्रसिद्ध आत्मकथन, त्याचबरोबर 'दुभंग','चिनीमातीतील दिवस','वडारवेदना' ही पुस्तके प्रकाशित. प्रामुख्याने भटक्या-विमुक्त जातीच्या माणसांची दुःखे आपल्या लेखणीतून त्यांनी शब्दबद्ध केली. देशभर भ्रमंती करून विमुक्त भटक्यांचे प्रश्न देशपातळीवर मांडण्याचे काम केले. त्यासाठी दीड-दोन लाख कि.मी.चा प्रवास केला.

चिनीमातीचे दिवस - प्रेरणा व भूमिका -

चीन सारख्या देशात तेही पहिल्या वेळी परदेशात जाण्यासाठी लेखक लक्ष्मण गायकवाड यांना प्रवास करण्याची प्रेरणा ही भारत सरकारने साहित्य अकादमीच्या सांस्कृतिक देवाण-घेवाण कार्यक्रमाच्या अंतर्गत त्यांची निवड करून दिली. विमुक्त भटक्या समाजाचे प्रश्न देशपातळीवर मांडले. त्याचीच दखल भारत सरकारने घेऊन त्यांची चीनमध्ये जाण्यासाठी निवड केली.

चीनमध्ये गेल्यांनतर चीनच्या लोकांसमोर आदिवासी मागासवर्गीय,विमुक्त, भटक्या जमातीच्या परंपरा, संस्कृती व त्यांचे साहित्य यावर त्यांनी पेपर (शोधनिबंध) लिहिला. फुले, आंबेडकरांच्या विचार प्रेरणेतून लिहिलेले ते भाषण चीनच्या लोकांना फार आवडले. 'चीनी मातीचे दिवस' या प्रवासवर्णनात भारत चीन संस्कृतीमध्ये किती साम्य आहे, दोन्हीही देशांची स्वातंत्र्य प्राप्तीनंतर प्रगती त्यांना पाहवयाची होती.

प्रवासाची पूर्वतयारी - सहकार्य -

लातूरच्या मातीशी, संस्कृतीशी, भाषेशी समरस झालेले लेखक लक्ष्मण गायकवाड जेव्हा मुबंईमध्ये कायमच्या वास्तव्यास येतात तेव्हा तेथील लोकांच्या राहणीमानाशी, बोलीभाषेशी, सांस्कृतिक जीवनाशी जुळते घेताना बरीच धडपड करतात. मुंबईतील यांत्रिक जीवनाशी जुळवून घेत असतानाच एकेदिवशी साहित्य अकादमीचे पत्र आले की, 'तुम्हाला चीनमध्ये जावयाचे आहे'. ते पत्र वाचून

त्यांच्यासहित सर्वांनाच आनंद झाला. सर्वांकडून त्यांचे अभिनंदन होत असतानाच प्रवासाची पूर्वतयारी सुरू झाली. साहित्य अकादमीच्या सूचनेनुसार 'पासपोर्ट' तयार करण्याचे कार्य सुरू झाले. पासपोर्टच्या बाबतीतील अज्ञान दूर करीत 'वरळी' येथील एका ऑफिसच्या भल्यामोठया रांगेत उभे राहून, नाव नोंद करून, एक फॉर्म घेऊन तो कसा भरायचा याचा विचार करीत असताना एका मराठी माणसाने पासपोर्ट काढण्यासाठी माहिती दिली. अर्जदार हा तीन वर्षांपेक्षा जास्त काळ एका ठिकाणचा रहिवासी असावा, वर्तणुकीचे पोलिस खात्याचे प्रमाणपत्र असावे, भारताचा रहिवासी असल्याचे प्रमाणपत्र, रेशनिंग कार्ड दिल्यानंतर पासपोर्ट मिळेल अशी माहिती त्यांना मिळाली. मंत्र्यांच्या शिफारशी करिता समाजकल्याण मंत्री रामदास आठवले यांचे पत्रही त्यांनी शरणकुमार लिंबाळे या त्यांच्या पी.ए कडून मिळविले. पुढे पंधरा दिवसानंतर व बऱ्याच त्रासानंतर पासपोर्ट मिळाला. लगेचच त्यांनी ते पासपोर्ट दिल्लीला पाठवून दिला.

चीनला जाण्यासाठी पासपोर्टची अडचण दूर झाली तरी आर्थिक अडचण महत्त्वाची होती. किमान आठ-दहा हजार रुपये पाकिट खर्च असावा म्हणून ते प्रयत्नशील होते. काही मित्रमंडळींकडून, लातूरच्या घराचे भाडे वसूल करून कसेबसे 'सात हजार' रूपये जमा करून त्यांनी प्रवासाची पूर्वतयारी केली होती. प्रवासासाठी चार-पाच ड्रेस, फराळ या सारख्या सामानाची पूर्वतयारी मात्र त्यांच्या पत्नीने काळजीपूर्वक केली होती. .

प्रवासवर्णनाचे अंतरंग -

१) मुंबई दिल्ली प्रवास -

चीनला जाण्यासाठी २० जून १९९४ हा जाण्याचा दिवस उजाडला. एकीकडे लेखक लक्ष्मण गायकवाड यांना आनंद होत होता तर दुसरीकडे त्यांच्यासहित त्यांची पत्नी, मुले विमान प्रवासाची काळजी करीत होती. त्यांचे शेजारी प्रशांत वाडाविकर यांनी आपल्या गाडीतून त्यांना मुंबईच्या विमानतळावर सोडले. खरे तर विमान प्रवासाच्या बाबतीत अज्ञानी असलेले लेखक सर्व माहितीची विचारपूस करतात. विमान प्रवासाच्या अगोदर प्रामाणिकपणे प्रवाशांची तपासणी करण्याऱ्या त्या यंत्राच्या बाबतीत विचार करतात की, माणसं प्रामाणिक नसल्यामुळेच माणूस खोटा आहे हे सांगण्याचे काम मशीन जर करीत असेल तर माणसे किती वाईट वागत असतील (पृष्ठ क्र. १९) मुंबई येथील विमानतळावरील सर्व निरीक्षण लेखक बारकाईने करतात. बस स्टॅंड, रेल्वे स्टेशनवरील प्रवासी व विमानतळावरील प्रवासी या दोन्ही मधील मोठ्या दरीची तुलना ते करतात.

मुंबईहून दिल्लीला जाण्यासाठी विमान उड्डाणाची वेळ जवळ येते. दुरून घारणीच्या आकारा एवढे व जवळून एखाद्या गिधाडासारखे वाटणाऱ्या त्या विमानात जिन्यातून चढून ते विमानात बसतात. सुंदर साडी नेसलेल्या 'हवाई सुंदरींनी' प्रत्येकाचे स्वागत केले. पाण्यात बसलेल्या म्हशीप्रमाणे जेव्हा विमान हळूहळू पुढे जाऊ लागले, पुढे वेगाने पळू लागले. मुंबई शहरावरून उड्डाण करीत असताना मुंबईचा देखावा या सर्वाचे वर्णन वाचून वाचकाला आपणच विमान प्रवास अनुभवतो आहे असा भास होतो आहे. कमरेभोवती बेल्ट बांधणे, नॉनव्हेज जेवण खात असताना सीटच्या जवळील बटण दाबून टेबल तयार करणे, विमानात टॉयलेटची सोय असणे, विमानातील स्वच्छता व व्यवस्थितपणा, सुवासिक साबण, सेंट, अत्तर, टी.व्ही वरील संदेश या सर्व सुखसोयी पाहून ते आश्चर्यचकित होतात.

दिल्लीला विमानातून उतरल्यानंतर तेथील आलेल्या अनुभवाचे वर्णन ते करतात. शहरापासून २०-२५ कि.मी. अंतरावर या विमानतळावरून शहरात जाण्यासाठी एका प्रायव्हेट गाडीतून त्यांनी प्रवास केला. साहित्य अकादमीच्या 'रविंद्र भवन' या ऑफिसमध्ये ते जातात. साहित्य आकादमीचे सेक्रेटरी 'इंद्रनाथ चौधरी' यांना नमस्कार करून, त्यांचे आभार मानतात. दिल्लीहून चीनच्या प्रवासाला दोन दिवस अवधी आहे, ही बातमीही त्यांच्याकडून त्यांना मिळते. त्या दोन दिवसांसाठी राहण्यासाठी सुरुवातीला 'महाराष्ट्र सदनामध्ये' प्रयत्न करतात परंतु तेथे राहण्याची त्यांची सोय जेव्हा होत नाही, तेव्हा ते म्हणतात की, वशिला व पुढाऱ्यासारखे पांढरेशुभ्र कपडे असे गुण आपल्याकडे नसल्याने 'महाराष्ट्र सदन' हे मराठी भाषिकासाठी आहे असे वाटत नव्हते. शेवटी जुन्या दिल्लीतील 'महाराष्ट्र भवन' येथे दोन दिवसा राहण्यासाठी ते तेथे जातात. परंतु तेथील सामानाची अस्ताव्यस्तता व अस्वच्छता पाहून तेथेही ते न राहता एका हॉटेलामध्येच राहतात.

दिल्लीतील त्या दोन दिवसांच्या मुक्कामामध्ये ते इकडेतिकडे बरेच भटकले. दिल्लीतील लाल किल्लाही पाहिला. तेथील लहान मुले फाटक्या कपड्यांमध्ये भीक मागताना त्यांना दिसली. तेव्हा १५ ऑगस्टला पंतप्रधानांच्या भाषणातील खोट्या आश्वासनांची आठवण त्यांना येते. जुनी दिल्ली म्हणजे अत्यंत किचकट, मळकट, शिस्त नसलेली वस्ती त्यांना वाटते. कोणत्याही माणसाच्या चेहऱ्यावर उत्साह, प्रेम, हास्य त्यांना दिसलेच नाही. तर नवी दिल्ली मात्र राजधानीचे वैभव सांगत उभी होती. बाहेरच्या देशातील लोकांसमोर जुन्या दिल्लीतील रिक्षावाले, भिकारी यांना येण्यास बंदी होती. तेव्हा ते पाहून लेखकांना वाटते की, देशाचे रूप बाहेरून कीर्तन आणि आतून तमाशा असेच आहे. नवी दिल्लीतील खासदारांचे व मंत्र्यांचे बंगले जसे त्यांनी पाहिले तसे इंदिरा गांधींचा बंगलाही त्यांनी पाहिला. तेव्हा जुन्या आठवणींनी ते व्याकुळ झाले. ज्या देशामध्ये एवढी प्रचंड पोलिस यंत्रणा, मिलीटरी असूनही अशा

महान लोकांचे जीव या देशात जर सुरक्षित नसतील तर सर्वसामान्य लोकांना संरक्षण कसे मिळणार? हा प्रश्न त्यांना पडला. त्यानंतर, सुशीलकुमार शिंदे यांना ते भेटले. राजकारणाबरोबर साहित्य, कला, संस्कृती यात रमणारे व कलावंताबद्दल आपुलकी ठेवणारे रसिक ते त्यांना वाटले. त्यानंतर ते साहित्य आकादमीच्या 'रविंद्र भवन' या मुख्य कार्यालयात गेले. माझ्या पाऊलावर पाऊल ठेऊन चला. असा संदेश तेथील रविंद्रनाथ टागोरांचा पुतळा देत आहे असे त्यांना वाटले. साहित्य अकादमीचे सेक्रेटरी 'इंद्रनाथ चौधरी' हे त्यांना 'बंगालचे खरे जादूगार' वाटतात. साहित्य अकादमीचे नवनियुक्त अध्यक्ष कन्नड लेखक 'अनंतमूर्ती' यांनाही ते भेटले. चीनची राजधानी 'बिजिंग' येथील सेमीनार मध्ये भारताच्या संस्कृती विषयी वाचल्या जाणाऱ्या पेपर विषयी अनंतमूर्तींनीं त्यांचे कौतुक केले. त्याच वेळी चायनाच्या शिष्ट मंडळाचे सदस्य प्राध्यापक गणेश देवी हे त्यांना भेटले. हा अस्खलित मराठी भाषेत बोलणारा माणूस त्यांना भेटला.

प्रत्यक्षात चीनला विमान प्रवासासाठी सामान घेण्यासाठी व्ही. आय. पी. बॅग देण्यात आली. गणेश देवी बरोबर त्यांनी एका इंटरनॅशनल बँकेमध्ये फॉर्म भरून काही डॉलर्स घेतले. बत्तीस रुपयाला एक डॉलर याप्रमाणे पैसे त्यांना मिळाले तेव्हा आपल्या देशाच्या पैशाचे मूल्य त्यांना समजले.

२) दिल्ली ते बँकॉक विमान प्रवास -

चीनला जाण्यासाठी शिष्ट मंडळातील सहा प्रांतातील सहा लेखकांनी साहित्य अकादमीतून दि. २०/६/१९९४ रोजी निरोप घेतला. दिल्ली एअरपोर्टवर प्रत्येक सामानाची तपासणी करून बोर्डिंग पास घेऊन ते सर्वजण वेटिंग हॉलमध्ये प्रतीक्षा करीत बसले. त्यामध्ये पाच पुरुष व एक महिला म्हणजे हिंदीतील सुप्रसिद्ध लेखक निर्मल वर्मा यांच्या पत्नी 'गगन गिल' या कवयित्री. एका थाई विमानाच्या शिडीवरून विमानात त्यांनी प्रवेश केला तेव्हा ते विमान म्हणजे त्यांना दोन मजली इमारतच वाटली. दुसऱ्या मजल्यावरील सजवलेल्या मोठ्या हॉलमध्ये सन्मानाने त्यांना बसवण्यात आले. त्या विमानातील सुविधा पाहून लेखक अवाक् झाले. कोट आणि टाय बांधलेल्या त्या प्रवाशांकडे व सुंदर पोरींकडे ते केवळ टकमक पाहतच राहिले. कमरेला बेल्ट कसे बांधायचे? अपघात झालाच तर रेड बटन दाबून हवेतून जमिनीवर उतरण्याची छत्री काढून ती शरीराभोवती बांधून विमानातून उडी कशी मारायची? याची सर्व माहिती ती हवाई सुंदरी त्यांना जेव्हा देत होती तेव्हा अर्धा जीव मेल्यासारखे त्यांना झाले. बरेवाईट झाले तर विम्याचा पैसा घरच्या लोकांना मिळेल परंतु आपले आयुष्य पुन्हा येईल का? असा प्रश्नही त्यांना पडला. तेवढ्यात हवाई सुंदरीने सर्वांना तोंड पुसण्यासाठी गरम नॅपकिन दिले, सेंटचे सुवासिक फवारे मारले, तेव्हा

विमानातील वातावरण प्रसन्न झाले. विमानातून दिल्लीचा नयनरम्य निसर्ग देखावा दिसत होता. देशाची सीमा ओलांडून जमिनीपासून ६० मीटर उंचीवरून जेव्हा विमान जात होते तेव्हा त्यांना शांत बसल्यासारखे वाटत होते. बाकीच्या शिष्ट मंडळातील सदस्यांना त्या प्रवासाचा अनुभव होता. परंतु लेखकांचा हा पहिलाच अनुभव होता. विमानातील त्या दुसऱ्या मजल्यावर गणेश देवी या सहकाऱ्याबरोबर 'सिवास रिगल' या मद्याचा आस्वाद ते घेत होते. भरपूर जेवण व मद्य घेतल्याने सर्वच प्रवासी झोपी जात होते. गगन गील सारखी पस्तीस वर्षांची पोरगी सहकारी असलेल्या सच्चिदानंदांच्या खांद्यावरती डोके ठेऊन झोपली असताना लेखकाची भारतीय पुरुष प्रवृत्ती दुखावली होती. विमान प्रवासात गरम चहा, अत्तर, दात घसण्याचा ब्रश-पेस्ट, दाढी करण्याचे सामान पाहून विमानातील जग त्यांना आगळेवेगळे वाटत होते. बँकॉक शहरात विमान उतरत असताना ते शहर देदीप्यमान दिसत होते.

बिजिंगला जाण्यापूर्वी बँकॉक विमानतळावर लेखकांना पाच तास थांबावे लागले. एस्केलेटरच्या पायऱ्यांवरून उतरण्याचा अनुभव घेतला. बँकॉक एअरपोर्टवरील स्वच्छता व टापटीप पाहून लेखकांना निघावेसे वाटत नव्हते. तेथे इंग्रजीबरोबर हिंदीतून सुद्धा सूचना देण्यात येत होत्या. कारण भारतीय प्रवाशांना त्या कळाव्यात म्हणून. परंतु दिल्ली विमानतळावर मात्र हिंदी ऐवजी इंग्रजी वापरली जात होती. याचा त्यांना खेद वाटतो. नखशिखांत सुंदरता लाभलेल्या बँकॉकमधील स्त्रिया पुरुषांसारखी वेशभूषा करून एकीकडे बिनधास्त वावरताना दिसत होत्या. परंतु दुसरीकडे भारतीय संस्कृती भारतीय स्त्रियांना एका परिघाच्या बाहेर जाऊ देत नसल्याने आपला देश अप्रगत राहिल्याचे त्यांना वाटते.

३) बँकॉक ते बिजिंग विमानप्रवास -

बिजिंगला जाण्यासाठी 'थाय' कंपनीच्या विमानातून प्रवास करीत असताना लेखक खिडकीच्या बाजूला बसून निसर्ग सौंदर्य पाहत होते. एक महिला विमान चालवत असलेली पाहून भारतीय स्त्रीला आपण किती कमजोर समजतो हेच समजले. सर्वसामान्य शेतकऱ्यांची जगामध्ये पहिली क्रांती घडवून आणणाऱ्या आणि स्त्री-पुरुषांना समान पातळीवर आणून ठेवणाऱ्या महान क्रांतिकरक 'माओ-त्से-तुंग' यांच्या भूमीवरती ते उतरले.

४) चीनमधील अनुभूतीचे वर्णन -

चीनमधील सांस्कृतिक अकादमीच्या गाडीतून बिजिंगमधील एका इंटरनॅशनल हॉटेलमध्ये आपापल्या बॅगा घेऊन जातात. हॉटेलमध्ये थोडा वेळ आराम केल्यानंतर एका गाडीतून बिजिंगच्या अकादमीमध्ये जातात. तेव्हा अकादमीचे अध्यक्ष 'व्ही. डींग'

यांनी भारतीय संस्कृतीविषयी आदर व्यक्त करून सर्वांचे चीनच्या मुलायम 'शाली' देऊन स्वागत केले. साहित्य अकादमीचे ऑफिस पाहिल्यानंतर अकादमीच्या चेअरमन सोबत शाही जेवण देण्यात आले. जेवणाचा प्रारंभ जसा भाषणाने झाला तसा शेवटही भाषणाने झाला. इंटरनॅशनल हॉटेलमध्ये विश्रांती घेतल्यानंतर ते बिजिंगच्या एका 'प्रिन्सच्या' जुन्या राजवाड्यात गेले. राजवाडा पाहिल्यानंतर चिनी लेखक कवींच्या भेटी घेतात. बिजिंगच्या रोडवर अनेक नवनवीन दृष्य पाहतात. ऐतिहासिक तायनमिन चौक पाहण्याची इच्छा गगन देवी यांनी व्यक्त केली. परंतू चीनचे कायदेकानून कडक असल्याने परवानगी शिवाय फिरता येणार नसल्याने ते गप्प राहिले. अशा प्रकारे चीनमधील तीन दिवस गेले.

चौथ्या दिवशी बिजिंगमधील प्रेक्षणीय स्थळे त्यांनी पाहिली. राजांच्या वस्तू, दागिने जपून राजमहाल टेम्पलच्या रूपात ठेवले होते. त्याच्या पाठीमागील दृष्टिकोन वेगळा होता हे समजले. चीन आणि भारत यांच्यात सांस्कृतिक देवाणघेवाण होण्याच्या दृष्टीने जेथे 'शोधनिबंध' वाचला जाणार होता तेथे ते हजर झाले. जेमतेम शंभर प्रोफेसर आणि सामाजिक प्रतिनिधी समोर 'दहा' मिनिटात पेपर वाचले जाणार होते. लेखक लक्ष्मण गायकवाड यांनी हिंदीतून पेपर वाचला. त्यामध्ये त्यांनी 'चीन' व भारतीय संस्कृती जवळची असल्याचे सांगितले. जगात मार्क्स, लेनीन, माओ-त्से-तुंग जसे समाजसुधारक आहेत तसे फुले, आंबेडकर, म. गांधी यांच्यासारखे जागतिक पातळीवरील समाजसुधारक होऊन गेल्याचे सांगितले, शेवटी ते म्हणाले की, एकमेकांच्या देशातील साहित्य संस्कृतीचा वारसा जतन करून शांतीचा संदेश देण्याचे कार्य विज्ञान युगात जगाला पुढे घेऊन जाईल.(पान नं ५०) दुसऱ्या दिवशी गणेश देवी व लेखकांनी तेआननमेन चौक पाहिला. 'वांगलूने' भव्य मार्केट दाखवले. आदर्श शेतकऱ्याचा पुतळा, उत्तम स्वयंपाकीचा पुतळा, हॉटेल कारागिराचा सुद्धा पुतळा उभारून त्यांच्यासारखे इतरांनी काम करावे हा उद्देश असल्याचे वांगलूने सांगितले. म्हणजेच चीनमध्ये अंगमेहनतीला, श्रमाला प्रथम स्थान आहे. तर याउलट भारतात श्रमाची अवहेलना केली जाते. यावर लेखकांना वाटते की, जाती धर्मामध्ये तेढ निर्माण करणाऱ्या नेत्यांचे पुतळे काढून टाकून त्या ऐवजी शेतकऱ्यांचे व अंगमेहनत करणाऱ्या गाढव प्राण्याचे प्रतीक म्हणून उभे करायला हवे. याच मार्केटमध्ये पाचूच्या व मोत्यांच्या माळा खरेदी केल्या. त्यानंतर त्यांनी चींग डायना सिटी राजवाडा पाहिला. तेथे 'तारू शिया' या लेखकाने खूप काही लिहून ठेवले आहे. ऐतिहासिक पुरावे जतन करणारे म्युझियम पाहिले. त्यानंतर नाटक पाहिले. सामान्य माणसांची पिळवणूक करीत राजा-राणी कसे विलासी जीवन जगत होते याचे चित्र नाटकात दाखवले गेले. त्यानंतर चीनमधील वास्तव परिस्थितीतील सिनेमा पाहिला.

त्यानंतर बिजिंगमधील विद्यापीठ पाहिले. विद्यापीठाचे कुलगुरू सायकलवरून

प्रवास करीत होते. साम्यवादी शासनव्यवस्थेचा शिक्षण व इतर व्यवस्थेवर कसा परिणाम झाला त्याचे चित्र एका प्राध्यापकाने सांगितले. प्रध्यापकाला १२०० युवान पगार तर ड्रायव्हरला १५०० युवान पगार मिळतो. शिक्षणदान करणाऱ्या माणसांची ही कुचंबणा होत असल्याने ते आपल्या घरामध्ये टेलिव्हिजन किंवा फ्रीज विकत घेऊ शकत नाही. परंतु श्रम करणाऱ्या माणसांना सरकार अधिक सवलती देते. संपूर्ण चीनमध्ये शिपाई नावाची सेवा अस्तित्वात नाही. म्हणजेच एकीकडे चीनमध्ये श्रमशक्तीला महत्त्व आहे तर दुसरीकडे बुद्धिवाद व लोकशाहीची कुचंबणा होत आहे. चीनमध्ये डॉक्टर, इंजिनीअर झालेल्या विद्यार्थ्यांना परदेशी जाता येत नाही. जायचे असेल तर केलेल्या खर्चाची परत फेड सरकारला द्यावी लागते. भारतात मात्र उच्चपदस्थ शास्त्रज्ञ, इंजिनीअर्स, डॉक्टर्स हजारोंच्या संख्येने परदेशी जाऊन नाव कमावतात. यातून त्यांना चीनमधील व भारतातील देशनिष्ठा, राजनिष्ठा यातील तफावत जाणवते. चीनमधील शेतकऱ्यांना चांगल्या सुविधा सरकार पुरविते. मुलांपेक्षा मुली आघाडीवर आहेत. मुलगी जन्माला यावी म्हणून लोक प्रार्थना करतात. जीवनावश्यक वस्तू चीनमध्ये अत्यंत स्वस्त दरात, स्थिर किंमतीत पुरवल्या जातात. तर चैनीच्या वस्तू महाग मिळतात. चीनमधील महिला ह्याच खऱ्या शेतकरी. शेतीचे संपूर्ण तंत्रज्ञान त्यांना अवगत असते, त्या पालेभाज्या मार्केटमध्ये जाऊन विकतात. अशा प्रकारची सर्व माहिती वांगलूने त्यांना सांगितली.

चीनमधील सुप्रसिद्ध 'ग्रेट वॉल' त्यांनी पाहिली. तेथून त्यांनी भेटवस्तू विकत घेतल्या. चीनच्या अस्मितचे प्रतीक असलेली ड्रॅगनची प्रतिमा पाहिली. तेथील कडक शिस्त व माणसांच्या राहणीमानातील टापटीपपणा जाणवला. रेल्वेने प्रवास करीत असताना चीनमधील हिरवागार निसर्ग पाहिला. स्वच्छता राखण्यासाठी रेल्वेस्टेशनवर रेल्वेगाडी थांबत असताना 'टॉयलेट लॉक' केली जात होती हे समजले. त्यानंतर मेंगराज घराण्याचे संग्रहालय पाहिले. 'कनफ्युशिअसची' समाधी पाहिली. येथील म्युझियममधील ऐतिहासिकदृष्ट्या सर्व पाहिल्यावर लेखकांना चीनच्या लोकांचे कौतुक वाटून त्यांच्या विषयीची मनातील नकारात्मक भावना कमी झाली. त्यांच्या विषयीचे भारतीय मानसिकतेतील गैरसमज उलगडत गेले. 'लिचिंग चाऊ' या कवयित्रीचे खूप मोठे स्मारक पाहिले. चीनचा थोर विचारवंत 'कनफ्युशिअस' यांचे गाव पाहिले. जुन्या पिढीतील ड्रॅगन्सचे शिल्पाकृती आणि पुष्किनचा पुतळा पाहिला. एका जुन्या टेंपलमध्ये बुद्धाची मूर्ती पाहिली. आणि जगामध्ये सर्वदूर बुद्धांचे विचार पसरल्याची जाणीव झाली. त्याच वेळी भारतात मात्र बुद्धांच्या विचाराला विरोध करून उच्च-नीचता व जातीवाद निर्माण होऊन माणसांना पशुतुल्य जीवन जगण्यास भाग पाडले. त्यानंतर झिनान येथील एका मार्केटमध्ये चीनी महिला पुरुषांचे व स्त्रियांचे केस कापताना पाहून तेथील स्त्री-पुरूष भेदभावच नष्ट झाल्याचे समजले. तेथील स्त्रिया

बसेस, टॅक्सी चालवताना पाहून सर्वच क्षेत्रामध्ये स्त्रियांनी क्रांती केल्याचे दिसले.

एका संध्याकाळी 'शिटुंग' प्रांतातील लेखक, कवींनी भारतीय शिष्टमंडळाचा परिचय करून घेतला. आम्ही काय काय लिहितो? हे सांगताना लेखक लक्ष्मण गायकवाडही मागे राहीले नाहीत. तर त्यांनी 'उचल्या' आत्मकथनातील उतारा वाचून दाखवला. भारतात दलित समाज कसा जगतो ? त्याचे चित्र त्यांनी सर्वांना जेव्हा सांगितले तेव्हा 'रमाकांत रथ' यांना मात्र ते आवडले नाही. कारण त्यांच्या मते देशाची इज्जत त्या सांगण्यात गेली. उलट लेखकांचा हेतू मात्र हाच होता की, 'सांस्कृतिकदृष्ट्या भारत देश वेगळा असून साहित्य जगामध्ये जनतेचे कसे प्रतिबिंब उमटते आहे'. चीनमध्ये सर्व धर्मीय समानतेने वागतात. फक्त एकच आपत्य होण्याची परवानगी सर्वांना असते. फक्त अपवाद मुस्लीम धर्म. त्यांना मात्र दोन मुले असण्याची परवानगी दिली जाते. ही माहिती मुस्लीम लेखकांकडून त्यांना समजली. तेव्हा त्यांना आश्चर्य वाटले.

चीनमधून भारतात परतण्याचे दिवस जवळ येऊ लागले. तेव्हा लेखकांना चीनमध्ये जसे चांगले पहावयाला मिळाले तसे वाईटही मिळाले. येथील तरुण मुले नकली नोटा देऊन असली डॉलर्स प्रवाशांकडून घेतानाही त्यांना दिसली. बिजिंगमधील जलाशय पाहताना त्यांना माथेरान, महाबळेश्वरची आठवण झाली. सांस्कृतिक दृष्टी नसल्याने माथेरानात आंतरराष्ट्रीय म्युझियम तयार होऊ शकले नाही याची खंत त्यांना वाटून राहिली. चीनमध्ये लेखक रस्त्याच्या कडेने फिरत असताना एक चिनी महिला आपल्या मुलाला मारत होती. त्याचे कारण त्यांना समजले की, मुलगा शाळेत जाण्यास नकार देतो आहे. चीनमध्ये जेवण केल्यानंतर टरबूज खाण्याची परंपरा असल्याचेही त्यांना जाणवले. स्त्री-पुरुष सायकल चालवतात, अंगमेहनत करतात. त्यामुळे तेथील वयोवृद्ध माणसेही तरूण वाटतात. ही अनुभूती आली. 'चिनी लोक नकटे, दिसायला धाकटे असले तरी बुद्धिमत्तेने व शौर्याने श्रेष्ठ दिसतात. देशाशी, संस्कृतीशी इमान राखतात. स्वार्थासाठी शरणागती पत्करत नाही' हे ही दिसून आले. याउलट 'भारतीय माणूस लेखकांना हार पत्करणारा, गुलामी स्वीकारून मुजरा करणारा वाटतो. देशहिताला, मानवीहिताला प्राधान्य न देता उच्च-नीचतेला प्राधान्य देणारा वाटतो.'

पंधरा दिवसांच्या दौऱ्यात ते चीनी संस्कृतीशी एकरूप झाले होते. परंतु पासपोर्ट, व्हिसा यासारख्या बंधनामुळे परतीचा प्रवास करावा लागणार होता. दुःखी अंतःकरणाने ते जेव्हा निघाले तेव्हा, चीनच्या मैत्रीच्या धारा निर्मळपणे त्यांच्या डोळ्यातून वाहत होत्या. माणुसकीच्या जातीचा सुगंध त्यांनी त्यावेळी अनुभवला.

स्थळ वर्णन -

१) बँकॉक शहर -

सुंदर, दैदिप्यमान, अप्रतिम शहर. अलिशान अशा बँकॉकच्या एअरपोर्टवर आंतरराष्ट्रीय दर्जाचे सुसज्ज मार्केट होते. सर्व व्यवहार डॉलर मधून चालनाऱ्या मार्केटच्या बाजूला उत्तम सुविधा आलेले हॉटेल होते. बँकॉकच्या एअरपोर्टवरती उत्तम स्वच्छता, टापटीप होती. भारताच्या प्रवाशांना कळण्यासाठी इंग्रजी बरोबर हिंदीतून सुचना देण्यात येत होत्या. पायाच्या नखापासून ते डोक्याच्या केसांपर्यंत सुंदरता लाभलेल्या स्त्रियांचा तेथे खजिनाच लेखकांना दिसला. स्त्रियांच्या बोलण्यातील स्वाभिमान व बिनधास्तपणा पाहून लेखकांना आष्चर्य वाटत होते. बँकॉकचे सौंदर्य, तेथील प्रगती, तेथील माणसे पाहून ते भारावून जातात.

२) बिजिंग शहर -

चीनची राजधानी असलेल्या या शहरातील 'इंटरनॅशनल हॉटेलच्या' बाहेरचा देखावा, ऐसपैस जागा, व्यवस्थित मांडणी पाहून तो त्यांना 'राजमहाल' वाटला. कोणतीही वस्तू मागितली तरी मिळेल अशी व्यवस्था असलेले ते हॉटेल पाहून ते चक्रावून गेले. एकदा वापरलेले सामान पुन्हा त्या रूममध्ये दिसायचे नाही. नवीन आणून ठेवलेले असायचे. बाथरूममध्ये, बेसिनमध्ये, टॉयलेटच्या ठिकाणी वेगवेगळे टॉवेल होते. एकदा फोडलेली शाम्पूची बाटली, साबण, अत्तरची बाटली पुन्हा वापरली जात नसे. त्या हॉटेलचा थाटमाट राजेशाही वळणाचा असल्याने त्या आनंदमय वातावरणात ते इतके रमले होते की, जगातील कोणतीही दुःख त्यांना स्पर्श करू शकत नव्हती.

बिजिंगमधील अकादमीचे ऑफिस म्हणजे तीनशे वर्षापूर्वीचा भव्य राजवाडा त्यांना वाटत होता. एका प्रिन्सची फॅमिली तेथे राहत असल्याने सांस्कृतिकदृष्ट्या महत्त्व होते. वेगवेगळे नक्षीकाम केलेले शिल्प तेथे होते. तीनशे वर्षापूर्वी केलेली रंगरंगोटी अजूनही व्यवस्थित होती.

बिजिंगमधील एका प्रिन्सच्या जुन्या राजवाड्यात त्यानंतर लेखक गेले. हा राजवाडा म्हणजे पन्नास एकरमध्ये बांधलेला विस्तिर्ण किल्ला. त्यामध्ये राणीचा महाल, प्रिन्ससाठी वेगवेगळ्या रूम्स, न्यायनिवाड्यासाठी दिवाणखाना, राणीच्या आंघोळीसाठी तलाव, राजाला फिरण्यासाठी गार्डन, राजा-राणीच्या स्मृतीसाठी शेकडो वर्षाची जुनी भांडी, खुर्च्या, व सिहांसन होते. हा प्रिन्सचा राजवाडा हजारो लोकांना वेठबिगारी बनवून त्यांच्या मेहनतीवर बांधला गेला असल्याची शंका लेखकांना येते.

बिजिंग शहर म्हणजे जागतिक संस्कृतीचे एक चालते बोलते संग्रहालयच.

रूंदच रूंद, चकचकीत व स्वच्छ रस्ते होते. रस्त्याच्याकडेला हिरवीगार झाडी, मध्येमध्ये रंगबेरंगी फुलांचे ताटवे होते. चौकातील रंगबेरंगी कारंजी जणू काही हात जोडून स्वागताला उभी असल्याचे जाणवले. या शहरातील हजारो स्त्री-पुरुष सकाळी सायकलीवरून वेगाने कामाला जाताना एखाद्या चौकात सिग्नल सुटल्याबरोबर जणू काही सायकल स्पर्धा चालू असल्याचे जाणवले. तेथे बसेस, टॅक्सी महिला चालवित होत्या.

बिजिंगमधील 'तेआननमेन' चौक म्हणजे अवाढव्य चौक. म्हातारे, स्त्री-पुरुष चौकामध्ये पंतग उडवताना पाहून चीनमध्ये किती आनंदी जीवन जगणारे लोक आहेत हे जाणवले.

त्यानंतर लेखकांनी 'चींग डायना सिटी राजवाडा' पाहिला. भव्य आणि मोठ्या राजवाडयात सुबक नक्षीकम केले होते. राणीच्या पोहण्याच्या तलावात कमळाची फुले होती तर तलावाच्या कडेने पाण्याचे कारंजे होते. राजवाड्यात राणीचा व राजाचा महाल 'एकशे साठ मीटर' लांबीचा होता. त्याच्या बाजूला 'शिशा हाय' नावाची नदी वाहत असून राजवाड्याबाहेर सुंदर गार्डन होती. सांस्कृतिक विभागाचे कार्यालय होते. वेगवेगळ्या घराण्यांनी लावलेली ती झाडे काही सातशे वर्षापूर्वीची, काही तीनशे वर्षापूर्वीची होती. बाजूला असलेल्या म्युझियममध्ये पाचशे वर्षापूर्वीचे ऐतिहासिक पुरावे, लिखित दस्तऐवज जतन करून ठेवले होते.

३) ग्रेट वॉल -

इलेक्ट्रॉनिक पाळण्यात बसून किमान २० हजार फुट उंचीवर जेव्हा लेखक गेले, तेव्हा त्यांना आकाशाला भिडलेली अवाढव्य भिंत दिसली. ग्रेट वॉलवरून दिसणारा देखावा स्वर्ग सुखाहून अधिक वाटत होता. समुद्रावरून, डोंगरावरून, किंवा खोल दरीतून ती हजारो कि.मी. दिसत असलेली ही भिंत कल्पनेच्या बाहेरची वाटत होती. या भिंतीची रूंदी 'पंधरा ते वीस' फुटापेक्षाही जास्त होती. त्यामुळे एकाच वेळी हातात हात घालून दहा माणसे चालू शकतील असे त्यांना वाटते. भिंतीवर चढण्यासाठी पायऱ्या असून टेहळणीसाठी मनोरा टाईप चौकी होती. अशा या भिंतीचा काही भाग इसवी सनापूर्वी बांधलेला असून काही भाग इसवी सन पंधराशेच्या सुमारास बांधलेला आहे. चार हजार वर्षापूर्वीची ही भिंत अजूनही सुस्थितीत टिकून आहे. ही भिंत बांधताना आलेल्या अडचणी लोकांना समजू नये याची काळजी राजाने घेतलेली होती हे कळाले. अशा या चीनी भिंतीचा सुंदर नजराना पाहून लेखकांना चंद्रावर असल्याची अनुभूती आली. ट्रॉलीमध्ये बसूनच त्या उंच ग्रेट वॉलवरून ते खाली उतरले.

४) कनफ्युशिअसची समाधी -

चीनच्या इतिहासात सर्वात तत्त्वज्ञ, बुद्धिवान समजल्या जानाऱ्या कनफ्युशिअसची समाधी हजारो एकर जमिनीमध्ये होती. कनफ्युशिअसची बुद्धिमत्ता तीक्ष्ण होती. त्याच्या बुद्धिमत्तेचे वर्णन करताना लेखक म्हणतात, एकदा राजाच्या विरुद्ध प्रजेने जेव्हा उठाव केला तेव्हा गोंधळलेल्या राजाला कनफ्युशिअसने सल्ला दिला होता की जंगलाला आग लावून ते पेटलेले जंगल बेकार फिरणाऱ्या प्रजेला विझवण्याचे सांगितले तर एकीकडे प्रगजेला काम मिळेल तर त्याच वेळी दुसरी कडे प्रजेचा विरोधी उठाव शांत होईल. अशा या बुद्धिवंत व्यक्तीला चीनची जनता देवासमान मान देते. म्युझियममध्ये पुष्कळ उंच प्रतिमा उभी केलेली असून तिथे लोक सतत भेट देत असतात. कनफ्युशिअसच्या गावातही २० फूट उंचीचा एकाच दगडाचा पुतळा तयार केला आहे. हे स्मारक एक हजार ऐंशी वर्षापूर्वी बांधण्यात आले आहे. अशा विचारवंतांच्या विचारांनी चीनमध्ये बारा राज्ये चालतात.

५) बिजिंगमधील ग्रंथालय -

ग्रंथालय म्हणजे जणू एक अवाढव्य विद्यापीठच होते. एका मजल्यावर असलेले हे ग्रंथालय पाहण्यासाठी एक तास जात होता. आपणाला हवी असलेली पुस्तके संगणकाला फीड केली की, ॲटोमॅटिक ट्रेनमधून मिळायची. परंतु ठरलेल्या वेळेत पुस्तके वाचून परत करण्याचाही नियम होता. अनेक भाषांतील शेकडो पुस्तके पाहून हे ग्रंथालय म्हणजे पुस्तकांची खाण वाटते. पुस्तकांची संख्या विपुल असूनही फाटलेली किंवा वाळवी लागलेली पुस्तके दिसत नव्हती. दूरदर्शनचे कार्यक्रम पाहण्यापेक्षा वाचनालयात जाऊन ज्ञान मिळवणे, भाषा शिकणे या बद्दलची जिज्ञासा तेथील तरुण मुलामुलींमध्ये दिसत होती. या ग्रंथालयात १९९२-९३ पर्यंतची हिंदी व इंग्रजीची भारतीय पुस्तकेही पाहावयास मिळाली. यामध्ये कालिदास, रवींन्द्रनाथ टागोर, संत कबीर, सर्वपल्ली राधाकृष्णन, निर्मल वर्मा यांची पुस्तके पहावयास मिळाली. अशा या ग्रंथालयात लेखक लक्ष्मण गायकवाड यांनी सहित्य अकादमीने अनुवादित केलेले 'उठाईगीर' नावाचे पुस्तक भेट दिले.

व्यक्तिदर्शन -

प्रवासवर्णनात व्यक्तिदर्शनाने अधिक रंग भरला जातो. प्रवास करणाऱ्या लेखकाला प्रवासात एखादा प्रवासी, एखादा वाटाड्या, सोबती, अनेक तऱ्हांची स्वभाव असणारी माणसे भेटतात. त्यांच्यामुळे प्रवासवर्णनात विशेष जिवंतपणा येतो. कारण ही भेटलेली माणसे प्रवासात सहज भेटलेली असतात. परंतु त्यांच्या भेटण्याने प्रवासविषयक अनुभवाला एक 'अनुभव' म्हणून म्हणून मुल्य प्राप्त होते. सचित्रता

प्राप्त होते. 'चिंनी मातीचे दिवस'' या लक्ष्मण गायकवाड यांच्या प्रवासवर्णनातही सचित्रता काही व्यक्तिदर्शनामुळे आलेली दिसते अशी काही व्यक्तिदर्शने पुढीलप्रमाणे

१) इंद्रनाथ चौधरी -

चीनच्या प्रवासाला प्रेरणा देणारे साहित्य आकादमीचे हे सेक्रेटरी म्हणजे बंगालचे खरे जादूगार. आपल्या मृदूभाषेने प्रत्येक साहित्यिकाला मंत्रमुग्ध करतात. प्रेमाने जिंकतात. अंगापिंडाने मजबूत, एरंडीसारखी उंची, हसतमुख चेहरा त्यांच्या व्यक्तिमत्त्वाची खास वैंशिष्टे. त्यांच्या चेहऱ्यावरच विद्वतेची आणि बुद्धिमत्तेची लय दिसते.

२) श्री गणेश देवी -

चायनाच्या शिष्टमंडळातील लेखकांचा एक सदस्य. गोरागोमटा, भरपूर उंची, नाक सरळ असलेला, डोक्यावर टक्कल असलेला हा पंचेचाळीस वर्षांचा माणूस लेखकांना जर्मन माणसांसारखा दिसत होता. नाव 'स्त्री लिंगी' असले तरी तो त्यांना जंटलमेन वाटतो. चिनी प्रवासात मराठी बोलणारा हा गृहस्थ भेटल्याने लेखकांना आनंद होतो. कोल्हापूरच्या शिवाजी विद्यापीठामध्ये काम करणारा हा माणूस गोड स्वभावाचा असल्यामुळे, व बोलणे साधे, सोपे, सरळ असल्याने प्रवासात मित्र बनला. त्यामुळे लेखकांचा प्रवास सुखाचा झाला.

३) वांगलू -

चीनच्या सांस्कृतिक आकादमीचे हे गृहस्थ. भारतीय शिष्टमंडळाच्या संपूर्ण प्रवासाचे सोबती. एखाद्याला प्रवासात उशीर झाला तर चेहऱ्यावर आठ्या पाडून रागावणारे. चीनमधील सांस्कृतिक परंपरेचे बारकाईने दर्शन घडविणारे हे गृहस्थ. तरुण असलेल्या वांगलूचा भारतीय शिष्टमंडळाला इतका लळा लागला होता की, ते संपूर्णपणे फितूर होऊन चीनमधील अनेक गंमती-जमती सांगतात.

४) ए. पी. सिंहल -

चीनमधील विद्यापीठातील हे भारतीय प्रोफेसर. भारतीय संस्कृती व हिन्दी शिकवण्यासाठी विद्यापीठात आलेले. त्यांनी तेथील बऱ्याच विद्यार्थ्यांना कथ्थक नृत्य व हिन्दी बोलण्यास शिकवले. त्यामुळे तेथील विद्यार्थी 'शिशा' म्हणण्याऐवजी 'नमस्कार सर' असे म्हणू लागले होते. विद्यापीठातील स्वावलंबी वृत्तीही ते सांगतात. सरकारने तेथील शेतकऱ्यांना दिलेल्या सुविधांविषयीची माहिती सांगतात. जीवनावश्यक वस्तूंच्या बाजारभावाविषयी माहिती सांगतात. सिंहल गेली चार-पाच वर्ष तेथे राहत असल्याने उत्तम चिनी भाषा बोलू लागतात.

याशिवाय अकादमीचे अध्यक्ष व्ही. डींग, विद्यापीठाचे कुलगुरू, मिस चिंतुग

सेन चे अशा चीनमधील व्यक्तिदर्शनाने या प्रवासवर्णनाला सचित्रता जशी प्राप्त झाली तशी भारतीय शिष्टमंडळातील मिसेस गगन गिल, प्रा.नागराज, सच्चिदानंद यांच्यामुळे प्रवासाला अनुभवमूल्य प्राप्त झाले.

संस्कृती, परंपरा दर्शन -

लेखक लक्ष्मण गायकवाड यांना चीनमधील संस्कृती, परंपरा, रीतिरिवाज यांचे दर्शन घडले. भांडवलशाहीच्या विरोधात रक्तरंजीत क्रांती होऊन, राजे-महाराजे, जमीनदारांच्या कत्तली होऊन त्यांच्या वस्तूंची, दागिन्यांची व राजमहालाची कशी जपणूक केली जाते हे त्यांनी पाहिले. चीनमध्ये आदर्श काम करणाऱ्यांचे पुतळे उभारले जातात. श्रमाला प्रतिष्ठा प्राप्त करून देण्याची त्यांची परंपरा एकीकडे आहे तर दुसरीकडे शिक्षणदान करणाऱ्या प्राध्यापकांना कमी पगार देऊन कुचंबणा केली जाते. तेथील म्युझीयममधील, हॉटेलमधील स्वच्छता, टापटीप कौतुक करण्यासारखी आहे हे जाणवले. तेथील सांस्कृतिक खात्याने हजारो वर्षांपूर्वीचा सांस्कृतिक ठेवा कसा जतन केला आहे हे त्यांनी पाहिले. चीनमध्ये त्यांनी आठ-नऊ पात्रांचे नाटक पाहिले. वाजंत्र्यांचा आवाज ऐकला. वास्तवाला धरून असलेला सिनेमाही पाहिला.

तेथील शेतकरी जीवनाची परंपरा त्यांनी पाहिली. शेतकऱ्यांना सरकार चांगल्या सुविधा देते, कसण्यासाठी तीन-चार एकर जमीन देते, शेतकऱ्याची बायको सायकलवरून शेतात जात असते हे ही त्यांनी पाहिले.

चीनमध्ये मुलगा-मुलगी यांच्यामध्ये कसलाच भेदभाव केला जात नाही.

उलट सर्वच क्षेत्रात मुली आघाडीवर असल्याने मुलगी जन्माला येण्यासाठी प्रार्थना केली जाते. चीनमधील शेतकऱ्यांच्या स्त्रियांच्या गळ्यात कसलेही दागदागिने नसतात. गळ्यात मंगळसूत्रही नसते. फक्त शोभेसाठी मोत्याची माळ असते. मात्र शेतकऱ्याची बायको असतानाही केसांचा कट त्यांना मारलेला दिसत होता. चीनमध्ये भिकारी भिक मागत होता परंतु त्याचे कपडे स्वच्छ होते.

ग्रेटवॉल जवळील डोंगराच्या पायथ्याशी असलेल्या बागेमध्ये जबडा उघडलेली, दोन शिंगे असलेली राक्षसी प्रतिमा त्यांनी पाहिली. ते चीनच्या अस्मितेचे प्रतीक असलेले ड्रॅगनचे चित्र होते. चीनमधील कोणत्याही जातीधर्माचा, पंथाचा मनुष्य 'डायनासोर ड्रॅगनला' देव मानतो. त्याला फिनिक्स पक्षाची प्रतिमा समजतात.

भारत-चीन संस्कृतीचे तुलनात्मक विवेचन -

चीन व भारत या दोन्ही देशांची संस्कृती महान आहे, जुनी आहे. तरीही लेखकांनी या दोन्ही देशाच्या संस्कृतीमध्ये तुलनात्मक विवेचन या प्रवासवर्णनात जागोजागी केले आहे. मुळातच सुंदरता लाभलेल्या चीनमधील स्त्रिया पुरेशासारखी टाय, कोटसारखी वेशभूषा करून बिनधास्तपणे वावरताना दिसतात. तसे, एका

परिघाच्या बाहेर स्त्रियांना जाऊ न देण्याची भारतीय संस्कृती दिसते. संस्कृतीच्या नावाखाली स्त्रियांना तिने करकचून बांधले आहे. चीनमध्ये श्रमाला प्रथम स्थान दिले जाते तर याउलट भारतात श्रमाची अवहेलना केली जाते. चीनमध्ये ऐतिहासिक ठेवा जतन केला जातो तर भारतीय सांस्कृतिक खात्याचे ऐतिहासिक ठेव्यावर लक्ष नसते.

चीन व भारताची संस्कृती अत्यंत जवळची. फरक एवढाच की, आपल्यावर अनेकांनी आक्रमणे करून राज्य केले, त्यांना भारतीयांनी सलाम केला. परंतु, चीनमधील लोकांनी लढाऊपणा कायम ठेऊन देशाची संस्कृती जपली. चीनमध्ये शेतकऱ्याची बायको शेतातील पालेभाजी मार्केटमध्ये जाऊन विकते. मात्र भारतातील शेतकऱ्याच्या बायकोने बैलगाडी चालविली, सायकल चालविली तरी तो चर्चेचा विषय होतो.

चीनमधील रेल्वेस्टेशनसारख्या सार्वजनिक ठिकाणी स्वच्छतेसाठी कडक शिस्त दिसत होती. पान खाऊन कोठेही पिचकारी मारून लाल केलेली जागा दिसत नाही तर भारतात मात्र याची अंमलबजावणी होत नाही. चीनमध्ये रेल्वे स्टेशनवर थांबण्यापूर्वी पाच मिनिटे अगोदर गाडीतील टॉयलेट लॉक केली जातात. भारतात स्टेशनवर मात्र दुर्गंधीच दिसते.

भारतातील लोक राष्ट्रहितापेक्षा, मानवी हितापेक्षा जाती-धर्माला, उच्चनिचतेला अधिक महत्व देतात. मात्र मानवी मूल्यांसाठी, स्त्री-पुरुष समानतेसाठी एकत्र येऊन संघर्ष करीत नाहीत. याउलट चीनमधील माणसे देशहितासाठी, संस्कृती टिकवून ठेवण्यासाठी पुढे येतात. भारत देश सांस्कृतिकदृष्ट्या जराही कमी नाही. परंतु भारतातील धर्मवाद, जातीभेद, प्रांतभेद नष्ट व्हायला हवा असे लेखकांना वाटते.(पान नं ३४) चीनमधील चहा आणि खाद्यसंस्कृती महान असून ती जगभर पसरलेली आहे. 'प्रत्येक कुटुंबात एकच मूल' या नियमामुळे मुलाचे पालनपोषण, शिक्षण व्यवस्थित होऊन भावी पिढी कर्तृत्ववान बनण्याविषयी जिद्द बाळगली जाते.

भारत चीन महोत्सवातील भाषण -

मानवी संस्कृतीचा जन्म हा एकाएकी होत नाही तर हजारो वर्षांच्या उदरात मानवाच्या जगण्या मरण्यातील संघर्ष व सलोख्यातून होत असतो, असे लोकांना वाटते. जग झपाट्याने जवळ येत असल्याने ज्ञान विज्ञानाच्या सीमा माणसाने ओलांडल्या आहेत अशा जागतिक पर्यावरणात चीनमध्ये भारत महोत्सव भरविला जात आहे. भारतीय राज्यघटना, परंपरा, संस्कृती, महान असल्याचे ते सांगतात.

प्राचीन काळी असलेला समाज व त्यांची संस्कृती याविषयी आपले मत ते व्यक्त करतात. सुरुवातीला भयमुक्त असलेला माणूस जेंव्हा टोळी करून राहू लागला तेंव्हा सहजीवनाची, सहकार्याची भावना वाढीस लागून स्वसंरक्षणासाठी

मानवी समाजाचा उदय झाला. त्यासाठी नीतिनियमांची आवश्यकता भासून त्यातूनच संस्कृतीची निर्मिती झाली. त्या संस्कृतीतच मानवाचे ईश्वररूपी उदात्त रूप दिसू लागले " विश्वाचा निर्मिक अदृष्य व शक्तिमान असून तोच विश्वाचा गाडा चालवितो" ही मानवाची आदीम संस्कृतीची कल्पना. आर्यांनी अनार्यांना जिंकले त्यांच्या जेत्या संस्कृतीतून वर्णव्यवस्थेची निर्मिती होऊन वेद, पुराण, श्रृती, स्मृती अशा ग्रंथांमधून ऋषीमुनींनी आर्यसंस्कृतीचा विकास केला परंतु वर्णव्यवस्थेसारख्या विषम समाजरचनेत बंडखोर तत्त्वज्ञानाची निर्मिती होऊन बुद्ध, नानक, महावीर, बसवेश्वरासारखे धर्म पुरुष निर्माण झाले. विषाल अशी भारतीय संस्कृती एकधर्मिय, एक भाषिय नाही. या संस्कृतीच्या उदरात अनेक धर्मपंथांचा, भाषांचा, परंपराचा, समाजगटांच्या चालीरीतींचा, समावेश होतो. हिंदू धर्म प्रचारकांनी 'संस्कृत' भाषेला 'देववाणी' मानल्यामुळे बहुजनसमाज ही भाषा अवगत करू शकला नाही. त्यांनी लोकभाषेचा वापर केल्याने तो समाज धर्मप्रवाहात येऊन भारतीय संस्कृती अधिक समृद्ध बनली. बहुजिनसीपणा वाढत जाऊन ती सतत प्रवाही बनली.

मध्ययुगीन कालखंडात भारतावर मुस्लीम राज्यकर्त्यांचा प्रभाव होता. साहजिकच त्यांनी आपल्या धर्माचा प्रचार व प्रसार केला. अनेक हिंदूंनी मुस्लीम धर्म स्विकारल्याने भारतीय जनजीवन, जनमानस बदलले. नव्या संस्कृतीला भारताला सामोरे जावे लागले. हिंदू-मुस्लीम परस्पर संघर्षातून व सहजीवनातून भारतीय संस्कृतीला व्यापक स्वरूप प्राप्त झाले. त्याच वेळी सामाजिक सलोख्याचा पुरस्कार करणारे संतसाहित्य उदयाला येऊन अनेक जाती जमातीतील संतांनी समतेचा संदेश दिला. सर्वजण ईश्वराची लेकरे आहेत, ईश्वरापुढे सर्वजण समान आहेत. अशी अध्यत्मिक समतेची मांडणी संतसाहित्यात व्यक्त केली. संत ज्ञानेश्वर, तुकाराम सारख्या संतांची अभंगरचना मराठी माणूस आजही वाङ्मयीन आणि अध्यात्मिक दौलत म्हणून जोपासतो आहे. संतांनी नव्या समाजनिर्मितीचे स्वप्न पाहिले.

इंग्रजांच्या आगमनानंतर त्यांचा भारतीय समाज व संस्कृतीवर दूरगामी परिणाम होऊन ज्ञान, विज्ञान, तंत्रज्ञानासारख्या पाश्चात्त्य संस्कृतीचे अनुकरण होऊन समुद्रगमन, परदेशगमन होऊन भारतीय समाज झपाट्याने बदलला. इंग्रजांनी नव्या सुधारणा भारतात केल्याने त्याचा भारतीय सम्राज्याच्या जगण्यावर-वागण्यावर परिणाम झाला. काही कालावधी नंतर इंग्रजांविरुद्ध जहाल-मवाळांनी आवाज उठविला. पारतंत्र्याविरुद्ध लढाई सुरू होऊन म. गांधीजींच्याकडे त्याचे नेतृत्व आले. सर्वसामान्य माणूस इतिहासाचा नायक बनला. त्यामध्ये स्त्रियांचा व विद्यार्थ्यांचा सहभाग वाढला. अखंड भारतात भावनिक ऐक्य निर्माण होऊन स्वातंत्र्यासाठी भारतीय जनता एकीकडे जशी लढत होती. तशी दुसरीकडे सामाजिक न्यायासाठी चळवळी करू लागली होती. म. फुले यांनी सुरू केलेले हे कार्य पुढे राजाराममोहन रॉय, आगरकर, प्रियारामस्वामी,

डॉ. आंबेडकर यांनी चालवले. डॉ. आंबेडकरांनी दलितांना माणूसपण मिळवून देऊन स्त्री शूद्रांना त्यांच्या हक्क अधिकारांची जाणीव करून दिली. पुढे गांधी, नेहरूंनी भारताला १५ ऑगस्ट १९४७ ला स्वातंत्र्य मिळवून दिले. व २६ जानेवारी १९५० रोजी भारत 'धर्मनिरपेक्ष, समाजवादी, लोकशाही राष्ट्र' म्हणून घोषित झाले. भारतीय राज्यघटनेने 'एक माणूस, एक मत' हे तत्त्व मान्य करून भारतीयांना स्वातंत्र्य, समता, न्याय, बंधुता या मानवी मूल्यांची हमी दिली. शिक्षणाच्या सार्वत्रिकीकरणामुळ लोक कल्याणकारी राज्याच्या कल्पनेमुळे सर्वसामान्य माणूस आपला हक्क आणि आधिकारासाठी जागरूक बनला. भारताच्या संस्कृतीची रचना ही लोकशाही, समाजवादी आणि धर्मनिरपेक्ष स्वरूपाची बनली.

स्वातंत्र्योत्तर काळात युवकांनी अनेक सांस्कृतिक चळवळी उभारल्या. त्याचा भारतीय साहित्यावर परिणाम झाला. मराठी साहित्यात १९६० नंतर विविध वाङ्मयीन प्रवाह निर्माण झाले. त्यामध्ये 'दलित साहित्य' हा एक सशक्त प्रवाह ठरला. त्यातच स्वातंत्र्यानंतर महाराष्ट्रात दलितांच्या, भटक्या विमुक्तांच्या, आदिवासींच्या, स्त्रियांच्या चळवळी उभ्या राहिल्या. या चळवळीची स्पंदने अनेक लेखकांनी आपल्या लेखनातून व्यक्त केली. त्यापैकी 'उचल्या' कार लक्ष्मण गायकवाड हे एक आहेत. 'उचल्या' या आत्मचरित्राला साहित्य अकादमीचा सर्वोच्च पुरस्कार लाभून अनेक विद्यापीठांनी त्याचा अभ्यासक्रमात समावेश केला आहे. भारतीय स्वतंत्र घटना हेच आजच्या संस्कृतीचे मुळाधार आहेत. भारताची प्रतिज्ञा ही प्रत्येक मुलाला राष्ट्रगीतासारखी तोंडपाठ असून तीच भारतीयांचा आदर्श आहे. भारतीय साहित्यात मराठीतील दलित साहित्याची विशेष चर्चा होईल असा आशावाद ते व्यक्त करतात. कारण 'दलित साहित्य हे वास्तववादी आणि जीवनवादी आहे.' असे त्यांचे मत आहे. असे हे दलित साहित्य फुले-आंबेडकरांच्या विचाराने प्रेरित झाले असून मानवमुक्तीचे आंदोलन आहे. स्वातंत्र्य, समता, न्याय, बंधुता या उच्च मानवी मूल्यांचा ते प्रचार करीत आहे. त्यांना नामदेव ढसाळांची कविता दलित चळवळीचा समर्थ उद्‌गार वाटते. तर दलित आत्मचरित्र सामाजिक दस्तऐवज बनली आहे. त्यामध्ये दया पवारांचे 'बलुतं', लक्ष्मण माने यांचे 'उपरा', लक्ष्मण गायकवाड यांचे 'उचल्या', शरणकुमार लिंबाळे यांचे 'अक्करमाशी' या आत्मचरित्रांचा समावेश होतो. त्यांचे अनेक भाषेत अनुवादही झाले आहेत.

साहित्य, संस्कृती, कला यांच्या संवर्धनासाठी भारत सरकरने स्थापन केलेल्या साहित्य अकादमी सारख्या संस्थेमुळे भारतातील अनेक भाषांतील महत्त्वाच्या ग्रंथांचे अनुवाद केल्याने भारतीय वाचकाला सर्वोत्कृष्ट पुस्तकांचे वाचन करणे सोपे झाले आहे. त्यामुळे साहित्य अकादमी ही संस्था एक महान संस्कृतिक केंद्र बनली.

भारत सरकार व चीन सरकार यांच्या सौजन्याने हा 'भारत महोत्सव' संपन्न

होत आहे. चीन सारख्या महान देशातील विविधतेने नटलेल्या भारताचा हा महोत्सव म्हणजे मोओ-त्से-तुंग व महात्मा गांधी यांच्या विचारांचा अपूर्व संगम. देशादेशांतील संस्कृती हीच खरी आजची संस्कृती आहे. हा महोत्सव म्हणजे विश्व समाजाची नांदी असून त्याची खरोखरच गरज आहे. प्रत्यक्षात चीनचा समाज व जनता पाहून त्यांना नातेवाईक भेटल्याचा अनुभव येतो. हे नाते जगाला विश्व शांतीचा संदेश देणारे ठरेल असे त्यांना वाटते.

प्रवासवर्णनाचा शेवट -

भारतीय शिष्टमंडळातील रमाकांत रथ, गणेश देवी, मिसेस गगन गील, प्रा.नागराज, सच्चिदानंद व लेखक लक्ष्मण गायकवाड यांचा पंधरा दिवसांचा चीनचा दौरा चीनी संस्कृतीशी एकरूप झाला होता. दुःखी अंतःकरणाने जेव्हा निरोप देण्याचा प्रसंग आला तेव्हा डोळ्यातून दुःख अश्रुच्या धारा वाहत होत्या. तर परतीच्या प्रवासाला लेखक निघाले तेव्हा चीनची संस्कृती किती महान आहे? भारत देशाची संस्कृती पुन्हा नव्याने उभारण्यासाठी काय करता येईल? आपल्या देशातील उच्चनिचता, धर्मभेद, अंधश्रद्धा, वाईट रूढी परंपरा नष्ट करून सर्वांना समान पातळीवर आणण्यासाठी समान न्याय, हक्क मिळवून देता येईल का? मानवी मूल्यांची क्रांती घडवून आणला येईल का? व भारतीय संस्कृती किती महान आहे हे जगाला दाखवून देता येईल का? अशा स्वरूपाचे प्रश्न लेखक लक्ष्मण गायकवाड यांना पडले.

दलित साहित्याच्या अनुभवाचे जागतिकीकरण -

महाराष्ट्रातील दलित जीवनामध्ये मोठ्या प्रमाणात बदल झाले आहेत. शेकडो वर्षांची सामाजिक विषमता काही प्रमाणात कमी झाली हे जाणवते आहे. तुलनेने दलित घटकामध्ये शिक्षणाचे प्रमाण जसे वाढले तशी गुणवत्ताही वाढलेली दिसते. जीवनाच्या सर्व क्षेत्रात दलित माणूस आत्मविश्वासाने प्रवेश करू लागला आहे. शेकडो वर्षांची प्रतिबंधित असलेली असंख्य क्षेत्रे त्यांनी काबीज करायची ठरवली आणि अशा परिस्थितीत खाजगीकरण, उदारीकरण, जागतिकीकरण यांचे वारे वाहू लागले आहेत. अशा परिस्थितीत या दलित शोषित घटकांची जागतिकीकरणाच्या रेट्यात कोणती व कशी स्थिती असेल हा खरा प्रश्न आहे.

अशा या जागतिकीकरणाचा परिणाम दलित साहित्यातही जाणवू लागला. **उदा.** भास्कर चंदनशिव यांच्या 'नवी वारूळे' आणि 'लाल चिखल' या कथांतूनही जागतिकीकरणाचे संदर्भ येतात. लहू कानडेसारखा दलित कवीही आपल्या कवितेत जागतिकीकरणाचा संदर्भ देताना म्हणतो की, अवघ्या जगाचं रूपांतर होताना एका ग्लोबल व्हिलनमध्ये.

श्री. उत्तम कांबळे यांनीही जागतिकीकरणाच्या कविता लिहिल्या आहेत. लेखक लक्ष्मण गायकवाड यांनीही आपल्या चीनच्या प्रवासात संस्कृतीविषयी शोध निबंध वाचला. कबीर, फुले, डॉ.आंबेडकर यांच्या कार्यामुळे भारतीय संस्कृतीमध्ये, दलित समाजामध्ये काय सांस्कृतिक बदल झाले? व बदलामुळे दलित साहित्यिकांनी नव्या संस्कृतीला कसा जन्म दिला याविषयी आपले मत त्यामध्ये नोंदविले. त्याचा इंग्रजी अनुवाद साहित्य अकादमीलाही त्यांनी पाठविला होता. परंतु इंग्रजीवर त्यांचे प्रभुत्व नसल्याने त्यांनी हिंदीतूनच तो शोध निबंध वाचला. हिंदी भाषेतील त्यांचे ते गोड शब्द ऐकून चीनच्या लोकांनी टाळ्या वाजवून त्यांना दाद दिली. दलित साहित्याच्या अनुभूतीचे जागतिकीकरण करताना ते म्हणतात की, भारतीय व चीनची संस्कृती जवळची असून जगच विज्ञानाने खूप जवळ आले आहे. जगामध्ये मार्क्स, लेनिन, मोओ-त्से-तुंग असे अनेक समाजसुधारक जसे आहेत तसे भारतात फुले, डॉ.आंबेडकर, महात्मा गांधी यांच्या सारखे समाजसुधारक आहेत. एकमेकांच्या देशातील साहित्य संस्कृतीचा वारसा जतन करून शांतीचा संदेश देण्याचे कार्य या विज्ञान युगात झाले तर जगाची प्रगती होईल.

शिटुंग प्रांतामध्ये एके दिवशी लेखक, कवी यांच्या भेटीचा कार्यक्रम होता. त्यामध्ये कोण काय लिहिते? हे सांगण्याची वेळ जेव्हा लेखक लक्ष्मण गायकवाड यांच्यावर येते तेव्हा ते आपल्या 'उचल्या' आत्मकथनातील पहिला भाग वाचून दाखवितात. श्री गणेश देवी त्याचे इंग्रजीतून भाषांतर करताना चीनच्या लोकांना माहिती देतात की, लक्ष्मण गायकवाड हे उपेक्षित समाजातील गृहस्थ, ना घर, ना शेती, ना माणूस म्हणून किंमत! तेव्हा ही त्यांची माहिती रमाकांत रथ यांना आवडली नाही. कारण आपल्या देशाच्या इज्जतीचा तेथे प्रश्न होता. यावर लेखक त्यांना म्हणतात की, येथे देशाच्या इज्जतीचा प्रश्न नाही, तर प्रश्न आहे भारतातील जातीव्यवस्था व दलित वर्गाला दिल्या जाणाऱ्या वागणुकीचा. दलितांनी जगलेल्या सत्य गोष्टी लोकांना सांगितल्या तर त्याचे वाईट वाटण्याचे कारणच काय? भारतीय शिष्टमंडळातील हा ताणतणाव पाहून तेथील लेखक कवींना लेखकांच्या 'उचल्यातील' भाग ऐकून घेण्याची उत्सुकता वाढली. तेव्हा त्यांनी भारतातील दलितांच्या व भटक्या विमुक्तांच्या जीवनाविषयी बरेच काही सांगून टाकले. सांस्कृतिकदृष्ट्या भारत देश कसा आहे, त्याचे साहित्य जगामध्ये कसे प्रतिबिंब उमटत आहे हा सांगण्याचा लेखकांचा या पाठीमागचा प्रयत्न म्हणजे दलित साहित्याच्या अनुभूतीचे जागतिकीकरण होय.

लेखकाचे व्यक्तिमत्त्व दर्शन -

'चिनी मातीचे दिवस' या लक्ष्मण गायकवाड यांच्या प्रवासवर्णनातील त्यांचे

व्यक्तिमत्त्व दर्शन म्हणजे वाचकांच्या प्रत्ययाला येणारे प्रवासी लेखकाचे व्यक्तिमत्त्व. म्हणजेच हे प्रवासवर्णन लेखकाच्या व्यक्तिमत्त्वाचा आरसा आहे. त्यांच्या व्यक्तिमत्त्वाचे जाणवलेले पैलू पुढीलप्रमाणे -

१) अभिरूची संपन्न व्यक्तिमत्त्व -

भारत सरकारने साहित्य अकादमीच्या सांस्कृतिक देवाण-घेवाण कार्यक्रमाच्या अंतर्गत त्यांची चीनमध्ये जाण्यासाठी निवड केली तेव्हा त्यांचा आनंद गगनात मावेनासा झाला होता. चीनमध्ये पहिल्यांदा जाण्याच्या कल्पनेने ते आनंदी झाले होते. विमान प्रवास असो, एखादे स्थळदर्शनाचा अनुभव घेत असताना, किंवा एखाद्या नवीन व्यक्तीची ओळख करून घेत असताना त्यांच्या अभिरूची संपन्न व्यक्तिमत्त्वाचा प्रत्यय येतो. चीनची संस्कृती असो, तेथील संसद, राजवाडे, ग्रेटवॉल पाहण्याच्या पाठीमागे त्यांच्या ठिकाणी अभिरूची संपन्नतेचा प्रत्यय येतो.चीनमध्ये आठ-नऊ पात्रे असलेले नाटक पाहिले, एक सिनेमा पाहिला, विविध कलाकृती पाहिल्या, बिजिंगमधील विद्यापीठ, ग्रंथालय पाहिले, शेतकरी जीवन अनुभवले यावरूनही त्यांच्या ठिकाणची असलेली अभिरूची संपन्नता समजते.

२) दलित समाजाविषयीचा स्वाभिमान व त्याचे मुक्तदर्शन -

फुले, आंबेडकर यांच्या कार्यामुळे भारतीय दलित समाजामध्ये कोणते सांस्कृतिक बदले झाले? त्या बदलामुळे दलित साहित्यिकाने नव्या संस्कृतीला कसा जन्म दिला? आपले मत चीनमधील 'भारतीय संस्कृती विषयी' वाचलेल्या शोधनिबंधात व्यक्त केले.आपल्या 'उचल्या' या आत्मचरित्राचा भाग चीनमध्ये वाचून दाखवित असताना शिष्टमंडळातील सदस्य रमाकांत रथ यांचा होत असलेला विरोध डावलून त्यांनी दलित वर्गाला दिल्या जाणाऱ्या वागणुकीचा व दलित जगलेल्या सत्य गोष्टींचे मुक्तदर्शन चीनमध्ये घडविले.

३) तुलनात्मक दृष्टी -

चीनमध्ये विमानप्रवास करीत असताना भारतीय व चीनच्या विमान प्रवासाची तुलना ते करतात. नवी दिल्ली व जुनी दिल्ली या दोन्ही शहरांची संस्कृती, रीतिरिवाज, स्वच्छता यांची तुलना ते करतात. बँकाक एअरपोर्टवरील अमेरिका,इंग्लड, फ्रान्स, जपान, या देशातील माणसामाणसातील फरक, भाषेचा वेगळेपणा, स्त्रियांची वेशभूषा, रंगरूप व भारतीय स्त्रियांची संस्कृती यांची ते तुलना करतात. अमेरिका, फ्रान्स, जर्मन,चीनसारख्या देशातील स्त्रियांच्या बाबतीतील स्वातंत्र्य, मुक्तता आणि भारतीय स्त्रीचे एका परिघाच्या आतील वर्तन यामुळे आपला देश अप्रगत राहिल्याचे ते वर्णन करतात. चीनमधील साडेसातशे वर्षांपूर्वीचे जहाज व बोट या सारखा ऐतिहासिक

ठेवा सांस्कृतिक खात्याने जपून ठेवलेला दिसतो. तर भारतातील ऐतिहासिक ठेवा उद्‌ध्वस्त झालेला दिसतो. हे त्यांच्या तुलनात्मक दृष्टीतून सुटत नाही. त्याचबरोबर चीनमधील व भारतातील शेतकरी जीवनाची तुलनाही ते करतात. चीनमध्ये स्त्रीला शेतीचे तंत्रज्ञान, मार्केट या बाबी अवगत आहेत. तर भारतीय शेतकरी स्त्रीला हे तर अवगत नाहीच उलट भारतात एखाद्या स्त्रीने साधी बैलगाडी चालविली,सायकल चालविली तरी तो भारतात चर्चेचा विषय होतो. चीनमध्ये स्त्रियांना स्वातंत्र्य दिले, त्यामुळे उत्पादनात वाढ झाली परंतु भारतीय स्त्रीला चार भिंतीच्या कैदखान्यात डांबून 'चूल आणि मूल' या दोनच गोष्टी करण्यास भाग पाडलेले दिसते. चीनमध्ये सार्वजनिक ठिकाणी स्वच्छतेविषयी शिस्त दिसते, भारतात मात्र अशी शिस्त नाही. चीनमध्ये संपूर्ण कसलेली हिरवीगार शेती दिसते, तर भारतात लाखो हेक्टर जमीन पडीक दिसते, चीनमध्ये राष्ट्रहिताला, मानवी हिताला महत्त्व दिसते तर भारतात धर्माला व उच्चनिचतेला महत्त्व दिसते. चीनमध्ये श्रमाला प्रतिष्ठा दिसते तर भारतात श्रमाची अवहेलना केली जाते. अशा प्रकारच्या बाबतीत त्यांची तुलनात्मक दृष्टी प्रत्ययाला येते.

४) देशाभिमान -

चीनची राजधानी बिजिंग येथील सेमिनारमध्ये भारताच्या संस्कृतिविषयी त्यांनी वाचलेल्या शोधनिबंधात भारतीय संस्कृतीचे वर्णन त्यांनी केले होते. चीनमध्ये बुद्धाच्या मूर्ती पाहिल्यानंतर भारतात जन्मलेल्या या बुद्धाने जगामध्ये शांतीचा संदेश देण्यासाठी बौद्ध धर्म स्थापन केला, याची आठवण त्या प्रसंगी त्यांना होते. भारत देश चीनपेक्षा जराही सांस्कृतिकदृष्ट्या कमी नाही.फक्त धर्मवाद, प्रांतवाद, जातीवाद नष्ट व्हायला हवेत. चीनप्रमाणे जुनी असलेली भारतीय संस्कृती नव्याने उभी करता येईल का? लहान मुलांना शाळेची गोडी लावून चीनमधील मुला-मुलींप्रमाणे बौद्धिक व शारीरिक शिक्षण देऊन वेगवेगळया क्षेत्रांमध्ये तरबेज पिढी तयार करता येईल का? आपल्या देशाची संस्कृती किती महान आहे हे जगामध्ये दाखवता येईल? या त्यांना पडलेल्या प्रश्नांवरून त्यांचा देशाभिमान समजतो.

५) वर्तनातील बिनधास्तपणा -

लातूरहून मुंबईच्या यांत्रिक जीवन जगण्यातील अनुभव असो, किंवा मुंबई-दिल्ली विमान प्रवास असो किंवा दिल्ली-बिजिंग विमान प्रवास असो, चीनमधील स्थळदर्शनाचा-व्यक्तिदर्शनाचा अनुभव असो बिजिंगमधील सेमिनारमधील शोधनिबंधाचे वाचन असो, की 'उचल्या' आत्मचरित्राचे वाचन असो 'वर्तनातील बिनधास्तपणा' हा त्यांच्या व्यक्तिमत्त्वाचा खास पैलू तेथे जाणवतो.

६) चौफेर निरीक्षण -

भारत-चीन विमान प्रवासातील अनुभवाचे बारकाईने निरीक्षण करतात. त्यामध्ये विमानातील हवाईसुंदरी, कमरेभोवती बेल्ट बांधणे, टि.व्ही वरील संवाद व सूचना यांचे ते निरीक्षण करतात. दिल्लीतील महाराष्ट्र भवनाची दुरावस्था, जुनी दिल्ली व नवी दिल्लीतील संस्कृतीतील फरक, बँकॉक शहर, बिजिंग शहर, ग्रेट वॉल, कन्फ्युशिअसची समाधी,बिजिंगमधील विद्यापीठ व ग्रंथालय यासारख्या स्थळदर्शनाचे ते बारकाईने निरीक्षण करताना दिसतात. त्याचप्रमाणे इंद्रनाथ चौधरी , श्री गणेश देवी,वांगलू, ए.पी.सिंहल,गगन गिल, बिजिंगमधील विद्यापीठाचे कुलगुरू यासारख्या व्यक्तींचेही ते बारकाईने निरीक्षण करतात.चीनमधील संस्कृती, रीतिरिवाज, शेतकरी जीवन, महिलांचे जीवन, ऐतिहासिक ठेवा या बाबी त्यांच्या जबरदस्त निरीक्षणशक्तीतून सुटत नाहीत.

वरील गुणाशिवाय लेखक लक्ष्मण गायकवाड यांचे पारदर्शी व्यक्तिमत्त्व या प्रवासवर्णनातून प्रत्ययास येते. माणसामाणसातील नाती जोखण्याचे कौशल्य, जिवीताकडे पाहण्याची निकोप व रसिककृती त्यांच्या व्यक्तिमत्त्वात आढळते. भारतीय शिष्टमंडळातील सदस्यांबरोबरचे मैत्रीपूर्ण संबंध, परतीच्या प्रवासाला निघाल्यानंतर हेलावलेले हृदय यातून त्यांची सामाजिकता समजते. खाण्यापिण्याची चोखंदळवृत्ती समजते. अशाप्रकारचे बहुरंगी व्यक्तिमत्त्व लेखकांचे 'चिनि मातीचे दिवस' या प्रवासवर्णनातून प्रत्ययास येते.

लेखनशैली विशेष -

चिनी मातीचे दिवस या प्रवासवर्णनात लेखक लक्ष्मण गायकवाड यांनी जिवंतपणा आणण्यासाठी सहजगत्या मनुष्यस्वभावाचे वर्णन, स्थळवर्णन केले आहे. सचित्रता हे त्यांच्या भाषेचे वैशिष्ट्य सांगता येईल.उदा. मुंबई-दिल्ली विमान प्रवास असो, दिल्ली-बँकॉक विमान प्रवास असो किंवा बँकॉक-बिजिंग विमान प्रवास असो. वाचकांनी हे वर्णन वाचल्यानंतर प्रत्यक्षात वाचकांना विमान प्रवास अनुभवल्याची अनुभूती येते.चीनमधील कोणत्याही हॉटेलचे वर्णन ही सचित्रता प्राप्त करून देते.

या प्रवासवर्णनात लेखकांनी आपल्या जन्मभूमीतील वापरल्या जाणाऱ्या म्हणींचा वापर ग्रामीण बोली वापरून केलेले आहे.उदा. 'घराची कळा अंगण सांगते.' (पान २५) 'आपल्या देशाचे रूप वरून किर्तन आणि आतून तमाशा' असेच आहे.'(पान २८) 'आपल्या डोळ्यात मुसळ गेलं असताना दुसऱ्याच्या डोळ्यातील कुसळ काढावयास जाणे'(पान ९६) इत्यादी म्हणींबरोबर ग्रामीण बोलीतील काही वाक्प्रचारांचा वापर केल्याने प्रवास वर्णनात जिवंतपणा असल्याचे दिसते. त्याचबरोबर काही ग्रामीण बोलीतील प्रतिमांचाही वापर केल्याने भाषेत चित्रात्मकता आलेली दिसते.

उदा. 'हळूहळू ते विमान पाण्यात बसलेल्या मशीप्रमाणे हलू लागले' (पान २०), ''एका हवाईसुंदरीने माझ्या बाजूचा बेल्ट माझ्या कमरेभोवती बांधला होता. जशी एखादी कडब्याची पेंढी वाऱ्याने उडून जाऊ नये म्हणून मध्यभागी आवळून बांधतात तशी.''(पान २१), 'उन्हाची म्हैस आपले शिंग वर करून आणि तोंड पाण्यात खुपसून बसते त्या म्हशीसारखे हे विमान तळावर बसलेले दिसत होते.'(पान ३४), 'बँकॉक शहरावरून विमानातून पाहिले असता पूर्वीची ती काळी जमीन न दिसता जिकडे-तिकडे हिरवे गार पीक हवेच्या डोलाने डुलत होते ती शेती नवरी सारखी नटलेली होती.' अशा तऱ्हेने शेतीव्यवसायाशी, ग्रामसंस्कृतीशी निगडित प्रतिमांचा वापर केलेला आहे.

क्वचित गोष्टीरूप व स्मृती संकलनात्मक पद्धतीचा आश्रय करून लेखक लक्ष्मण गायकवाड यांनी 'चीनी मातीचे दिवस' हे प्रवास वर्णन लिहीलेले आहे.

शीर्षकाची समर्पकता -

भारत सरकारने साहित्य अकादमीच्या सांस्कृतिक देवाण-घेवाण कार्यक्रमाच्या अंतर्गत चीन सारख्या देशात जाण्यासाठी लेखक लक्ष्मण गायकवाड यांची निवड केली. तेथे गेल्यानंतर तेथील संस्कृतीचे दर्शन घडले.चीन देश स्वतंत्र झाल्यानंतर त्याची प्रगती झाली त्या प्रगतीच्या पाठीमागे श्रमप्रतिष्ठा हे प्रमुख कारण असल्याचे त्यांना समजले. तसेच तेथील नागरिकांमध्ये असलेली शिस्त, स्वच्छता ही सुद्धा जाणवली. पुरुषाइतकीच तेथील स्त्रीसुद्धा कशी कर्तव्यदक्ष आहे, हे त्यांनी पाहिले. विद्यापीठाचा कुलगुरू असो किंवा सर्वसामान्य माणूस असो, स्वावलंबी जीवन जगण्याची चीन लोकांची पद्धत त्यांनी पाहिली. चीनमधील मातीत साम्यवादी विचारसरणीचा प्रभाव पाहिला.चीनच्या मातीत तेथील लोक बुद्धिवान माणसाला देवासमान मानतात हे पाहिले. एकूण चीनमधील आपल्या पंधरा दिवसांच्या मुक्कामात तेथील मातीशी, संस्कृतीशी, अनुभूतीशी ते एकरूप झाले होते, त्याचे चित्र या प्रवासवर्णनात पहावयास मिळते म्हणून आपल्या प्रवासवर्णनास लेखक लक्ष्मण गायकवाड यांनी 'चीनी मातीचे दिवस' हे शीर्षक दिले.

सारांश/मुल्यमापन -

चीनसारख्या देशात लेखक लक्ष्मण गायकवाड यांना भारत-चीन संस्कृतीमध्ये किती साम्य आहे याचे प्रत्यक्ष दर्शन घडले. चीनमध्ये हॉटेलमधील व्यवस्था विद्यापीठातील व ग्रंथालयतील शैक्षणिक वातावरण, श्रमाला प्रतिष्ठा देणारी संस्कृती, 'एक कुटुंब एक अपत्य' या नियमाची कडक अंमलबजावणी, मुलापेक्षा मुलीला प्राधान्य देऊन मुलगीच व्हावी म्हणून प्रार्थना करणारा समाज, पाहुण्यांचे स्वागत करण्याची पद्धत,

कन्फ्युशिअस सारख्या बुद्धिवादी विचारवंताना देवासमान मानणारी संस्कृती, आधुनिक रासायनिक खतांचा वापर करण्याऐवजी जुन्या पद्धतीने खत व बी-बियाणे वापरून कसदार व पौष्टिक पीक घेतल्याने तेथील लोकांचे वाढलेले आयुष्यमान, लहान मुलांना सक्तीचे शिक्षण केल्याने घटलेले निरक्षरतेचे प्रमाण, औद्योगिकदृष्ट्या पुढारलेला चीन देश, लहान वयापासूनच मुला-मुलींना शारीरिक शिक्षण देऊन खेळामध्ये तरबेज करणारा देश, यासारख्या चांगल्या बाबी जशा लेखकांच्या सूक्ष्म निरीक्षणाने जशा टिपल्या तशा काही वाईट गोष्टीही टिपल्या. बिजिंगमधील एका म्युझियमच्या परिसरात चीनच्या नकली नोटा दुप्पट पैसे देऊन असली डॉलर्स प्रवाशाकडून फसवून घेतात. असे जरी असले तरी आपले जुने सर्व सांस्कृतिक वैभव चीनने परकीय आक्रमणापासून सांभाळून ठेवले. चीनसारखी सर्वांगीण प्रगती भारतामध्ये करता येईल का? हा प्रश्न लेखकांना पडला. जेणे करून आपल्या देशाची संस्कृती महान आहे हेही दाखवता येईल.

संदर्भ ग्रंथ -

१) वाङ्मयीन संज्ञा आणि संकल्पना कोश- भटकळ जी.आर
२) जागतिकीकरण आणि मराठी साहित्य - संपा.डॉ.गायकवाड शरद, प्रा. शिंदे स्नेहवर्धन प्रकाशन, पुणे.
३) चिनी मातीचे दिवस - लक्ष्मण गायकवाड, दिलीपराज प्रकाशन, पुणे.
३) प्रदसिका खंड

■

चिनी मातीतील दिवस : वेधक प्रवासवर्णन
प्रा.सुनील निगडे
मराठी विभागप्रमुख
ए.सि.दिवेकर महाविद्यालय, वरवंड
ता.दौंड जि.पुणे.